'GREEN WARS' या इंग्रजी पुस्तकाचा अनुवाद

हरित युद्धे

दिवसेंदिवस नाहीसं होत जाणाऱ्या जगातली...

बहार दत्त

अनुवाद

रवींद्र भगवते

मेहता पब्लिशिंग हाऊस

✆ +91 020-24476924 / 24460313 / Mob. No. 9545000513

Email : production@mehtapublishinghouse.com

Website : www.mehtapublishinghouse.com

- *या पुस्तकातील लेखकाची मते, घटना, वर्णने ही त्या लेखकाची असून, त्याच्याशी प्रकाशक सहमत असतीलच असे नाही.*

GREEN WARS by BAHAR DUTT

First Published in Marathi by Mehta Publishing House
by arrangement with HarperCollins Publishers India Limited
Translated into Marathi Language by Ravindra Bhagwate

हरित युद्धे / माहितीपर

अनुवाद : रवींद्र भगवते

Email : author@mehtapublishinghouse.com

मराठी अनुवादाचे व प्रकाशनाचे हक्क : मेहता पब्लिशिंग हाऊस, पुणे

प्रकाशक : सुनील अनिल मेहता, मेहता पब्लिशिंग हाऊस,
१९४१, सदाशिव पेठ, माडीवाले कॉलनी, पुणे - ४११०३०

मुद्रक : ट्रिनिटी ॲकॅडमी फॉर कॉर्पोरेट ट्रेनिंग लिमिटेड

मुखपृष्ठ : फाल्गुन ग्राफिक्स

प्रथमावृत्ती : जुलै, २०२०

किंमत : ₹ २५०

P Book ISBN 9789353174729
E Book ISBN 9789353174736
E Books available on : amazonkindle Apple Books Google Play Books

---

माझ्या 'डॅड'ना
कोणतीही कुरकुर न करता
दोन व्रात्य मुलींमध्ये रमणाऱ्या
आईवडिलांना आणि
माझ्या 'मम्'ला,

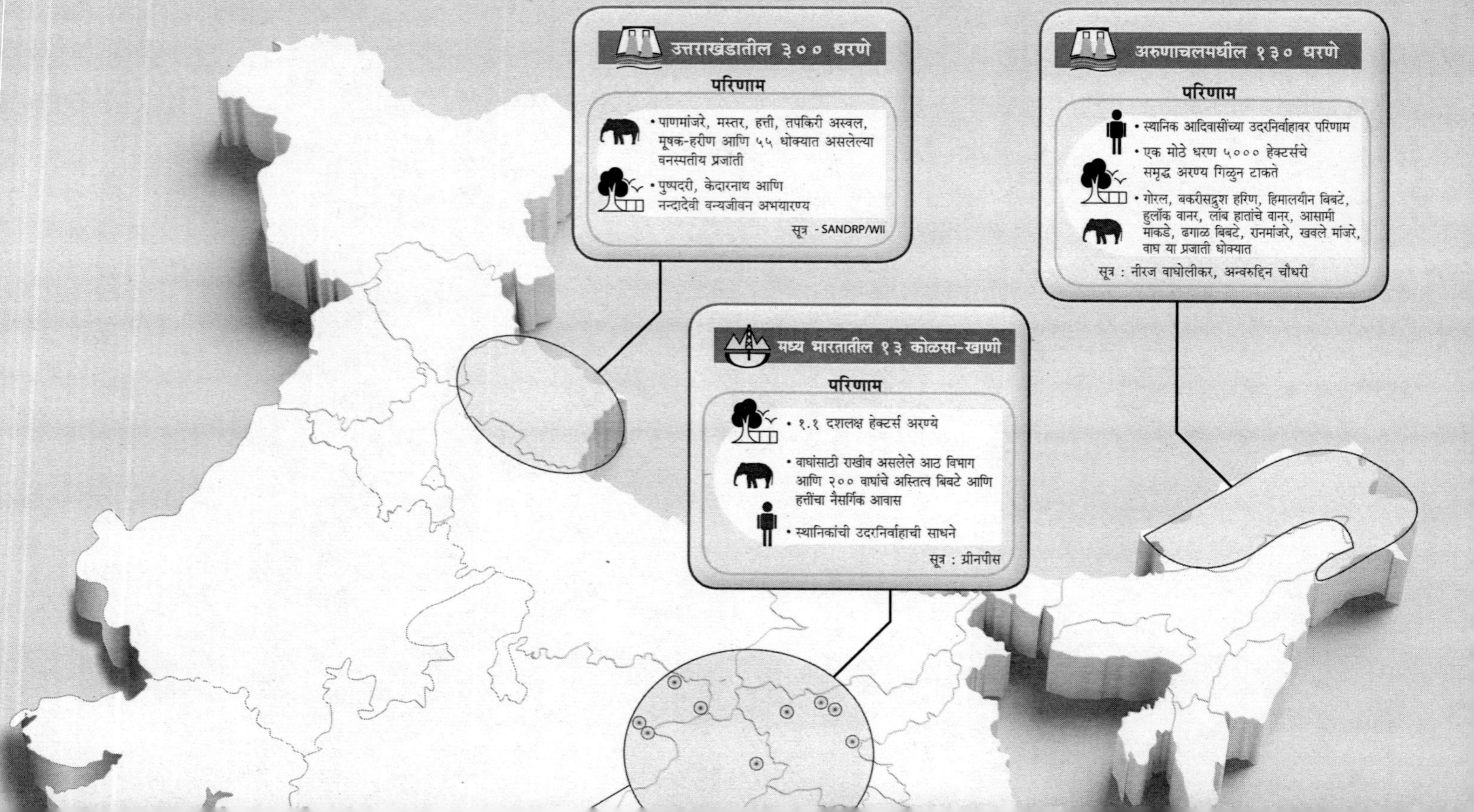
उत्तराखंडातील ३०० धरणे
परिणाम
• पाणमांजरे, मस्तर, हत्ती, तपकिरी अस्वल, मूषक-हरीण आणि ५५ धोक्यात असलेल्या वनस्पतीय प्रजाती
• पुष्पदरी, केदारनाथ आणि नन्दादेवी वन्यजीवन अभयारण्य
सूत्र - SANDRP/WII
अरुणाचलमधील १३० धरणे
परिणाम
• स्थानिक आदिवासींच्या उदरनिर्वाहावर परिणाम
• एक मोठे धरण ५००० हेक्टर्सचे समृद्ध अरण्य गिळुन टाकते
• गोरल, बकरीसदृश हरिण, हिमालयीन बिबटे, हुलॉक वानर, लांब हातांचे वानर, आसामी माकडे, ढगाळ बिबटे, रानमांजरे, खवले मांजरे, वाघ या प्रजाती धोक्यात
सूत्र : नीरज वाघोलीकर, अन्वरुद्दिन चौधरी
मध्य भारतातील १३ कोळसा-खाणी
परिणाम
• १.१ दशलक्ष हेक्टर्स अरण्ये
• वाघांसाठी राखीव असलेले आठ विभाग आणि २०० वाघांचे अस्तित्व बिबटे आणि हत्तींचा नैसर्गिक आवास
• स्थानिकांची उदरनिर्वाहाची साधने
सूत्र : ग्रीनपीस

भारतातील हरित युद्धे
लांजीगढ, ओरिसा येथील ४००० कोटींचा बॉक्साइट खाणींचा प्रकल्प
परिणाम
• ६०० हेक्टर्स जंगलांचा विध्वंस
• उभयचर प्राण्यांच्या २०, पालींच्या १९, (सोनेरी पालीसहित) आणि सर्पांच्या २२ प्रजाती धोक्यात
• तेल नदीमधुन प्रतिदिन ३०,००० घनमीटर पाण्याचा उपसा
सूत्र : इपीजी, ओरिसा
१५ औष्णिक प्लांट्स, बंदरांचे आणि औद्योगिक प्रकल्प
परिणाम
• उष्ण पाण्याच्या उत्सर्जनामुळे ११ ठिकाणी पर्यावरणाला हानी
• प्रवाळ, पाणथळ जागा, खारफुटी, डॉल्फिन्स आणि तत्सम मासे यांच्यावर परिणाम
• मच्छीमारांच्या उपजीविकेवर परिणाम
सूत्र : दीपक आपटे, बी.एन.एच.एस.
धरणे
उर्जा प्रकल्प
उत्खनन प्रकल्प

प्रस्तावना

पर्यावरणवाद हा शब्द जरी उच्चारला तरी लोकांमध्ये वादग्रस्त प्रतिक्रिया उमटते; पण कोणती बाजू घ्यायची हे प्रत्येकानं जणू आधीच ठरवलेलं असतं. एका आघाडीच्या प्रसारमाध्यमातले एक संपादक, जेव्हा जेव्हा मी एखादी 'हरित' स्टोरी घेऊन त्यांच्याकडे जात असे तेव्हा नेहमी तक्रार करत असत. ''पर्यावरणवाद हा विकास थांबवतो. मला फक्त विकासाचा दर दोन अंकी होण्यातच स्वारस्य आहे.'' या शहरातल्या कित्येक सुशिक्षितांची सर्वसाधारण प्रतिक्रिया अशी असते की जीवघेण्या वेगानं जर विकास साधला तरच आपला देश सध्याच्या दु:खातून बाहेर येईल. त्यांना असं वाटतं की विकास ही पहिली गरज आहे आणि पर्यावरण संरक्षण वगैरे त्यानंतर. त्यांची इकेसीच्या (Environmental Kuznets Curve : अर्थशास्त्रज्ञ सायमन कुझनेट्स यानं मांडलेल्या पर्यावरण आणि विकास यामधल्या संबंधांवर आधारलेला सिद्धान्त) गृहितांवर आधारित अशी मतं असतात. ती अशी की जेव्हा विकास खालच्या पातळीवर असतो तेव्हा पर्यावरणावर होणारे परिणाम कमी असतात. जेव्हा विकासाची पातळी वाढते तेव्हा रचनात्मक बदल करून, देश औद्योगिक आणि कृषी तंत्रज्ञान एवढं विकसित करतो की त्यामुळे पर्यावरणावर होणारा परिणाम जास्त उपद्रवकारक नसतो. वर उल्लेख केलेल्या संपादक महाशयांचं हेच म्हणणं होतं, की पहिल्यांदा आपण विकास साधू, नंतर आपल्याला नद्या स्वच्छ करायला, जास्त वृक्षांची लागवड करायला, सगळं काही हिरवंगार करायला भरपूर आर्थिक पाठबळ उपलब्ध असेल; पण विकसित देशांचा अनुभव असा आहे, की हे एवढं सोपं नाही. खरंतर इकेसीच्या तत्त्वज्ञानाला आता भरपूर विरोध होत आहे. चीनच्या विकासाची कथा पहा. जगातल्या सगळ्या अर्थशास्त्रज्ञांनी तिचा जयजयकार केला आहे; पण मोठ्या प्रमाणावर जे प्रदूषण होत आहे त्याचा कोणी उल्लेखच करत नाही. पशू-पक्षी आणि वनस्पतीच्या प्रजातींचा

होणारा नाश, नद्यांचं सुकून जाणं आणि श्वासोच्छ्वासाच्या रोगांची वाढ यांचाही उल्लेख नाही.

भारताच्या विकासाच्या बाबतीतसुद्धा आतापर्यंत आलेल्या सरकारांनी आपल्याला याच गोष्टींवर विश्वास ठेवायला प्रवृत्त केलं आहे, की विकासकामं केली की आपल्याकडे नद्या आणि समुद्र स्वच्छ करायला, वाघांचं संरक्षण करायला आणि नामशेष होण्याकडे कल असलेल्या प्रजातींना वाचवायला भरपूर पैसा उपलब्ध असेल. आता आपल्याला अमेरिकेसारख्या विकसित देशांचा अनुभव पाहिल्यानंतर कळलयं, की इकेसी गृहीतक आता लागू होत नाही. विशेषत:, आपण जैवविविधतेमध्ये होणारं आपलं नुकसान विचारात घेतलं तर! फक्त विकासाचा दर वाढवणं किंवा दरडोई उत्पन्न वाढवणं यामुळे खरंतर प्रदूषण वाढतं आणि कर्बद्विप्राणिल वायूचं उत्सर्जनही वाढतं. कितीतरी पर्यावरणाच्या समस्या, उदाहरणार्थ, निर्वनीकरण आणि प्रजातींचा नाश याचं कारणही आर्थिक विकास हेच आहे. नामशेष होणाऱ्या प्रजाती पुन्हा जन्म घेत नाहीत. एकदा जगातून गेल्या की कायमच्या गेल्या. मग त्यासाठी पैसा कितीही खर्च केलेला असला तरी!

माझ्या पेशाची पहिली दहा वर्षं मी एका जमातीवर आधारित प्रकल्प करायला घेतला होता. माझा विश्वास होता की वनजीवन जर वाचवायचं असेल तर आपण स्थानिक लोकांबरोबर काम करू शकलो पाहिजे. म्हणजे खऱ्या अर्थानं बदल घडेल. मी गावांमध्ये पर्यावरण संरक्षणाचं काम करण्यात एवढी गुंतले होते, की मी व्यापक विचार नाही करू शकले. त्याच दशकामध्ये भारत एक महाशक्ती म्हणून जगात आपली ओळख सांगत होता. आणि प्रचंड प्रमाणावर जंगलं आणि वनजीवन यांचं शोषण होत होतं. माझं पर्यावरण जीवशास्त्रज्ञातून पत्रकार म्हणून जे परिवर्तन झालं त्याची कहाणी हे पुस्तक सांगेल. या पुस्तकात मी भारतात आणि भारताबाहेर जो प्रवास केला, अस्पर्शित अनाघ्रात पर्जन्य वनातून, नद्यांच्या आणि पर्वतांच्या प्रदेशातून रिपोर्टिंग केलं आणि सतत चाललेल्या अंतर्गत अंतर्विरोधाला तोंड दिलं, की जैवविविधता आणि वनजीवन हे विकास नावाच्या भुकेलेल्या राक्षसापासून कसं वाचवावं.

हे पुस्तक भांडवलशाहीवर किंवा आधुनिक राहणीमानावर टीका करण्यासाठी लिहिलेलं नाही. मी तुम्हाला पुन्हा झोपडीत राहायला आणि घोडागाड्यांमधून प्रवास करायला सांगत नाहीए. पर्यावरण आणि विकास यामध्ये जो ताण आहे त्याचा शोध घेणं, हे या पुस्तकाचं प्रयोजन आहे. सध्याचं कोणतीही किंमत देऊन विकास साधायचं जे धोरण आहे ते भारतातल्या जंगलांवर आणि नद्यांवर अभूतपूर्व

आक्रमण करत आहे, हे या पुस्तकात मांडलं आहे. हे पुस्तक वाचकाला मध्यवर्ती ठेवून निवड करायला सांगत आहे. अर्थात् विकास ही गरज तर आहेच. आपल्याला रस्ते, ऊर्जेची साधनं, यांची गरज आहे; पण आपल्याला प्रश्न विचारण्याचीही गरज आहे की एखाद्या गोष्टीचा अतिरेक कधी होतो आणि विकासाचा उत्कर्षबिंदू असतो का?

भारतामधल्या समकालीन लिखाणानं या न थांबणाऱ्या अनियंत्रित विकासाच्या आपल्या शहरी आणि ग्रामीण भूभागांवर होणाऱ्या परिणामांवर दृष्टिक्षेप टाकला आहे. या विकासामुळे आपली माणसं आणि पारंपरिक समाजावर काय परिणाम झाला आहे, याचाही विचार झाला आहे; पण विकासाचा नैसर्गिक पर्यावरणावर आणि आपल्या मौल्यवान निर्जन वनप्रदेशांवर होणाऱ्या परिणामावर विशेष लेखन झालेलं नाही. शास्त्रज्ञ जेरेड डायमंड म्हणतात, की वन्यप्राण्यांच्या प्रजाती नामशेष होण्याची चार मुख्य कारणं आहेत. ज्यांना ते 'चार वाईट गायकांचं विनाश-संगीत' म्हणतात. ज्यामध्ये नैसर्गिक वातावरणाचा नाश हे मुख्य कारण आहे. अगदी लोकप्रिय अशा मीडियामध्ये एकाच कारणावर लक्ष केंद्रित केलं जातं, ते म्हणजे शिकार; पण पशुपक्ष्यांचा आणि वनस्पतीच्या नैसर्गिक निवासाचा नाश या कारणाकडे नेहमीच दुर्लक्ष होतं. फार क्वचितच या गोष्टीला ठळक बातम्यांमध्ये स्थान मिळतं.

मला खऱ्याखुऱ्या उदाहरणांनी हे दाखवून देऊ द्या. उत्तर भारतामध्ये गंगेच्या संपूर्ण वरच्या बाजूचा परिसर ३०० छोट्या-मोठ्या जलविद्युत धरणांसाठी अधोरेखित झाला आहे. एकदा का ही धरणं बांधली गेली, की ७० टक्के गंगा आणि तिच्या उपनद्या या कालव्यांमधून वाहतील, ज्यात समृद्ध हिमालयीन जंगलं बुडून जातील. आपल्या समृद्ध जैवविविधतेचं निवासस्थान असलेले संपूर्ण ईशान्य भारतातले भूप्रदेश हे देशाचं ५०,००० मेगावॅटपेक्षा जास्त ऊर्जानिर्मिती करणारं पॉवरहाउस बनतील. कल्पवृक्ष या एनजीओबरोबर काम करण्यास नीरज वाघोलीकर यांनी मोठ्या धरणांच्या ईशान्य भारतावर होणाऱ्या परिणामांचे दस्तावेज बनवण्यासाठी एक दशक अभ्यास केला. त्यांनी अंदाज केला आहे, की १३० महाधरण प्रकल्पांबरोबरच ९०० लहान-मोठे जलप्रकल्प बांधण्यात येणार आहेत. आणि नदीचा प्रत्येक इंच विचारात घेतला जाणार आहे. या पुस्तकाच्या पाचव्या प्रकरणात मी धरणांच्या विरोधात असलेल्या आदिवासी जमातींचा विचार मांडला आहे. आणि पर्यावरण मंत्रालयाच्या संमतीशिवाय तो प्रकल्प राबवला जातो, त्याचं भूमिपूजन करण्यासाठी आपले पंतप्रधान कसे येतात, याविषयीही लिहिलं आहे.

बॉम्बे नॅचरल हिस्ट्री सोसायटीचे सामुद्री जीवशास्त्रज्ञ दीपक आपटे यांनी

असा अंदाज व्यक्त केला आहे की, भारताच्या पश्चिम किनारपट्टीवरच्या निदान पंधरा २५ जीडब्ल्यू शक्तीच्या कोळसा उद्दीपित ऊर्जा प्रकल्पांच्या कामात ५० ते ९० किमी रुंद आणि २०० किमी लांबीची किनारपट्टी बांधणं अंतर्भूत आहे. यामुळे संपूर्ण महाराष्ट्रात २०० टक्के वाढ कोळसानिर्मित ऊर्जेमध्ये होईल; पण या प्रक्रियेमध्ये कमीत कमी अकरा पर्यावरण-संवेदनाशील ठिकाणांचं प्रचंड नुकसान होईल; कारण पॉवर हाउस प्लॅन्ट्समधून जे गरम पाणी सोडलं जातं ते समुद्रात सोडलं जाईल. त्यामुळे स्थानिक मासेमारांचं जे नुकसान होईल, त्याची गणती केली नाही तरच बरं. जहाजतळ, बंदर आणि किनारपट्टीवरचं खाणकाम यांच्या बरोबरीनं हे किनारपट्टी बांधण्याचं काम होतं. याचा अर्थ कोकण किनारपट्टीवर दर २०.२५ किमीवर पायाभूत सुविधा (इन्फ्रास्ट्रक्चर) प्रकल्प होणार आहेत. हा तोच प्रदेश आहे जो १९९७ मध्ये पर्यावरण-संवेदनाक्षम म्हणून जाहिर झाला आहे. आणि किनाऱ्यावरच्या आणि सागरी जैवविविधतेशी, प्रवाळ-खडकांशी, चिखल भूमीशी आणि खाजणांशी निगडित आहे. कोकणातून आपण पुढे दक्षिणेकडे आलो तर पर्यावरणाचे विधिज्ञ रित्विक दत्त यांनी अंदाज केला आहे, की १८२ पेक्षा जास्त मोठी धरणं, ऊर्जा प्रकल्प आणि रासायनिक प्रक्रिया प्रकल्प हे पश्चिम घाटातल्या जैवविविधतासमृद्ध संवेदनाशील ठिकाणांवर उभे राहणार आहेत. संयुक्त राष्ट्रांनी या भागाला जागतिक पुरातत्त्व स्थळ म्हणून घोषित केलं असून, ते वनस्पतींच्या पाच हजार प्रजातींचं ,१०० सस्तन प्रजातींचं निवासस्थान आहे. अजून कित्येक प्रजातींचा तर शोधच लागायचा आहे.

आता विकासाच्या मॉडेलचा भारतातल्या जंगलांवर काय परिणाम होतो त्यावर दृष्टिक्षेप टाकूया. १९८०पासून १.५ लाख हेक्टर्सपेक्षा जास्त जंगलांची जमीन विकासासाठी वापरली आहे. त्यापैकी ५० टक्के तर गेल्या दहा वर्षांत वापरली आहे. 'नॅशनल बोर्ड ऑफ वाइल्डलाईफ'कडे २०१०मध्ये संमत करण्यासाठी जे प्रस्ताव आले ते पाहू या. २०१० हे वर्ष, सबंध जगात जैवविविधता वर्ष म्हणून साजरं केलं गेलं.

१. आंध्र प्रदेशातील राजीव गांधी वन्य प्राणी अभयारण्याच्या सीमेवरच्या चुनखडी खाणीचा प्रकल्प : हा भाग वाघांचं उत्तम निवासस्थान म्हणून ओळखला जातो.
२. आंध्र प्रदेशातल्या नरसिंह वन्यप्राणी अभयारण्यामधलं धरण : हा भाग अतिशय धोक्यात असलेल्या (नामशेष होणाच्या) जेरडनच्या कर्सर पक्ष्यांचं वसतिस्थान आहे. सदर धरणामुळे एक हजार हेक्टर्सचं जंगल पाण्याखाली

येणार आहे.

३. गुजरात रानगर्दभ अभयारण्यात भूमिगत तेलाच्या पाइपलाइन्स टाकण्यासाठी, २४० हेक्टर्स जंगलाची जमीन ४०० किलोवॅट प्रक्षेपण लाइन्ससाठी वापरण्यात आली. रानगर्दभाचं हे एकमेव निवासस्थान आहे.
४. चंडाळा वन्यजीव अभयारण्य हे हत्ती, भुंकणारी हरिणे, केसाळ अस्वलं आणि चित्ते यांचं वसतिस्थान. पॉवरग्रिड कॉर्पोरेशन या कंपनीला इथल्या जंगलमय जमिनींचा वापर शक्तिमान अशा संदेशवाहक लाइन्स टाकण्यासाठी करायचा आहे.

उच्च पातळीवरच्या, पर्यावरण मंत्रालयाच्या प्रत्येक मीटिंगमध्ये मुख्य विषय हा जंगलांचा वापर उत्खननासाठी, रस्त्यांसाठी किंवा धरणांसाठी देण्याच्या बाबतीत असतो; पण वन्यजीव संरक्षणाच्या ऐवजी असतो. बरेचसे निर्णय हे सदोष पर्यावरण-परिणाम मोजदाद अहवालांवर आधारित असतात. त्या अहवालांमध्ये शास्त्रीय माहिती फारच कमी मिळवलेली असते. ज्या मंत्रालयानं संरक्षकाची भूमिका घ्यायला हवी ते मंत्रालय वितरकाची भूमिका घेतं. मंत्रालयानं स्वत:च हे कबूल केलं आहे, की जवळजवळ ९५ टक्के प्रकल्पांना मंत्रालयाची संमती आहे.

कार्बन केंद्रित विकास योजनांच्या समर्थकांचं एक म्हणणं असतं की गरिबांना ऊर्जास्रोत सहज उपलब्ध होईल; पण हे ऊर्जास्रोत खरोखर गरिबांना वापरायला मिळतात, की ऊर्जेवर ज्यांची जीवनपद्धती अवलंबून आहे, त्या शहरातील लोकांना त्याचा फायदा होतो? ग्रीनपीसनं केलेल्या अभ्यासाप्रमाणे वेगानं वाढणारा शहरातला जो श्रीमंत ग्राहक वर्ग आहे, तो गरीब वर्गापेक्षा ४.५ पट अधिक कार्बनचं उत्सर्जन घडवतो आणि जागतिक सरासरीच्या हे तिप्पट आहे. जर मध्यमवर्ग आणि उच्चवर्ग यांनी त्यांचं कार्बन-डाय-ऑक्साइडचं उत्सर्जन कमी नाही केलं तर ते अचानक वाढणाऱ्या जागतिक तापमानालाच (ग्लोबल वॉर्मिंग) जबाबदार असतील, एवढंच नव्हे तर गरीब भारतीयांना ऊर्जा उपलब्ध होईल, असं सांगितलं जात असलं तरी प्रत्यक्षात मात्र त्यांना काहीही मिळत नाही.

आपण एक चुकीचा समज कायम ठेवत आहोत, की कितीही औष्णिक ऊर्जा प्लान्ट्स, धरणं आणि खाणी बांधल्या तरी निसर्गातील साधनसंपत्ती त्या सगळ्याला पुरून उरेल. डब्ल्यू. डब्ल्यू. एफ.चा पृथ्वीचा अभ्यास हे स्पष्टपणे दाखवतो, की आपण जर हे असंच चालू ठेवलं तर २०३०पर्यंत आपल्याला राहण्यासाठी दोन ग्रहांएवढी जागा लागेल.

मला आशा वाटते, की या पुस्तकाच्या माध्यमातून मी फक्त पर्यावरणवादी कार्यकर्त्यांपर्यंतच पोहोचले पाहिजे असं नव्हे तर हरित भूमी, निळं आकाश,

स्वच्छ, नितळ पाणी आणि हवा यांची स्वप्नं रेखाटणाऱ्या सामान्य माणसांपर्यंत पोहोचायला हवं.

मला अशी आशा निर्माण व्हायला हवी आहे, की आपल्या स्वत:च्या जीवनशैलीमध्ये काही साधेसुधे बदल करून आणि धोरण आखणाऱ्यांवर (पॉलिसीमेकर्सवर) आणखी दबाव आणून, या ग्रहावर सभ्यपणे एक पाऊलखूण उमटवणं हे नक्कीच शक्य होईल.

नवी दिल्ली
मार्च २०१४

– बहार दत्त

अनुक्रमणिका

गारुडी आणि शिकारी

नवी दिल्ली, १९९९

हा ग्रह वाचवण्याच्या माझ्या बुलंद महत्त्वाकांक्षेवर त्या दिवशी एक जोराचा दणका बसत होता. दिल्लीच्या बाहेरच वसलेल्या आशिया खंडातल्या मोठ्यात मोठ्या गारुड्यांच्या वस्तीकडे मी चालले होते. माझ्या घरापासून मी फक्त दहा किलोमीटर्सवर होते; पण मला असं वाटत होतं, की मी ॲलिस आहे आणि त्या जादुई काचेमधून मी एका नवीनच अद्‌भुत दुनियेत प्रवेश करत आहे. दिल्ली परिवहन मंडळाच्या दोन बसेसमधून आणि त्यानंतर गच्च भरलेल्या ऑटोमधून मी तिथे उतरले. गडद रंगाच्या झनक साड्या नेसलेल्या स्त्रिया आणि घामट पुरुषांमधून वाट काढत निघाले. त्यांच्या नजरा जणू मला विचारत होत्या, की तू इथली नाहीएस मग इथे काय करते आहेस? राजमार्गापासून लांब असलेल्या, आडगल्ल्यांत जाणाऱ्या बदरपूरच्या अंतर्भागातल्या गारुड्यांच्या वस्तीत मी दाखल झाले.

कोणे एके काळी बंगाल आणि काबूलला जोडणाऱ्या ऐतिहासिक ग्रँड ट्रंक रोडजवळ राहणाऱ्या आणि सापांना नाचवून आपलं पोट भरणाऱ्या २०० कुटुंबांची ती गारुड्यांची वस्ती होती. एकेकाळी पौर्वात्य संस्कृतीचं आकर्षक प्रतीक असलेला गारुड्यांचा व्यवसाय आता मात्र अवैध ठरवण्यात आला आहे. भारतीय वन्यजीव संरक्षण कायद्याअंतर्गत कोणत्याही प्राण्याचा वापर (त्यात सापही अंतर्भूत आहे) करणे हे पूर्णपणे अवैध आहे. दिवसेंदिवस आधुनिक होणाऱ्या भारताला हे माहीत नाही, की या प्राचीन जमातीचा जास्तीत जास्त वेळ पोलीस आणि वन्यजीव संरक्षण कायद्याची अंमलबजावणी करणाऱ्या एजन्सीज्‌पासून स्वत:ला वाचवण्यात जातो. दहा वर्षांपूर्वी प्रवासी बसेस या वस्तीत थांबवल्या जात आणि परदेशी प्रवासी या गारुड्यांवर पेनीज आणि सेंट्स या परदेशी नाण्यांचा वर्षाव करत असत. आज तीच नाणी फक्त त्यांच्या बासऱ्या आणि पुंग्या सजवतात. शीशनाथ गारुडी अजूनही त्या 'चांगल्या दिवसांची' आठवण काढत असतो.

गारुड्यांची ही वस्ती (सपेरा बस्ती) प्रथमदर्शनीच अशी आहे : तिथे महापालिकेचं अस्तित्व अभावानंच जाणवतं. उघडी गटारं आणि जागोजागी कचरा पडलेला.

छोट्या छोट्या घरांकडे जाणाऱ्या छोट्या छोट्या गल्ल्या! इथे राहणाऱ्यांना येणाऱ्या पाहुण्यांशी काहीही देणं-घेणं नाही. मी पहिल्यांदा इथे आले तेव्हा एका एकुलत्या एक वडाच्या झाडाखाली लांबलांब दाढ्या वाढवलेल्या आणि डोळ्यांत काजळ रेखलेल्या गारुड्यांचा एक ग्रूप पत्ते खेळत बसला होता. मला बघून काही तरुण मुलं पुढे आली. त्यापैकी हवा सिंग हा सतरा वर्षांचा बारीक पण चिवट अंगकाठीचा मुलगा तर थट्टामस्करीच्याच मूडमध्ये होता. मला आपल्या हाताचा पंजा दाखवत त्यानं विचारलं, ''मॅडम, तुम्हाला माहितीए हे काय आहे?'' आणि मी पाहिलं की त्याच्या हातावर कृमी फिरत होते. मी ओळखलं, ती कोब्रा या विषारी सापाची सूक्ष्म पिल्लं होती. ही पिल्लं जन्मापासूनच विषारी असतात हे मला माहीत होतं; पण मी माझ्या चेहऱ्यावर भीती दिसू दिली नाही. ती मुलं माझी परीक्षा घेत होती. मी घाबरून तिथून काढता पाय घ्यावा अशी त्यांची इच्छा होती. तो मुलगा हसू लागला आणि त्यानं त्या कृमी माझ्या अर्धवट उघड्या बॅगेत टाकल्या; पण एक दाढीवाला, केशरी फेटा बांधलेला बनवारीनाथ नावाचा गारुडी त्या मुलाला ओरडला, तेव्हा ती मुलं तिथून पसार झाली.

मी तेव्हा फक्त बावीस वर्षांची होते आणि जगाला वाचवावं एवढ्याच हेतूनं मी तिथे ओढली गेले होते. त्या लोकांकडून सरळसरळ वाईट वागणूक मिळत असूनही माझा तारुण्यसुलभ आशावाद मला रोज त्यांच्याकडे येण्यासाठी बस पकडायला भाग पाडत होता. मी त्यांच्याकडे पुढची पंधरा वर्षं येणार आहे आणि त्यांच्याशी जोडली जाणार आहे, हे त्यावेळी मला माहीत नव्हतं. मी त्यांना बदलण्यासाठी आले होते आणि त्यांच्याबरोबर स्वतःही बदलत राहणार होते.

लहानपणापासून माझी एक धाडसी पण साधी इच्छा होती. मी माझ्या आई-वडिलांना ती सांगितलीही होती. मला प्राण्यांच्यात वावरायला खूप आवडायचं. माझ्या आईचा व्यवसायही खूप धाडसी होता. भारत-पाकिस्तान युद्धाच्या बातम्या प्रत्यक्ष सीमेवर जाऊन कव्हर करणाऱ्या पहिल्या फळीतल्या धाडसी पत्रकारांमधली ती एक होती. आई व्यथित व्हायची; कारण महिला पत्रकारांना त्या काळी फक्त पुष्पप्रदर्शनं कव्हर करायला सांगितलं जायचं. अशा काळात आई मात्र तिच्या निर्भय पत्रकारितेबद्दल नावाजली जात होती. आपल्या दोन मुलींना वाढवत ती यशस्वीपणे आपला व्यवसाय सांभाळत होती. कधी कधी तिला घरी यायला मध्यरात्रही व्हायची. कारण तिची 'स्टोरी' तिला छपाईला द्यायची असायची. माझे वडील एअर इंडियाच्या न्यू यॉर्क कार्यालयात होते आणि आमचं बालपण कधी दिल्ली तर कधी न्यू यॉर्क या दोन शहरांभोवती फिरत असायचं.

मोठं झाल्यावर कोण होणार असं आम्हाला जेव्हा जेव्हा विचारलं जायचं तेव्हा माझी बहीण पटकन सांगायची की ती पत्रकार होणार. मला मात्र माझं करिअर फक्त

प्राण्यांच्या भोवती गुंफायचं होतं. माझ्या कुटुंबात मी मोठ्या उत्साहानं जाहीर करून टाकलं होतं, की मी जगातल्या प्राण्यांना वाचवणार आहे. मी स्वत:ला प्राण्यांची मदर तेरेसा म्हणून पाहत होते. सभोवती वावरणाऱ्या सगळ्या लहान-मोठ्या प्राण्यांना वाचवणारी 'मदर तेरेसा'!

या देशात जंगलामधून राहणाऱ्या २० कोटी माणसांना नैसर्गिक साधनसंपत्ती उपलब्ध असल्यामुळे कसलीच ददात नसते, हे बोलायला सोपं; पण प्रत्यक्षात आणणं खूप कठीण आहे. गारुड्यांच्या वस्तीतला माझा पहिला दिवस आणि त्यानंतरची अनेक वर्षं म्हणजे बालबुद्धी काल्पनिकतेपेक्षा खूप जास्त काहीतरी होतं. एकेकाळी ज्या जमातीला तिच्या जादुई करामतींविषयी ओळखलं जायचं त्या जमातीतली माणसं आता दारिद्र्यात जगत होती. स्वत:ला अटक होऊ नये, आपल्या सापांची धरपकड होऊ नये म्हणून धडपडत होती. त्यांना उपजीविकेचं दुसरं काही साधन माहीतच नव्हतं. एकेकाळी ज्या गारुड्यांना साप, नाग खेळवण्याच्या कलेबद्दल देवासारखा दर्जा होता त्यांच्यावर वारंवार पोलिसांच्या आणि प्राणीसंरक्षक कार्यकर्त्यांच्या धाडी पडत होत्या. माणसांपेक्षा सापांची परिस्थिती आणखी वाईट होती. पुण्याच्या स्नेक पार्कमधील सर्पशास्त्रज्ञ (Herpetologist) श्री. विक्रम होशिंग यांच्या मते सर्पांच्या टोपल्या न धुतल्यामुळे अनेक सर्प अशक्त आणि क्षीण होत जातात. हे सर्प दात काढलेलेही असतात. मी या बाबतीत असं म्हणेन की सत्याला अनेक गुंतागुंतीचे कंगोरे असतात. उदाहरणार्थ, श्री. होशिंग यांना असं आढळलं की जमातीतले जुने बुजुर्ग लोक सर्पांची काळजी बऱ्यापैकी घेतात. तरुणांना त्याविषयी नीट माहितीही नव्हती आणि माहिती मिळवण्यासाठी ते काही तसदीही घेत नव्हते. पूर्वीचे लोक या प्राण्यांच्या बाबतीत जास्त हळवे होते.

सर्पांच्या बाबतीतला तरुणांचा आणि वृद्धांचा दृष्टिकोन हा भाग बाजूला ठेवला तरी वन्यजीवांचा व्यवसायासाठी उपयोग करणं हे अवैध आहे, हे निर्विवाद असल्यानं माझं सगळ्यात महत्त्वाचं हे काम होतं, की या गारुड्यांना त्यांचं कसब वापरता येईल असा कायदेशीर पर्यायी व्यवसाय उपलब्ध करून देणं. या २०० कुटुंबांचं पुनर्वसन करणं आणि त्यांना सर्प पकडण्यापासून परावृत्त करणं हा माझा मुख्य हेतू होता. राजस्थान, उत्तर प्रदेश आणि दिल्लीच्या ग्रामीण भागात जातिभेदावर आधारित वातावरण होतं आणि मला अनेक वर्षं मेहनत करावी लागणार होती याची मला कल्पना होती. अनेक गारुडी भूमिहीन होते. कर्जबाजारी होते. अशिक्षित होते आणि त्यांच्यासाठी पर्यायी उपजीविकेचा व्यवसाय शोधणं खूप कठीण होतं.

पण पुढची काही वर्षं मी प्रयत्न करत राहिले आणि माझ्यातल्या सरळपणाला हुशारीची जोड मिळाली. मी समाजकार्यामधलं मास्टर्स पूर्ण केलं. मास्टर्स पूर्ण करत असतानाच मी संघटनाकौशल्य शिकले. समाजवाद, मानसशास्त्र आणि महाविद्यालयात

शिकलेलं इतर ज्ञान मी वापरत राहिले. अर्थात आयुष्यातले काही धडे पुस्तकं शिकवत नाहीत. ते अनुभवच शिकवतो. मी या पुरुषप्रधान समाजात पंचायतीच्या सभा घ्यायला शिकले. रात्रीच्या वेळी उत्तर प्रदेशात दरोडेखोर शिरल्यावरही शांत राहायला शिकले. मध्यरात्रीच्या वेळी हॉटेलच्या दरवाज्यावर कामांध हॉटेल मॅनेजरची थाप ऐकूनही स्वत:चा थरकाप होऊ द्यायचा नाही, हे मी हरियाणाच्या एका निद्रिस्त शहरात शिकले आणि हेसुद्धा शिकले की मद्यधुंद गारुड्यानं देशी बनावटीची बंदूक आपल्यावर रोखली तरी भीतीचा स्पर्शही स्वत:ला होऊ द्यायचा नाही. घरापासून लांब राहिल्यावर कशा गैरसोयी होतात त्याही अनुभवल्या. जिथे साधं स्वच्छतागृह नाही अशा ठिकाणी रात्रीच्या वेळी उघड्यावर विधी करायला जायला लागणं आणि राजस्थानमधल्या कडक थंडीतही थंडगार पाण्यानं आंघोळ केल्यावर क्षीण सूर्यप्रकाशाचाही आधार वाटणं हे काय असतं तेही मी अनुभवलं.

आयुष्याचे हे धडे मला कुठल्याही महाविद्यालयीन पदवीनं शिकवले नसते. यात एक प्रकारची मजाही होती. माझ्या मित्रपरिवारातले अनेकजण नामांकित महाविद्यालयांत शिकवायला जात होते. काहीजण मोठमोठ्या कॉर्पोरेट फर्म्समध्ये भक्कम पगार घेत होते. मी मात्र उघड्या मैदानात डोक्यावरच्या सूर्याला साक्ष ठेवून प्रत्येक दिवशी नवनवीन साहसांना आणि खळबळजनक प्रसंगांना तोंड देत होते. आज काय शिकणार ते मला माहीत नसायचं. मी सापांना हातात धरायला शिकले. त्यांना अन्न भरवायला शिकले. बायकांकडून मी त्यांच्या दारुड्या नवऱ्यांच्या गोष्टी ऐकल्या. अर्थात काही सुखद क्षणही होते. एका गरीब गारुड्याच्या, कधीही घराबाहेर न पडलेल्या अपंग मुलीला मी व्हीलचेअर आणून दिली, तेव्हा आख्खा गाव आनंदानं टाळ्या वाजवताना मी पाहिला.

मी त्यांच्याबरोबर त्यांच्यातच राहिले. लांबवरच्या गावांचा प्रवास त्यांच्याबरोबरच केला. राजस्थान, हरयाणा, उत्तर प्रदेशातल्या उन्हात भटकले. भारतातल्या कानाकोपऱ्यातून आलेल्या गारुड्यांच्या कॉल्समुळे माझा फोन अखंड वाजत राहिला. त्यांना माझ्या कार्यात सहभागी व्हायचं असायचं. ग्रामीण भागातले गारुडी तर सपेरा बस्तीमधल्या गारुड्यांपेक्षाही गरीब होते. गावातून भटकत जमातीमधल्या झगड्यांचे न्यायनिवाडे करत फिरणाऱ्या बनवारीनाथशी माझी मैत्री झाली. डोळ्यांच्या आजारांवर उपाय म्हणून सुरमा आणि काजळ बनवणारा अंध मिश्रीनाथ मला इथेच भेटला. तुंगलनाथ झाडपाल्यापासून औषधं बनवायचा. तो एक पारंपरिक वैदू होता. शेरूनाथ सर्पांचा नाट्यपूर्ण खेळ करून प्रेक्षक जमवत असे. ही सगळी एखाद्या मूकाभिनित कार्यक्रमातली पात्रं वाटतील; पण ही सगळी माझ्यावर अवलंबून असणारी खरीखुरी माणसं होती. त्यांना पोलीस आणि प्राणीहितार्थ काम करणाऱ्या कार्यकर्त्यांचा त्रास नको होता. त्यांना उपजीविकेचे नवीन कायदेशीर मार्ग हवे होते.

मला या जमातीचं उदात्तीकरण नको होतं. प्राणीहिताच्या कार्यकर्त्यांना वाटायचं की हे सगळे तुरुंगात गेले पाहिजेत. मला तसंही वाटत नसे. मानवी हक्कांचं रक्षण करणाऱ्या कार्यकर्त्यांप्रमाणे त्यांनी आपला पिढीजात व्यवसाय करत राहावं असंही मला वाटत नसे. मला एक मध्यममार्ग हवा होता. जमातीला आणि सर्पांना, दोघांनाही योग्य होईल असा उपजीविकेचा पर्याय मला हवा होता. मी मूलभूत माहिती जमवायला सुरुवात केली. गारुड्यांविषयी अनेक दंतकथा प्रसिद्ध होत्या; मात्र त्यांच्याविषयी कोणतीही आकडेवारी उपलब्ध नव्हती. त्यांच्या विषयीचे प्रश्न कायम होते. या दोनशे कुटुंबांपैकी कितीजण अजूनही सर्प पकडून उपजीविका करतात. पोलिसांचा आणि जंगल अधिकाऱ्यांचा एवढा त्रास होत असेल तर ते रोजीरोटीचा दुसरा मार्ग का शोधत नाहीत?

जेव्हा मी या प्राचीन जमातीविषयीच्या रहस्यांची उकल करण्याचा प्रयत्न केला तेव्हा मला अशी एकेक माहिती मिळाली की ज्यामुळे अनेक पारंपरिक गृहितांना धक्का बसला. मला समजलं, की काही गारुडी खरोखरीच पिढीजात वैद्य आहेत. (वैदू नव्हेत). विशेषत:, ज्या दूरस्थ ग्रामीण भागात आधुनिक वैद्यकीय उपाययोजनांचं नामोनिशाण नाही तिथे याच गारुड्यांचे उपाय चालतात. राजस्थानमध्ये अनेक गारुड्यांनी मला त्यांच्या ब्रीफकेसेस उघडून दाखवल्या. त्यात पांढऱ्या आणि पिवळ्या रंगाच्या खडूसारख्या पावडरी होत्या. ती सगळी वनस्पतिजन्य औषधं होती. ही खरीखुरी औषधं होती, हे आम्ही जेव्हा जंगलातल्या शंभर प्रकारच्या वनस्पतींचं संशोधन केलं तेव्हा समजलं. यात भोंदूपणा नव्हता. माणसं आणि वनस्पतींचा परस्परसंबंध या विषयात तज्ज्ञ (Ethno Botanist) असलेल्या माझ्या रॅचेल कालेट्टा या मैत्रिणीनं सगळ्या वनस्पतींची यादी केली आणि कित्येक आठवडे तीसुद्धा गारुड्यांच्यात राहिली तेव्हा खात्री झाली की वनस्पतींपासून बनवलेली ही औषधं खरीखुरी होती. यादी केलेल्या एकाहत्तर टक्के वनस्पती औषधं बनवायला सक्षम होत्या.

दोन वर्षं त्यांच्याविषयीची माहिती जमवल्यानंतर आता कृतीची वेळ होती. पुन्हा एकदा मी माझ्या चुकांमधून शिकत गेले. ज्यांना हा सर्पांच्या खेळाचा व्यवसाय सोडून द्यायचा होता आणि स्वत:चा वेगळा व्यवसाय सुरू करायचा होता अशांची मी यादी केली. दोघांना फळांचा व्यवसाय करायचा होता. त्यासाठी त्यांना हातगाडी पाहिजे होती. मी त्यांना फळांसाठी आणि लाकडी हातगाडीसाठी कर्ज मिळवायला मदत केली. ही छोटीशी सुरुवात होती; पण प्रयोग करायला योग्य होती. मेधानाथ आणि शकुरनाथ यांचा नवीन संघर्ष सुरू झाला. रोज त्यांना पोलिसांना लाच द्यावी लागत होती. मुख्य बाजारात बस्तान बसवायचं होतं. इतर फळ विक्रेते त्यांना त्रास देत होतेच. शकुरनाथ कंटाळला. त्याला पुन्हा आपल्या जुन्या व्यवसायात जायचं

होतं. एक दिवस मी पंचायत सभा झाल्यानंतर मेधानाथच्या ओसरीवर बसले होते. तेव्हा शकुरनाथची ती उंच, सडपातळ आकृती माझ्या दिशेनं येत होती. त्याचा चेहरा सुरकुतला होता. आपल्या वळलेल्या बोटांनी तो दाढी कुरवाळत होता. त्या थंडगार फरशीवर बसत तो म्हणाला, 'मॅडमजी, सर्पांना खेळवायचा धंदाच बरा होता.'' मला वाटलं, त्याचं म्हणणंच बरोबर होतं. गेले कित्येक दिवस स्थानिक बाजारात तो त्याची फळं हातगाडीवर टाकून विकायला जात होता; पण पाऊस पडला आणि त्याच्या कलिंगडांची वाट लागली. तो ती विकू शकला नाही आणि ती सडून गेली. त्याच्या पिढीजात व्यवसायात असं काही झालं नसतं. तो निराश झाला होता. त्याच्या मुलाला फीट्स येत असत आणि मुलाची औषधं घ्यायला त्याला रोज रोकड लागत असे.

त्याला पाहून मला भयंकर अपराधी वाटत होतं. माझ्या कृतीवर अवलंबून असलेली अशी अनेक कुटुंब होती. मला कोणीही पाठीराखा नव्हता. मी प्रत्यक्ष काम करत असतानाच शिकत होते. या अपयशामध्ये एक संदेश दडलेला होता. मला हे हळूहळू कळून चुकलं होतं, की त्यांचा नवीन व्यवसाय हा त्यांच्या पिढीजात व्यवसायाच्या जवळपास जाणारा हवा आहे. नाहीतर व्यवसायातलं हे स्थित्यंतर अशक्य आहे.

पर्यायी व्यवसायासंबंधी मी वर्षभर निरनिराळे प्रयोग करत होते. त्यांच्या जुन्या व्यवसायाच्या तत्त्वालाच तडा गेला होता. तेसुद्धा समाजाची गरज भागवत होतेच की, जी गरज दुसरी कोणतीही जमात भागवत नव्हती. फळविक्रेते आणि ड्रायव्हर्स भरपूर होते. कित्येक बेकार होते. नोकरी मिळवायची धडपड करत होते; पण गारुडी मात्र तेवढे नव्हते. त्यांचं काम हीच त्यांची खरी ओळख होती. म्हणूनच मला त्यांच्यासाठी असाच व्यवसाय शोधायचा होता जो त्यांच्याकडे जे कसब होतं त्याला न्याय देऊ शकेल.

पाच वर्षं सरकारी खात्यांमध्ये अर्जविनंत्या केल्यानंतर आणि अनेक पंचायतसभा घेतल्यानंतर माझा दृष्टिकोन बदलला होता. गारुडी त्यांचा स्वतःचा व्यवसाय करण्यावर ठाम होते. मला तर प्राणी वाचवायचे होते. मी जणू अथांग अशा प्रवाहात माझी नाव हाकारत होते. मी गारुडी समाजाच्या अनेक सभा घेतल्या, ज्यात त्यांना सांगितलं, तुमच्या मनाला जे काही वाटेल ते बोला. नवनवीन कल्पना सुचतील त्या सांगा. मग त्यांच्या समाजाची एक समिती बनवली. गावागावांमध्ये कित्येक प्रदीर्घ सभा घेतल्या आणि आम्ही एक योजना बनवली. ही योजना एका संकल्पनेवर आधारित होती. त्या संकल्पनेचं नाव होतं, बीन पार्टी! मेधानाथ उत्तम बीन (पुंगी) वाजवायचा. खरंतर प्रत्येक गारुडी वाजवायचा. मी पंचायतीला विचारलं की जर बीन पार्टीचं बुकिंग होऊ शकेल अशी दुकानं ते उघडू शकले तर लोक त्या दुकानात

जातील आणि बीन पार्टीचं बुकिंग करतील. मी त्यांच्यातल्या पन्नास जणांना, अशा प्रकारची दुकानं उघडायला दिल्ली सरकारकडून कर्ज उपलब्ध करून दिली. ही दुकानं आता बीन पार्टीची बुकिंग सेंटर्स झाली. मी मुख्यमंत्री शीला दीक्षितना भेटले. गारुड्यांची व्यथा सांगितली. त्यांनी गारुड्यांना मदत करण्याचं कबूल केलं. पन्नास कुटुंबांना त्यांच्या या छोट्याशा व्यवसायाची योजना (Business Plan) सादर करायला सांगण्यात आलं. ते कर्ज कसं फेडणार तेही सांगायचं होतं. यात ते हुषार होते. जमातीच्या प्रत्येक सभासदाला या योजनेच्या सुधारणेसाठी सूचना द्यायची संधी दिली गेली. एक ठरावीक साच्याची बीन पार्टी सात ते दहा सभासदांची होती आणि कर्ज जरी एका कुटुंबाला दिलं तरी अनेक सभासदांसाठी त्यामुळे रोजगारनिर्मिती होणार होती.

गारुड्यांमध्ये कमालीचा उत्साह संचारला होता. जवळपासच्या गावांमध्ये त्यांना लग्नसमारंभ आणि वाढदिवसांसाठी बोलावणी यायला लागली. दुकानांमध्ये ते आपली वाद्यं ठेवू शकत होते आणि व्यवसाय करू शकत होते. आजही गावात फिरताना तुम्ही ही दुकानं पाहू शकता. लोक इथे येऊन बीन पार्टीचं आगाऊ आरक्षण करतात. या कार्यक्रमामध्ये सर्पांचा अंतर्भाव नसतो आणि त्यांना चांगले पैसे मिळतात.

आमच्या या रोजगारविषयक हस्तक्षेपात महत्त्वाचा बदल होत होता. मी जंगल अधिकाऱ्यांबरोबर मीटिंग्ज घेतल्या. त्यांना एक प्रस्ताव दिला, की गारुडीसेवेसाठी एक फोन उपलब्ध करून द्यावा. 'डायल अ स्नेक चार्मर सर्व्हिस' अशी ही संकल्पना होती. गारुडी भलतेच खुश होते. राष्ट्रपती आणि पंतप्रधानांच्या घरी त्यांना बोलावलं होतं त्यासंबंधीचे किस्से ते सगळ्यांना सांगत होते. फार्म हाउसेसमधून साप काढण्यासाठीही त्यांना बोलावण्यात येऊ लागलं. त्यामुळे मला आणखी एक कल्पना सुचली. मी जंगल खात्याला एक हेल्पलाइन उभारायला सांगितली. कोणालाही जर घरात किंवा घराच्या आसपास साप दिसला तर या हेल्पलाइनवर ते कॉल करू शकत होते. गारुड्यांना अल्प शुल्क देउन ते तो साप पकडायला सांगू शकत होते. सर्प पकडल्यानंतर गारुडी त्याला जंगलात सोडून देऊ शकत होते. त्यामुळे सर्पांचंही संरक्षण होणार होतं. देशातल्या उत्तमोत्तम सर्पतज्ज्ञांकडून गारुड्यांना प्रशिक्षण मिळावं असाही माझा हेतू होता. गारुड्यांना ही कल्पना आवडली आणि कित्येक सरकारी कार्यालयांना आणि मुख्यमंत्र्यांना मी संमतीसाठी याचिका पाठवल्या.

याच संकल्पनेवर मी आणखी विचार केला. मी गारुड्यांचा उपयोग बेअरफूट कॉन्झर्व्हेशन एज्युकेटर्स म्हणून करू शकत होते. Barefoot Conservation Educators ही संकल्पना अशी आहे, की ज्यांना सर्पांविषयी भरपूर ज्ञान आहे, असे गारुडी जमातीचे (विशेषत: जोगीनाथ सपेरे) शिक्षक नेमले जावेत. हे शिक्षक

गावोगाव फिरून आपल्याजवळचं सापांविषयीचं आणि सर्पदंशाविषयीचं उपयुक्त ज्ञान लोकांना देऊ शकतील. यासाठी ठिकठिकाणी सपेरा सेंटर्स स्थापन केली जावीत. चेन्नईचे मि.रोम्युलस व्हिटाकर यांनी मला सुचवलं, की गारुड्यांना असलेलं सर्पविषयक ज्ञान ते लोकांना देऊ शकतील. मि.व्हिटाकर हे देशातील एक सुप्रसिद्ध सर्पतज्ज्ञ असून, मि.हॅरी अँड्र्युज यांना बरोबर घेऊन त्यांनी सर्प पकडणाऱ्यांची औद्योगिक सहकारी संस्था (Irula Snake Catchers' Industrial Co-operative Society) स्थापन केली आहे. इरूला, आदिवासी सापांची कातडी चेन्नईच्या चर्मोद्योग संस्थांना पुरवायचे. वन्यजीव संरक्षक कायद्यानंतर हे आदिवासीसुद्धा गारुड्यांसारखेच बेकार झाले. मि.व्हिटाकर यांनी इरूला आदिवासींना संघटित केलं. सापांना पकडून, त्यांचं विष काढून, सर्पदंशावरचं विषनाशक औषध निर्माण करण्यासाठी प्रयोगशाळांना पाठवणारा सहकारी तत्त्वावरचा उद्योग त्यांनी सुरू केला. विष काढल्यानंतर अर्थातच ते सर्प पुन्हा जंगलात सोडण्यात येत होते.

माझा छोटासा प्रकल्प अल्पशा भांडवलावरच होणार होता. सापाचं विष काढण्यासाठी पुरेशी साधनसामुग्री मिळवण्याच्या बाबतीत मी साशंक होते; पण गारुड्यांना सर्प शिक्षक म्हणून उभं राहणं खूप आवडत होतं. सर्पांची पूर्ण माहिती देणं, त्यांच्या बाबतीत लोकांना सजग करणं, संवेदनाक्षम करणं, पर्यावरणातलं सापांचं स्थान, विषारी आणि बिनविषारी साप यांच्यातला फरक ओळखणं, हे सगळं ज्ञान देण्यासाठी गारुड्यांना प्रशिक्षित करणं मी सुरू केलं. शाळा-कॉलेजेसमध्ये, आसपासच्या गावांमध्ये, स्थानिक प्राणिसंग्रहालयांमध्ये असे प्रशिक्षित गट जाऊ शकत होते. आधुनिक भारतामध्ये या गारुड्यांवर सापांना त्रास देणारी जमात असा शिक्का बसू नये, हा माझा हेतू होता; पण त्यासाठी गारुड्यांना प्रशिक्षणाची गरज होती.

मी तीस गारुड्यांचा एक गट निवडला. त्यात तरुण जास्त होते; कारण तरुण माणसं बदल लवकर स्वीकारतात. सी (CEE- Centre For Environment Education) या संस्थेनं चालवलेल्या अहमदाबाद येथील आणि पुण्याच्या सर्पोद्यानात मी त्यांना घेऊन गेले. पारंपरिक सपेरे आणि उच्चशिक्षित सर्पतज्ज्ञ यांची भेट विलक्षण जादू करणारी होती. सापांविषयी ओढ असलेल्या जुन्या आणि नवीन मतप्रवाहांचा हा संगम होता. भाषेची अडचण असली तरी दोघंही एकमेकांना समजून घेण्यासाठी धडपडत होते. कॅनडामधली डिस्कव्हरी चॅनलची एक टीम ही भेट चित्रित करण्यासाठी आली होती. माझी इच्छा होती, की आमची वन्यजीव संरक्षण समुदायाची माणसंही यायला हवी होती. विषारी साप कसा हाताळतात आणि आमचे गारुडी सर्पतज्ज्ञांबरोबर ज्ञानाची देवघेव कशी करतात, ते त्यांनी पाहायला हवं होतं. गारुडी हे सर्पांचे शोषक आहेत, शिकारी आहेत, हा गैरसमज त्यामुळे दूर

झाला असता.

मला वाईट वाटतं, की अधिकाधिक गारुडी हे बदलत्या काळाप्रमाणे वागण्यास तयार असतानाही सरकार मात्र कमी पडत होतं. महिनोन्‌महिने आमच्या याचिका सरकारी फाइलीत पडून होत्या. गारुडी सेवेसाठी हेल्पलाइन आणि सर्पशिक्षक योजना जंगल खात्याला जास्तच क्रांतिकारक वाटत होत्या. गारुड्यांनी सर्पांची धरपकड आणि शोषण थांबवलं आहे का याची शहानिशा करण्यासाठी सरकारच्या जंगलखात्याकडे मनुष्यबळ कमी होतं असं त्यांचं म्हणणं होतं. आम्हाला सर्पविमोचन सेवा किंवा शैक्षणिक सेवा यासाठी परवाना द्यायला ते तयार नव्हते.

तरीही मी खचले नाही. मला आणखी एक कल्पना सुचली. पहिल्यांदा मी जमातीतल्या लोकांना भेटून त्यांना अजमावलं. त्यांना खरोखरच माझ्या योजनेमध्ये स्वारस्य आहे का? मी गारुड्यांचा एक वाद्यवृंद बनवण्यासाठी मि.रॉयस्टन ॲबेल या नामांकित नाट्यदिग्दर्शकाची भेट घेतली. ते सुप्रसिद्ध नॅशनल स्कूल ऑफ ड्रामा-मध्ये कार्यरत होते. त्यांनी राजस्थानमधल्या मंगानियार जमातीचा चाळीस वादकांचा वाद्यवृंद तयार करून त्यांच्या कलागुणांना वाव देणारी एक दृक्‌-श्राव्य सांगीतिक मेजवानीच प्रेक्षकांना दिली होती. माझ्या गारुड्यांसाठी त्यांनी असंच काहीतरी करावं असं मला वाटत होतं. सुरुवातीला ते जरा नाराजच होते; पण आमच्या गावाला येण्याचं त्यानी कबूल केलं आणि अशा प्रकारे शंभर गारुड्यांच्या वाद्यवृंदाच्या संकल्पनेचा जन्म झाला. गावाबाहेरची एक ओसाड इमारत आम्ही निवडली आणि रात्रंदिवस बीन (पुंगी), खंजेरी आणि ढोल यांची प्रॅक्टिस केली. गारुड्यांना आपल्या या कलासाधनेवर पूर्णपणे लक्ष केंद्रित करता यावं आणि त्यांचा जेवायचा -खायचा वेळही फुकट जाऊ नये म्हणून बाहेर चक्क एक हलवाईच बसवला. मि. रॉयस्टन यांनी काही जुन्या गारुड्यांबरोबर काम केलं; कारण त्यांना त्यांच्या पारंपरिक चाली आठवत होत्या. या जुन्या गाण्यांच्या चाली वाद्यवृंदातल्या तरुण वादकांना त्यांनी शिकवल्या. काही आधुनिक चालींचे प्रयोगही त्यांनी केले. बीन हे वास्तविक एकट्यानं वाजवायचं वाद्य; पण त्यांनी अनेकांना ते एकसाथ वाजवायला शिकवलं आणि त्या प्रयोगाला प्रचंड यश मिळालं. शंभर गारुड्यांच्या या अद्वितीय वाद्यवृंदाला दिल्ली, हैदराबाद आणि मुंबईच्या अनेक महोत्सवांमध्ये मानाचं स्थान मिळालं. मि.रॉयस्टन त्यांना इटलीलाही घेऊन गेले. तिथली सांगीतिक मैफलही गारुड्यांनी गाजवली. गारुडी वाद्यवृंदाला असंख्य आमंत्रणं आली. यात आवकही चांगली होती. सन्मान होता. जमात खुश होती. पूर्वी हेच लोक हरित गुन्हेगार (Green Criminals) म्हणून ओळखले जात होते. जी जमात मला एकेकाळी नाकारत होती तीच जमात आता मी कधी येतेय याची उत्सुकतेनं वाट पाहत असायची.

त्याच सुमारास मी माझ्या पुढच्या शिक्षणासाठी (सेंकड मास्टर्स) अर्ज केला

आणि संरक्षक जीवशास्त्राचा (Conservative Biology) अभ्यास करण्यासाठी मी यूकेला गेले. वन्यजीवांवरच्या संशोधनाची मी भुकेली होते. रात्ररात्र जागून मी वाचन करत होते. बाहेर कितीही थंडी असली तरी तासन्तास वाचनालयांमध्ये बसत होते. माझे सहाध्यायी जगाच्या कोपऱ्याकोपऱ्यांतून आले होते. त्यांच्यात युगांडातून आलेला एक जंगल अधिकारीही होता. दोघंजण केनियाच्या मसाई या आदिवासी जमातीमधले होते, तर व्हेनेझुएलाचा एक अर्थशास्त्रज्ञही होता. आम्ही म्हणजे जणू वन्यजीव-पर्यावरण संरक्षणासाठी संयुक्त राष्ट्रांचं एक छोटंसं युनिटच होतं. आम्हाला एकमेकांकडून खूपच शिकण्यासारखं होतं. 'नामशेष होण्याच्या मार्गावर असलेले ॲमेझॉनमधले नरवानर' हा माझ्या प्रबंधाचा विषय होता. मिजेराल्ड ड्यूरेल यांनी जर्सीच्या बेटावर काढलेल्या प्राणिसंग्रहालयात हे नरवानर होते. (याविषयी सहाव्या प्रकरणात विस्तारानं लिहिलं आहे).

भारतात परत आल्यावर मी पुन्हा गारुड्यांकडे वळले. इतर गावांमधल्या, विशेषत: राजस्थानच्या अंतर्भागातल्या गारुड्यांबाबतच्या कामाचं एकत्रीकरण आम्हाला करायचं होतं. यावेळी मला राजस्थानमधल्या बवारिया या शिकारी जमातीवर संशोधन करण्यासाठी अनुदान मिळालं होतं. अतियश दयनीय अवस्थेत ही जमात राहत होती. सरिस्कार राष्ट्रीय उद्यानाच्या आसपास रहाणाऱ्या बवारिया लोकांची कुप्रसिद्धी ते राष्ट्रीय उद्यानातल्या वाघांची शिकार करतात अशी होती. मोजक्या बवारिया शिकाऱ्यांनी आता एकही वाघ शिल्लक ठेवला नाही, असं बोललं जात होतं.

पण हे शिकारी कोण होते? १८८१च्या भारतीय जनगणनेनुसार बवारिया ही शिकारी जमात म्हणून ओळखली जात होती. बवार म्हणजे फास, जो टाकून जंगली श्वापदांना ते पकडत असत. जनगणना अहवाल असंही म्हणत होता, की बवारियांची प्रवृत्ती गुन्हेगाराची होती आणि काहीही सहजपणे चोरण्यात त्यांचा हातखंडा होता. जंगली जनावरांचा माग काढण्यातही ते वाकबगार होते. १८७१मध्ये ब्रिटिश राजवटीनं काही जमातींवर गुन्हेगार असा शिक्का गुन्हेगार जमात कायद्यानंच (Criminal Tribals Act of 1871) मारला होता. त्यामुळे जमातीचं नाव तेव्हापासूनच बदनाम होतं. गारुड्यांना निदान डोक्यावर छप्पर तरी होतं; पण बवारियांची परिस्थिती त्यांच्याहूनही दु:खद होती. शेतांच्या कुंपणांच्या बाहेर अर्ध-भटक्या अवस्थेत ते चोरटं जीवन जगत होते. वरच्या जातीतले लोक त्यांना नेहमी मारहाण करत आणि कुठेही चोरी झाली की पोलिसांचा ससेमिरा कायम त्यांच्या मागे असायचा. मी घेतलेल्या काही मुलाखतींमधून हे निष्पन्न झालं, की बनावट, खोट्या अटका, छळ, मारहाण हे नेहमीचंच होतं; कारण गुन्हेगार जमात हा शिक्का त्यांना जन्मापासूनच गुन्हेगार ठरवत होता.

अल्वार जिल्ह्यामध्ये या जमातीत मिसळूनच मी माझं संशोधन सुरू केलं. मुक्तीधरा या एनजीओमधल्या रत्तन कात्यायनी या कार्यकर्त्याची मी मदत घेतली. राजस्थानमधल्या भटक्या विमुक्त लोकांच्या हक्कांसाठी तो काम करत होता. त्यानं माझी 'ढोली'शी ओळख करून दिली. ढोली ही सुंदर, बदामी डोळ्यांची एक महाकाय स्त्री होती. हिरवं गोंदण आणि रुपेरी टिक्का तिच्या भडक भगव्या ओढणी-मागून डोकावत होता. ढोलीला घरच नव्हतं. सरिस्काच्या जंगलाजवळच्या वाळूच्या टेकडीवरच्या शिखरावर ती एका झाडाखाली राहत होती. ती जिथे जिथे जायची तिथे तिचा पाच वर्षांचा, डोळ्यांत गडद काजळ घातलेला नातू पाठीपाठी यायचा. तिनं माझ्यासाठी एक छोटी खाट उघड्यावरच मांडली. तिच्या बकऱ्यांसाठी मात्र तिनं गवताच्या काड्यांचं एक झोपडं थोडंसं मागच्या भागात बांधल होतं. माझा मान राखण्यासाठी तिचा नवरा आणि मुलगा काही फुटांच्या अंतरावर झोपत होते. रात्री मात्र मला थोडी भीती वाटली होती; कारण घरापासून लांब, उघड्या मैदानात, आकाशातल्या असंख्य चांदण्या पाहत या तथाकथित गुन्हेगारी जमातीच्या माणसांमध्ये मी राहिले होते. सकाळी मी उठले तेव्हा माझा चेहरा वाळूनं भरला होता. ढोली डोक्याशी उभी होती. "ही आमची देशी पावडर आहे," ती खट्याळपणे हसत म्हणाली. रात्रभर माझ्या तोंडावर पसरलेली ती वाळू मग तिनं पुसून टाकली.

मी ढोलीला विचारलं, की ती व्यवस्थित घर बांधून गावात का राहत नाही? ती म्हणाली, की गावातल्या लोकांना वाटतं की आम्ही गुन्हेगार आहोत. त्यांना आम्ही गावात नको असतो. आम्हाला गावातून हाकलून देण्यात आलंय. म्हणून मग आम्हीच या टेकडीवर राहायचं ठरवलं. खोलवर रुजलेल्या जातिव्यवस्थेमुळे ढोली स्वत:च्या घरात राहू शकत नव्हती.

पुढच्या आठवड्यातच मला शोध लागला, की बवारियांची कित्येक कुटुंबं अल्वार जिल्ह्यात अशा प्रकारे राहत होती. कायम भटकणारी जमात शेताबाहेर तंबू ठोकून जेवढे दिवस शेतकरी राहू देईल तेवढे दिवस राहायचं. बवारिया शेतकऱ्याला जी सेवा द्यायचे त्यावरून लक्षात येतं, की स्थानिक कायमस्वरूपी राहणाऱ्या शेतकरी समाजाचे त्यांच्याशी कसे सहजीवनात्मक संबंध हेते. बवारियांचं मुख्य काम म्हणजे मोर, रानडुक्कर, नीलगाई आणि माकडांना हुसकावून लावणं. त्यासाठी त्यांच्याकडे देशी बनावटीच्या रायफली होत्या. या बदल्यात शेतकरी त्यांना काही धान्य आणि राहायची परवानगी देत असे. हे पूर्णपणे एकमेकांना मान्य असलेले संबंध होते; पण तरीही शेतकऱ्यांना बवारिया कधीही विश्वासार्ह वाटले नाहीत. काही आठवडे झाल्यावर ते बवारियांना हाकलून देत.

पुढच्या काही महिन्यातलं माझं संशोधन सांगत होतं, की बवारिया जमात म्हणजे एक उगाचच डागाळलेली अशी शोषित जमात होती. जवळ जवळ शंभर

बवारिया कुटुंबांच्या मी मुलाखती घेतल्या तेव्हा समजलं की सत्तर टक्के कुटुंबं कुठेही सुस्थापित होऊ शकत नव्हती; कारण वरच्या भूधारक जातींशी त्यांचा संघर्ष होता. एकाही बवारिया कुटुंबाचं रेशन कार्ड नव्हतं. मतदानाचं कार्ड नव्हतं; कारण त्यांच्याकडे राहायला कायमस्वरूपी जागाच नव्हती. त्यांचं मूल शाळेत जाऊ शकत नव्हतं. सरकार त्यांना पूर्णपणे विसरलं होतं. ऐंशी टक्के लोक वर्षातले सहा महिने उपाशी राहत होते. उपाशीच झोपत होते. मग ते नाइलाजानं शिकार करायचे; पण त्यामुळे त्यांचं जंगलखात्याशी कायम शत्रुत्व असायचं आणि म्हणूनच कित्येक वन्यजीव रक्षक संस्थांचा त्यांच्यावर राग होता.

सरिस्का राष्ट्रीय उद्यानातले वाघ नामशेष झाले तेव्हा त्या बातमीला आंतरराष्ट्रीय प्रसिद्धी मिळाली. पहिली संशयित होती बवारिया जमात. कित्येक बवारियांना अटक झाली. त्यांची कोठडीत रवानगी झाली. त्यांना कोठडीत भयंकर छळ आणि मारहाणीला तोंड द्यावं लागलं. छळाच्या अनेक भयंकर कहाण्या त्यांच्याकडे होत्या. त्यांच्या पार्श्वभागात काठ्या घालण्यात आल्या. पोलीस आणि जंगल अधिकाऱ्यांनी त्यांना उलटं टांगून मारहाण केली. छळाची त्यांनी केलेली वर्णनं मला ऐकवतही नसत एवढी असहनीय आणि शरम आणणारी होती. हे खरं असेल की त्यांच्यापैकी काही कुटुंबं शिकार करण्यात सामील असतीलही; पण त्यासाठी संपूर्ण जमातीला दोषी धरायचं? त्या जमातीचा बचाव करणं हे माझं काम नाही; पण अनेक कुटुंबांना न्याय मिळत नव्हता हेसुद्धा खरं. केवळ त्या जमातीचे असल्यामुळे जंगल अधिकारी आणि पोलीस त्यांना कोठडीत डांबत होते. शिकार केल्याचा काहीही पुरावा नसताना! मी या सरिस्का प्रकरणानंतर जेव्हा ढोलीला भेटायला गेले तेव्हा ती तिथून पळण्याच्या मन:स्थितीत होती. तिची गवताची झोपडी तिनं सोडून दिली होती. तिच्या नवऱ्याला कोठडीत टाकलं होतं. मी कसंबसं तिला शोधलं होतं. ती दुसऱ्या एका शेताबाहेर राहत होती. कोणाशीही काही बोलायला ती घाबरत होती. ती म्हणाली की तिच्या नवऱ्याला अल्वार जेलमध्ये ठेवण्यात आलं होतं, त्याचं कारण एवढंच होतं की त्याच्याकडे देशी बनावटीच्या दोन रायफली मिळाल्या होत्या. त्यानं सरिस्कामधल्या वाघाला मारलं असा कोणताही पुरावा नव्हता... फक्त त्या दोन रायफल्स.

बवारियांविषयीचा माझा अनुभव वन्यजीव संरक्षणाबाबत मला एक जबरदस्त धडा शिकवून गेला. जातिभेद, आर्थिक विषमता, प्रांतिक पूर्वग्रह यांचा एकत्रित परिणाम वन्यजीव संरक्षणाच्या कार्यात खूप गुंतागुंत आणि अडथळे आणत होता. संशोधनातून निघालेले निष्कर्ष निराशाजनक होते हे खरं; पण तरीही मनाला भिडणारी एक गोष्ट होती. काही वर्षांनी जेव्हा 'बवारिया! विस्मृतीत गेलेली माणसं' या शीर्षकाअंतर्गत माझा अहवाल प्रसिद्ध झाला तेव्हा प्रोजेक्ट टायगरच्या अधिकृत

दस्तावेजामध्ये त्याची दखल घेतली गेली. शिकारी जमातींबरोबर कसं काम करावं आणि त्यांच्या पुनर्वसनाची कशी गरज आहे, या बाबतीत ही दखल घेण्यात आली होती. वाघ संरक्षक अभयारण्यांच्या बाहेर आणि आसपास रहाणाऱ्या या शिकारी जमातींना रोजगार मिळावा म्हणून सरकारी तिजोरीतून निधी उपलब्ध करून देण्यात आला. वरच्या सत्ताकेंद्रातील माणसं या विस्मृतीत गेलेल्या माणसांना ओळखू लागली. माझ्या अहवालात मी बवारियांच्या पुनर्वसनाची योजना आखली होती. पर्यावरण आणि वन्यजीव संरक्षणाच्या नियोजनाला त्यामुळे चालना मिळणार होती. पूर्वी गारुड्यांमध्ये जशा अंतर्भूत कला मला आढळल्या होत्या त्याप्रमाणे बवारियांमध्येही जनावरांचा भाग काढण्याची कला अवगत होती. ही कला ते अनावश्यक जनावरांना शेतातून हुसकावून लावण्यासाठी वापरत असत. त्यांचं हेच कसब त्यांना प्रशिक्षित हरित रक्षक (Green Guards) म्हणून नवीन ओळख देऊ शकत होतं. नाही तरी ते चौकीदाराची पारंपरिक भूमिका पार पाडतच होते. शेतकरी आणि सरिस्कामधल्या छोट्या-मोठ्या वन्यजीवांमधला संघर्ष कमी करत होते. ते नसते तर शेतं या जनावरांनी उद्ध्वस्त केली असती. गारुड्यांबरोबर दशकभर केलेल्या कामात मी शिकले होते की उपजीविकेचं पर्यायी साधन असंच शोधायला हवं, ज्याचा बवारियांशी संबंध असेल.

हे चांगलं होतं की पर्यावरण आणि वन्यजीव संरक्षणाची परिभाषा भारतातच नव्हे तर जगभर बदलत आहे. मोठमोठे आंतरराष्ट्रीय पर्यावरण वन्यजीव संरक्षक समूह, जे एवढे दिवस शिकारी जमातींबाबत एकांगी, अनुदार आणि संकुचित विचारांचे होते ते आता त्याच लोकांच्या बरोबरीनं कार्य करायला तयार झाले आहेत; पण तरीही मला वाटतं की प्रवाहाची दिशा बदलत आहे. वन्यजीवांना नैसर्गिक वातावरण उपलब्ध करून देण्यात नवनवीन धोके निर्माण होत आहेत. म्हणूनच मी पर्यावरण आणि वन्यजीव संरक्षणाच्या कार्याबरोबरच पत्रकारितेकडेही वळले आहे.

भारत आंतरराष्ट्रीय बाजारपेठेत महत्त्वाच्या स्थानावर आहे; पण जंगलांच्या जमिनींवर विमानतळं उभारणं, नको त्या प्रमाणात खाणी खोदणं, वाघांच्या अभयारण्यांमधूनच हायवेज काढणं हे सध्याच्या काळाचे नियम बनत आहेत. भारत प्रगतिपथावर तळपतोय; पण जंगलं आणि जैवविविधता कुर्बान होत आहे. नैसर्गिक साधनसंपत्तीचा महान 'सेल' सुरूच आहे. जंगलं आणि त्यांच्या आसपास राहणाऱ्या लोकांचं पुनर्वसन हे आम्हाला आव्हान वाटतच नाही. पर्यावरण आणि नैसर्गिक साधनसंपत्ती खातं हे कागदी घोडे नाचवणारे रबर स्टॅम्प्स बनले आहेत. पर्यावरण विधिज्ञ श्री.रित्विक दत्त यांच्या मते आम्ही दररोज ३३३ एकर जमीन कोळसाखाणी, उष्मीय विद्युतप्रकल्प आणि नद्यांवरच्या अनावश्यक पाटबंधारे योजनांच्या घशात घालत आहोत; कारण हे प्रकल्प सदोष पर्यावरण अहवालांवर आधारित आहेत.

माझ्या आजपर्यंतच्या आयुष्यात मी पत्रकारितेपासून लांबच राहिले आहे. माझ्या आईचं आणि बहिणीचं जीवन पत्रकारितेनं एवढं व्यापलेलं आहे की मला काहीतरी वेगळं करायचं होतं; पण प्रसारमाध्यमांच्या शक्तीवर माझा विश्वास आहे. म्हणूनच पर्यावरण पत्रकारितेशीही मी खेळायचं ठरवलं. अर्थात, कित्येक आठवडे स्वत:शीच साशंक संवाद केल्यावर मी टेलिव्हिजन पत्रकारितेपासून खरोखरच लांब राहावं का, हा प्रश्न मी स्वत:लाच विचारत राहिले. टेलिव्हिजन पत्रकारिता प्रत्येक आठवड्याला नवीन विषय शोधत असते; पण मी तर उत्तर मिळेपर्यंत प्रश्नालाच भिडत राहण्याच्या स्वभावाची आहे. कामाच्या पद्धतीचाही मी नेहमी विचार करते. छोट्या छोट्या संस्थांमधून स्वयंसेवी काम करायचीही मला सवय आहे. प्रसारमाध्यमांच्या कार्यालयांमध्ये शेकडो माणसं काम करत असतात आणि अधिकाऱ्यांच्या क्षमतेप्रमाणे एक स्पष्ट श्रेणीबद्ध आकृतिबंध असतो. मी प्रसारमाध्यमाच्या कार्यालयात एकदा मुलाखतीला गेले होते तेव्हा पाहिलं की बॉस जेव्हा प्रवेश करतो तेव्हा आख्खं ऑफिस उभं राहतं.

एक नवीन कोरं न्यूज चॅनल उभं राहतंय असं मला कळलं तेव्हा मी तिथे गेले होते. मी मुख्य संपादकांशी बोलले. मला पर्यावरण हे मुख्य बातमीपत्राचा भाग म्हणून हवं होतं. सटरफटर नव्हे. मला जंगलातल्या प्राण्यांचे फक्त आकर्षक फॅन्सी फोटो नको होते. मला बेकायदेशीरपणे जंगलं कशी विकली जात आहेत त्यासंबंधीचे रिपोर्ट्स प्रसारित व्हायला हवे होते. मुख्य संपादक या गोष्टीला तयार झाले. मी पत्रकारिता यासाठी टाळत होते की मला माझ्या कामावर स्वत:चा ठसा उमटवायचा होता. माझ्या आई आणि बहिणीपेक्षा वेगळं काहीतरी मला करायचं होतं.

मी हे साधलं आहे का? माझ्या रिपोर्ट्समुळे वन्यजीव संरक्षणाला काहीतरी मदत झाली आहे का?

मला वाटतं, माझ्या पहिल्याच 'स्टोरी' नं या प्रश्नाचं उत्तर मिळायला मदत झाली आहे.

❒

सारस पक्षी मतदार कुठे आहेत?

एटावा, उत्तर प्रदेश, २००६

त्या रमणीय आणि धुक्यानं भरलेल्या सुंदर सकाळी मी माझ्या कॅमेऱ्याच्या लेन्समधून एक महाकाय पक्षी पाहत आहे. दूरवर पसरलेल्या धुक्याला भेदत हवेत डौलदारपणे उभारलेल्या त्याच्या मानेची ऐट आगळीच आहे. मुलायम पिसांमधून आपली डौलदार मान उंचावून तो आपल्या साजणीला आल्हाददायक आवाज करत ललकारत आहे. प्रियाराधन करणारा हा सारस पक्षी पाहणं म्हणजे डोळ्यांना एक मेजवानीच. इतर पक्षी जणू त्याचा योग्य तो मान राखून त्याच्यापासून थोडं अंतर राखून त्याचे गुलाम असल्यासारखे उडत आहेत. त्यांचंही बरोबर आहे; कारण ते जगातल्या सगळ्यात उंच पक्ष्याच्या त्या अस्तित्वाचे साक्षीदार आहेत. सारस आपल्या सखीच्या प्रेमानं वेडा होऊन, तिच्या पुढे-मागे लाडीगोडी लावत, तिच्या-भोवती उड्या मारतोय आणि खट्याळपणे तिच्यावर चिखल आणि गवत उडवतोय..... तेसुद्धा तालबद्ध नृत्य करीत ... हे प्रियाराधन खरोखरच विलक्षण ...परंतु या सगळ्याचा तिच्यावर काहीही परिणाम नाही ... ती ढिम्म!

शास्त्रज्ञांचं असं म्हणणं आहे, की भारतामधली सारस पक्ष्यांची संख्या दहा हजाराहूनही कमी आहे. उत्तर भारतातल्या गंगेच्या पठारांवर आणि गुजरातमध्ये ते आढळतात. बिहारसारख्या काही राज्यांमध्ये तर ते दिसेनासे झालेत. जगात इतरत्र पाहिलं तर ऑस्ट्रेलिया, चीन आणि म्यानमारमध्ये ते भरपूर आहेत; परंतु फिलिपिन्स, पाकिस्तान यांसारख्या देशांत कित्येक वर्षं ते कधी दिसले नाहीत. भारतातल्या सारस पक्ष्यांचं भवितव्य इथल्या पाणथळ जमिनींच्या जोपासनेशी निगडित आहे. हे पक्षी अजूनही भारतात अस्तित्वात आहेत याचं कारण भारतीय शेतकऱ्यांच्या सोशिक मानसिकतेत आहे. हिंदू पुराणांमध्ये सारस पक्षी पवित्र समजला जातो. आणि त्यामुळे पिकांचं नुकसान झालं तरी शेतकरी त्यांचं अस्तित्व सहन करतात. अगदी त्यांना आपल्या शेतांमध्ये घरटंही बांधू देतात.

पण २००६ हे साल आलं आणि सारस पक्ष्यांच्या मृत्यूचं वॉरंट उत्तर प्रदेशचे मुख्यमंत्री मुलायम सिंग यादव यांनी लिहिलं. एटावा जिल्ह्यातील सफई येथे

म्हणजेच त्यांच्या स्वत:च्या मतदार संघात त्यांना एक अद्ययावत विमानतळ बांधायचा होता. हा प्रदेश दरोडेखोरीसाठी कुप्रसिद्ध होता. दरडोई बंदुकांची संख्या जास्तीत जास्त असल्याबद्दल कुविख्यात होता. अशा मागासलेल्या भागाचा विकास घडवून त्याचं श्रेय घेण्याचा मानस मुख्यमंत्र्यांचा होता. हा विमानतळ बांधण्यासाठी मुख्यमंत्र्यांना सुप्रीम कोर्टाच्या अरण्य आणि वन्यजीवन विभागाकडे हे सिद्ध करायचं होतं, की विमानतळाच्या प्रस्तावित जागेत सारस पक्षी नाहीतच. आणि जरी थोडे-फार असले तरी त्यांना काहीही इजा होणार नाही.

परंतु हे अशक्य होतं. जगातल्या एकूण सारस पक्ष्यांपैकी दोन तृतीयांश पक्षी एटावा आणि मैनपुरीच्या पाणथळ भागात होते. मुख्यमंत्र्यांचा राग यासाठी होता, की सारस पक्ष्यांसाठी असणारं नैसर्गिक पर्यावरण एटावातच होतं. अगदी जिथे विमानतळ बांधण्यात येणार होतं तिथेच होतं.

वन्यजीवन जीवशास्त्रज्ञ (Wildlife Biologist) श्री. गोपी सुंदर हे तेव्हा आपल्या डॉक्टरेटच्या संशोधनासाठी या भागात आले होते. तेव्हा पर्यावरण संरक्षणाचं सगळ्यांना आदर्शवत ठरेल असं अद्वितीय मॉडेल त्यांना बनवायचं होतं; पण त्याचं घोडं इथेच अडलं. जरी या भागासाठी कायद्याचं संरक्षण नव्हतं तरी या भागात दखल घेण्याजोगी पक्ष्यांची जैवविविधता (Biodiversity) होती. गोपींचं संशोधन सांगत होतं, पक्ष्यांच्या या प्रजाती जिवंत ठेवण्यासाठी शेतकऱ्यांची भूमिका खूपच सकारात्मक होती. आपापल्या शेतांमध्ये ते काही भाग पक्ष्यांसाठी ठेवत होते. म्हणूनच इथे ३०० तरी पक्ष्यांच्या प्रजाती संरक्षित होत्या. सारस पक्षी शेतात असणं हे शेतकरी आपलं पुण्य समजत होते. आणि उसाची उंच उंच शेतं म्हणजे सारस पक्ष्यांसाठी अगदी नैसर्गिक परिसर होता. उसाच्या मळ्यात ते आपली घरटी बांधत होते. अंडी घालत होते. श्री.गोपींनी कल्पनाही केली नव्हती की शेतकरी आणि सारस पक्षी यांच्या एकमेकांना पूरक असलेल्या या नात्याला त्याच राज्याचे मुख्यमंत्री खिंडार पाडतील.

पत्रकारितेच्या व्यवसायात मी नुकताच प्रवेश केला होता आणि मला श्री.गोपींचा फोन आला की मी माझ्या कॅमेरा टीमला घेऊन लवकरात लवकर एटावाला यावं. आपण एका मोठ्या 'स्टोरी'च्या दिशेनं चाललोय याची त्यावेळी मला जरासुद्धा कल्पना नव्हती.

पुढच्याच दिवशी आमची कार दिल्ली-आग्रा एक्स्प्रेस रोडवर धावत होती. राष्ट्रीय महामार्गावरून काही तासांतच आम्ही एटावा जिल्ह्यात पोहोचलो होतो. मग आम्ही सरळ सफईच्या दिशेने निघालो. सफई शहराच्या टोकाशी होतं. स्थानिक वार्ताहर आम्हाला त्या ठिकाणी कसं जायचं ते दाखवत होता. फेब्रुवारीच्या धुक्यामुळे धुरकट झालेल्या त्या सकाळी मी आणि व्हिडिओ पत्रकार एन.एस. उमेश, दोघांनीही

आपापले कॅमेरे सुसज्ज केले तेव्हा मला कळलं की श्री.गोपींनी आपल्याला का बोलावलं. आमच्या डोळ्यांदेखत विमानतळाला हिरवा कंदील मिळावा म्हणून प्रत्येक नियम तोडला जात होता. हे नियम तोडले जात होते आणि आम्ही काटेकोरपणे त्याची नोंद घेत होतो. रेकॉर्ड करत होतो. मोठे मोठे डम्पर ट्रक्स वेगात काम करत होते. कित्येक टन्स वाळू उचलली जात होती आणि तिथे असलेले बांधकाम मजूर ती वाळू ओल्या, सुपीक जमिनीवर अगदी व्यवस्थित पसरत होते. वाळूनं सुपीक जमीन झाकली जात होती; कारण लवकरच या जागेचं परीक्षण करण्यासाठी सुप्रीम कोर्टाची केंद्रीय विशेषाधिकार समिती (Central Empowerment Committee) येणार होती. समितीला हेच दिसणार होतं की इथे सगळीकडेच वाळूच होती आणि ओली सुपीक जमीन असल्याचा पुरावा त्यांना ठेवायचाच नव्हता. काही माणसं कुतुहलानं हे सगळं पाहत उभी होती. बऱ्याचशा भागावर त्यांनी बांधकाम केलं होतं. आम्हाला त्या डांबरी रस्त्यावरून जाताना लोक पाहत होते.

मी माझा मायक्रोफोन हातात घेतला. उमेशनं त्याचा अवाढव्य कॅमेरा खांद्यावर घेतला आणि आम्ही मुलाखती घ्यायला सुरुवात केली. मी तिथल्या बघ्यांना विचारलं,

''तुम्ही सारस पक्षी पाहिलाय? इथे सारस पक्षी असतो हे तरी तुम्हाला माहीत आहे का?''

एकेकजण नकारार्थी मान हलवत होता. सारस? छे! छे !कसा असतो सारस पक्षी? डझनभर लोकांना विचारलं. प्रत्येक जण 'नाही' म्हणत होता. सारस पक्ष्याचं तिथलं अस्तित्वच नाकारत होता. त्या पक्ष्याविषयी बोलायची त्यांची इच्छाच नव्हती. हे सगळं हास्यास्पद होतं; कारण आसपासच्या या ओलसर सुपीक जमिनीवर शेकडो सारस पक्षी पाहिले तर दिसू शकले असते. गेल्या वेळेस मी तसा प्रयत्न केला होता. शेतात काम करणाऱ्या एका माणसाला मी विचारलं होतं आणि तो बोलता झाला होता.

''मॅडम, का विचारता तुम्ही की इथे सारस आहेत का? सारस आहेत. आपल्या मागेच आहेत. बघा, किती तरी दिसतील. काल रात्री सत्ताधारी समाजवादी पार्टीची माणसं गावात आली आणि सांगून गेली, की कोणीही सारस पक्ष्यांविषयी काहीही विचारलं तरी गप्प राहा.'' — या माणसाला मी जवळजवळ मिठीच मारली, एवढा मला आनंद झाला होता. त्याच्या सांगण्यामुळे हे स्पष्ट झालं की स्थानिक माणसांवर जबरदस्त दहशत होती.या माणसाचा चेहरा लक्षात ठेवला. माझी स्टोरी प्रसिद्ध होईपर्यंत मी त्याचा चेहरा लक्षात ठेवला. त्याला स्थानिक गुंडांकडून मारहाण होणं मला नको होतं.

रेकॉर्डला निदान एक माणूस तरी आता आमच्याकडे होता.आता मी पक्ष्याकडेच लक्ष वळवलं.विमानतळासाठी आखलेल्या रस्त्यांच्या कोपऱ्याकोपऱ्यांतून मला सारस पक्ष्यांचा आक्रोश ऐकू येत होता. एवढ्यात आमच्या हे लक्षात आलं की काही माणसांना पक्ष्यांना हाकलवायचं काम दिलं गेलं होतं. पंखांची केविलवाणी फडफड करत उडत येणारा एक सारस पक्षी जमिनीवर उतरायचा प्रयत्न करत होता; पण हातात कुऱ्हाड घेतलेला एक माणूस त्याला हाकलवत होता. मी हे सगळं माझ्या कॅमेऱ्यात साठवण्याची धडपड करत होते आणि त्याच वेळी मला डोक्यावर विमानाची घरघर ऐकू येऊ लागली.

मुलायम सिंग यादव स्वत: सुप्रीम कोर्टाच्या समितीला भेटायला आले होते.

कारण स्पष्ट होतं. समितीला खात्री देण्यासाठी की सारस पक्ष्यांना काही इजा होणार नाही आणि त्यांचं नैसर्गिक वातावरण व्यवस्थित राखलं जाईल.

जिथे सभा भरणार होती त्या हॉलकडे आम्ही घाईघाईने निघालो. मुख्यमंत्र्यांनी कडक शुभ्र झब्बा आणि धोतर असा पेहराव केला होता.त्यांच्या संरक्षणासाठी आठ ब्लॅक कॅट कमांडोज (अंगरक्षक) तैनात होते. अंगरक्षक माझ्याकडे संशयानं पाहत होते. मी मुख्यमंत्र्यांना विनम्रतेनं विचारलं, की त्यांच्याशी विमानतळ बांधण्याच्या बाबतीत बोलू शकते का ?

"अर्थात ....बोल की ... इथल्या स्थानिक कॉलेजमध्ये माझी सभा होणार आहे. तिथे तू थांब. सभा संपली की मी तुझ्याशी बोलेन."

... म्हणजे साहेबांची माझ्याशी बोलण्याची इच्छा होती तर. ते मला याआधी कधीही भेटले नव्हते तरी.

आम्ही विधी महाविद्यालयात पोहोचलो. अनेक स्थानिक पत्रकार तिथे हजर होते. राज्याच्या विविध प्रश्नांवर त्यांना मुख्यमंत्र्यांची मुलाखत घ्यायची होती. राष्ट्रीय स्तरावरच्या प्रसारमाध्यमाचा एकही प्रतिनिधी तिथे हजर नव्हता. विमानतळासंबंधीच्या वादग्रस्त विषयावर प्रश्न विचारायला कोणीही उत्सुक दिसला नाही. मुख्यमंत्री खूष होते. लोकांकडून टाळ्यांचा गजर आणि जयजयकाराचा ते हसत आणि हवेत हात उंचावत स्वीकार करत होते. त्यांच्या देहबोलीवरून असं दिसत होतं की सीडब्ल्यूसी (सुप्रीम कोर्टाची समिती) शी त्यांची बोलणी समाधानकारक झाली होती. अर्थात नक्की काय झालं ते आम्हाला माहीत नव्हतं. त्यांचं भाषण संपायची मी उत्सुकतेनं वाट पाहत होते. हे स्वच्छ दिसत होतं की एटावामध्ये ते परमेश्वर होते. मला प्रश्न पडला होता की उत्तर प्रदेशातल्या या ग्रामीण भागात खरोखर विमानतळाची गरज होती का? नंतर एकदा मी अंतराळ वाहतूक तज्ज्ञांशी बोलत होते तेव्हा कळलं की लखनौ विमानतळाची क्षमताही पूर्णपणे वापरली जात नाही तर एटावाला विमानानं कोण येणार, मुख्यमंत्र्यांच्या व्यतिरिक्त ?

शेवटी तासाभरानं, सगळे सत्कार आणि हारतुरे झाल्यावर मुलायमसिंग यादव त्या लाकडी व्यासपीठावरून उतरले. मी मायक्रोफोन हातात घेतला आणि उमेशला कॅमेरा रोल करायला सांगितलं. गर्दीतून कसाबसा मार्ग काढत मी पुढे गेले. ते एक दिव्यच होतं. मी त्रयस्थपणे स्वत:कडे पाहिलं. टेलिव्हिजनवर आपण पुढे जाण्यासाठी धडपडणारे वार्ताहर पाहतो तशीच मी धडपडत होते. मला जाणवलं, की मी पर्यावरण संरक्षकापेक्षा एक अधिकृत पत्रकारच झाले होते.

मुख्यमंत्र्यांनी माझ्याकडे पाहून स्मित केलं. ते स्मित उत्तेजनात्मक होतं. मी माझं बोलणं दामटलंच.

''मि.यादव, तुम्ही सारस पक्ष्यांच्या नैसर्गिक वातावरणात विमानतळ बांधताय. तो उत्तर प्रदेशचा राज्य पक्षी आहे. मुख्यमंत्री म्हणून तुम्ही याची पर्वा करायला नको?''

माझ्या प्रश्नामुळे ते त्रासले. मग भडकले. त्यांचं स्मित लोपलं. तिथे हजर असलेले पत्रकार, स्थानिक वार्ताहर एकमेकांकडे आश्चर्यानं पाहू लागले, की ही कोण पत्रकार उपटली. मुख्यमंत्र्यांना त्या क्षुल्लक पक्ष्याविषयी विचारायची हिची हिंमत कशी झाली?

''हा विमानतळ नाही. आम्ही फक्त हवाई मार्गाची लांबी वाढवतोय.'' मुख्यमंत्री उत्तरले. तरीही मी माझी बाजू मांडत राहिले.

''पण मि. यादव, आम्ही तुमच्या पक्षाच्या कार्यकर्त्यांना आज सकाळीच पक्ष्यांना हाकलताना पाहिलंय. आम्ही ते रेकॉर्ड केलंय. सारस पक्ष्यांच्या अस्तित्वाचा पुरावाच नष्ट करायचा हा प्रकार आहे. तुमचे डम्पर ट्रक्स सुपीक जमिनी वाळूनं झाकत आहेत. तुम्ही पर्यावरणाचे कायदे धाब्यावर बसवत आहात. नाही का ?''

त्यांनी माझ्याकडे पाहिलं. त्यांना अतिशय राग आला होता.

''कोणी पाठवलं तुला ?'' ते ओरडले. मग पुढे येत म्हणाले, ''तू पत्रकार नाहीस.''

''साहेब, मी सीएनएन-आयबीएनमधून आलेय.'' माझ्या हातातला माइक दाखवत मी म्हटलं, ''हा बघा माझ्या चॅनलचा लोगो.''

माइक बाजूला सारत ते ओरडले,

''तुझा प्रत्येक शब्द खोटा आहे. तू खोटं बोलते आहेस. बास! तू पत्रकार असूच शकत नाहीस नाही. तुला वरून कोणीतरी पाठवलंय ... बहुतेक विरोधी पक्षानीच.''

त्यांच्या त्या कर्कश ओरडण्यानं आमच्या 'स्टोरी'चे दरवाजे बंद केले होते. माझ्या प्रश्नांनी अस्वस्थ होऊन ते तिथून वैतागून निघाले खरे ... पण मग थांबले. आणि परत आले. स्वत:च्या वागण्यानं ते वरमले होते. मग ते शांतपणे मला म्हणाले,

“तुला माहीत आहे का राज्याचा मुख्यमंत्री म्हणून मी उत्तर प्रदेशमध्ये किती झाडं लावली आहेत?” मी त्यांना बोलू दिलं. मध्ये बोलले नाही; कारण त्यांच्या आताच्या बोलण्यानं माझं काहीच बिघडत नव्हतं.

एका गोष्टीमुळे मात्र मला वैफल्य जाणवलं. ते म्हणजे मुख्यमंत्र्यांच्या भोवती लाळ घोटणारे लबाड पत्रकार! मागे शिजणाऱ्या या प्रकरणाचं रिपोर्टिंग करावं असं त्यांच्यापैकी कोणालाही वाटलं नव्हतं. आणि का वाटावं? वन्यजीवांमुळे किंवा हरित योजनांमुळे काही मतांच्या बँका तयार होत नाहीत. एटावामधल्या कोणालाही सारस पक्ष्यांमध्ये स्वारस्य नव्हतं. विमानतळात मात्र होतं. मला जाणवतं, रोज येणाऱ्या काळात मी वाघांसाठी राखलेलं अरण्य कोळसा खाणीसाठी किंवा महामार्गासाठी वापरल्याबद्दल मुख्यमंत्र्यांना प्रश्न विचारणार होते आणि ते चक्रावून जाणार होते. माझे प्रश्न हे त्यांना आगाऊपणाचे वाटणार होते; कारण भारतातल्या राजकारण्यांना अशा ‘हरित’ प्रकरणांबद्दल फार क्वचितच कोणी काही विचारतं.

लवकरच माझ्या लक्षात आलं, की मुख्यमंत्र्यांबरोबरच्या माझ्या संवादामुळे एक मोहोळ निश्चित उठलं होतं. मी हॉलच्या बाहेर जात असताना स्थानिक टेलिव्हिजनच्या एका वार्ताहरानं मला बाजूला खेचलं.

“मॅडम... सावध राहा ... त्यांनी त्यांच्या माणसांना तुमच्या मागावर राहायला सांगितलंय. मला वाटतं तुम्ही इथून निघा ... तुम्ही इथे सुरक्षित नाही.”

आम्ही एटावाला निघालो. आम्ही त्याच हवाई भूमार्गानं (एअरस्ट्रीप) गेलो. आता तो मार्ग शांत होता. दहा-बारा सारस पक्षी त्या मार्गावर उतरत होते. हाकलणारेही निघून गेले होते. मी त्यांना शेवटचं डोळे भरून पाहिलं. आणि आमचा सहा तासांचा परतीचा प्रवास सरू झाला. मी थकले होते. मी मागे बसले होते. मनात सारखा विचार येत होता. कोणी आमच्या मागावर तर नाही ?

ऑफिसला परत आल्यावर रात्रभर जागून मी फोटो आणि व्हिडिओ नीट पाहिले आणि सकाळी माझ्या निर्मात्यांबरोबर आणि संकलकाबरोबर बसून ते व्यवस्थित लावून घेतले.

दुसऱ्या दिवशी संध्याकाळी ‘प्राइम टाइम’मध्ये आमची ‘स्टोरी’ रिलीज झाली. मी जेव्हा टेलिव्हिजनमध्ये प्रवेश केला तेव्हा माझ्या अनेक पत्रकार मित्रांनी मला सांगितलं होतं की पर्यावरणाला ‘प्राइम टाइम’ कधीच मिळणार नाही; पण माझ्या मुख्यमंत्र्यांशी झालेल्या संवादाला ‘प्राइम टाइम’ मध्ये स्थान मिळालं. प्रत्येक बातमीपत्रात दिवसभर तासातासाला मुख्यमंत्री, त्यांची हवाई भेट आणि राज्याच्या अधिकृत पक्ष्याला त्यांचा असलेला विरोध अधोरेखित झाला, विरोधी पक्षांनीही आवाज उठवला.

शेवटी मुलायमसिंग यादव यांना आपला विमानतळाचा प्रकल्पच सोडून द्यावा

लागला. एवढंच नाही तर त्यांना सारस पक्ष्यांविषयी किती 'लागणी' आहे ते लोकांना पटावं म्हणून एक विशेष निधी राखून ठेवावा लागला. अचानकपणे एटावामध्ये अनेक बोर्ड्स लागले. त्या बोर्डांवर मुख्यमंत्र्याचं सारस पक्ष्यांवरचं प्रेम आणि त्यांचा सारस पक्ष्यांना असलेला आधार यांचा डांगोरा पिटला गेला.

माझ्या पहिल्या 'स्टोरी' मुळे निसर्ग संरक्षणाकडून पत्रकारितेकडे वळणं सोपं झालं होतं. काही महिन्यांच्या संभ्रमावस्थेनंतर मला माझा मार्ग मिळाला होता. पर्यावरणाच्या 'स्टोरीज ' मिळमिळीत नसतात. त्या इतरांच्या जागेवर अतिक्रमण करण्यासंबंधी असतात. आणि यापुढे मी हेच माझ्या रिपोर्टिंगचं लक्ष्य ठेवणार आहे.

एक पत्रकार म्हणून नव्हे तर जीवशास्त्र संरक्षक म्हणून मी शिकले की वन्यजीव संरक्षणाविषयीचे रिपोर्ट्स हे केवळ एखाद्या वन्य प्राण्याशी किंवा त्याच्या नैसर्गिक वातावरणाशी संबंधित रहाता कामा नयेत तर अरण्ये, सागर आणि नद्या जिथे हे जीव राहतात, फळतात, फुलतात ... त्यांच्याशी संबंधित असावेत.

❒

दरोडेखोरांच्या प्रदेशातून...

चंबळ, मध्य प्रदेश आणि उत्तर प्रदेश, २००९

वाघाची शिकार किंवा हस्तिदंतासाठी करण्यात येणारी हत्तींची हत्या या गोष्टींना प्रसारमाध्यमांच्या मुख्य प्रवाहात प्राधान्य दिलं जातं; कारण वाघ आणि हत्ती हे देखणे प्राणी आहेत. सुमार किंवा वाईट रूपांच्या प्राण्यांचा जास्त विचार केला जात नाही. उदा. रानमांजरांविषयी आपल्याला कितपत माहिती आहे? विचित्र दिसलं तरीही खरं तर सुंदर दिसणारं, टोकदार, काळ्याभोर कानांचं खट्याळ पाणमांजर? किंवा मासेमारी करणारं मांजर ? (फिशिंग कॅट)? (Prionailurus Viverrinus) लोकांना हे माहीत आहे का, की असे काही प्राणी असे आहेत की मासे हेच त्यांचं खाद्य आहे? किती प्राण्यांना आपण त्यांच्या जंगलातच राहू देतो? अरण्यातल्या कुठल्यातरी आतल्या भागात काही प्राणी अजूनही जिवंत आहेत; पण शास्त्रज्ञही त्यांच्या बाबतीत पूर्णपणे अज्ञात आहेत. शास्त्रज्ञांना हे माहीत आहे, की भारतात सस्तन प्राण्यांच्या ४१० प्रजाती आहेत, पक्ष्यांच्या १२०० जाती, २५४६ मत्स्य जाती, जमीन आणि पाणी या दोन्हींवर विहार करणाऱ्या (उभयचर) १९७ प्रजाती आणि ४०० सरपटणाऱ्या प्राण्यांच्या प्रजाती आहेत. यांपैकी उभयचर आणि सरपटणाऱ्या प्राण्यांचा अभ्यास खूप कमी आहे. आणि कीटकांविषयी फारच थोडी माहिती उपलब्ध आहे. शेकडो प्रजाती शेवटपर्यंत निनावी राहून नामशेष होत आहेत. विज्ञानानं त्यांना शोधून काढण्याच्या आतच जाती नष्ट होऊन जातात.

सरपटणारी अशी एक जात नामशेष होण्याच्या मार्गावरील (Critically Endangered) आहे. ही जात म्हणजे मगरीसारखी दिसणारी मगरीच्याच जातीची असलेली सुसर (Crocodile Gharial - Gavialis Gangeticus) तिची लांब बारीक चोच मागच्या बाजूला घड्यासारखी होणारी असते. त्यामुळेच तिला हे नाव मिळाले आहे. हजारो वर्षांपूर्वी सुसरीसारखे दिसणारे असंख्य प्राणी होते; पण त्या प्राचीन परंपरेतली आता फक्त सुसरच शिल्लक आहे.

सुसरींविषयी(Gavialidae) सुद्धा खूप कमी माहिती उपलब्ध आहे आणि म्हणूनच की काय, असंख्य सुसरींचा सामूहिक मृत्यू ही आंतरराष्ट्रीय बातमीपत्रांमधली

एक महत्त्वाची बातमी होती.

माझी सुसरींशी पहिली भेट झाली ती २००६मध्ये चंबळ नदीच्या खोऱ्यात, बेलगाम वाळूच्या खाणी ज्या ठिकाणी होत्या तिथे सुसरींची अफाट संख्या होती. मी राष्ट्रीय चंबळ वन्यजीव अभयारण्याच्या दिशेने निघाले होते. माझा मार्ग राजस्थान, मध्य प्रदेश आणि उत्तर प्रदेशातून जात होता. ग्वाल्हेरला आम्ही आमचा मुख्य तळ ठेवला; कारण चंबळ नदीपासून ग्वाल्हेरच जवळ होतं.

मध्य प्रदेशमधल्या अंबा नावाच्या छोट्याशा शहराकडे भल्या सकाळी आम्ही निघालो. अंबा चंबळ नदीच्या दुसऱ्या टोकाला आहे. थंडीचे दिवस, झोपाळलेला धाबा-मालक, वाफाळलेला आल्याचा चहा आणि त्या आधी गरम गरम कांदा भजी असा नाश्ता आमच्यासाठी उपलब्ध होता आणि तो आम्हाला आवडलाही; कारण आम्हाला नदीनं वेढलेल्या दऱ्याखोऱ्यांतून खूप लांबचा प्रवास करायचा होता.

आम्ही आमची इक्विपमेन्ट्स पाठीवर मारली आणि समोर पाहिलं. आमच्यापुढे एक विहंगम दृश्य दिसत होतं. फिकट तपकिरी धुक्यानं ती चंबळची दरी भरली होती आणि खाली होती निळीशार चमकणारी नदी. उगवत्या सूर्याचं केशरी प्रतिबिंब त्या नदीच्या पाण्यात पडलं होतं. पाण्याच्या पृष्ठभागावर वन्यजीवनाचा एक व्यापक देखावाच जणू प्रदर्शनाला ठेवला होता. प्रजासत्ताक दिनाचं संचलन जणू निसर्गमातेनं ठेवल होतं आणि हे रमणीय दृश्य पाहण्यासाठी आमच्याकडे पहिल्या रांगेची तिकिटं होती.

पाण्याच्या मधोमध एका छोट्याशा खडकावर एक एकटीच मगर सूर्यस्नान घेत होती. दुसऱ्या एका खडकावर सुसरी आपल्या चोची उघडून स्थिरावल्या होत्या... त्या अचल होत्या ... किंचितही हालचाल नव्हती. जणू त्या खडकाचाच एक भाग होत्या. त्यांच्या आजूबाजूला देखणे पाणकावळे (Phalacrocorax Fuscicollis) सूर्यप्रकाशात चमकणारे आपले काळेभोर पंख सावरत जणू त्यांचं रक्षण करत होते आणि ब्राह्मणी बदकांची(Tadorna Ferraginea) एक पवित्र जोडी खास हिवाळ्यासाठी परदेशातून आलेली त्यांच्या मागेच उभी होती आणि त्यांच्या जवळच करकोचे (Storks-Anastomus Oscitans)आपल्या भल्या मोठया चोची उघडून ध्यानमग्न होऊन पाण्यात पाहत होते. त्यांना त्यांच्या सकाळच्या न्याहरीची सोय पकडायची होती. मी शांतपणे हे सगळं पाहत होते. माझा कॅमेरावाला मात्र हे 'एडनचं गार्डन' चित्रित करत होता.

चंबळच्या या खोऱ्यामध्ये नदीकाठच्या प्रजातींची एक शृंखलाच आपल्याला दिसते. नुसत्या शुद्ध नितळ पाण्यातल्या छोट्या कासवांच्याच (Freshwater Turtles) आठ प्रजाती इथे आढळतात. याशिवाय मऊशार त्वचा असलेली पाणमांजरं (Lutrogale Perspicillata), गंगानदीवरचे डॉल्फिन्स (Platanista

Gangetica) आणि ३००पेक्षा जास्त पक्ष्यांच्या प्रजाती इथे आहेत. सगळीकडे बधिर करणारी शांतता.

याउलट गंगा तीरावरचं दृश्य! तिथे असंख्य लोक अंघोळ करत असतात. ध्वनिक्षेपकांवर मोठमोठ्यानं प्रार्थना म्हटल्या जात असतात, किनाऱ्यावर प्रेतं जाळली जात असतात; पण इथे तर ही नदी आणि आसपासचा प्रदेश खूप उजाड असतो. का कुणास ठाऊक, याचं उत्तर आपल्याला मिळतं ते हिंदू पुराणकथांमध्ये. अशी एक दंतकथा आहे की एका आर्य राजाला सार्वभौम सत्ता हवी होती. त्यासाठी त्यानं गाईंचा बळी दिला. त्या गाईंच्या रक्तातून चंबळ नदीचा उगम झाला. त्या राजाची महत्त्वाकांक्षा पाहून भयभीत झालेल्या ब्राह्मणांनी त्याला दूषणं दिली. महाभारतातलं चंबळ म्हणजे शकुनीचं राज्य. पांडव आणि शकुनीचा भाचा दुर्योधन यांच्यातलं प्रसिद्ध द्यूतही याच भागात खेळलं गेलं. द्रौपदी वस्त्रहरणाच्या प्रसंगानंतर चंबळ नदीचं अपवित्र पाणी पिणाऱ्याला द्रौपदीनंही शाप दिला आहे, की तिचे तळतळाट त्याला लागतील; पण हे शाप आणि चंबळचं मूळ अपवित्र असणं हे खरं तर एक वरदानच ठरलं आहे; कारण या शापांमुळेच चंबळ, गंगेसारख्या प्रदूषणापासून, अतिउत्साही यात्रेकरूंपासून आणि घाणीचं उत्सर्जन करणाऱ्या उद्योगधंद्यांपासून मुक्त आहे.

अशा या चंबळच्या नितळ पाण्यात एकशृंगी सुसरींचं तसं चांगलं चाललं होतं. चंबळच्या प्रदेशात या सुसरींची संख्या जास्तीत जास्त आहे. एके काळी भारत, पाकिस्तान, नेपाळ, बांगलादेश, भूतान आणि म्यानमारमध्ये सुसरी आढळत; पण बहुसंख्य भूप्रदेशातून आता त्या नामशेष झाल्या आहेत. आता फक्त भारत आणि नेपाळमधल्या काही मोजक्या नद्यांच्या काठी त्या आढळतात. सरपटणाऱ्या प्राण्यांचे तज्ज्ञ (Herpetologist) मि. रोम्युलस व्हिक्टर यांनी नुकत्याच केलेल्या पाहणीनुसार प्रजननशील अशा सुसरी २००पेक्षासुद्धा कमी शिल्लक आहेत. पर्यावरण संरक्षणार्थ असलेल्या आंतरराष्ट्रीय संघानं (International Union for Conservation of Nature) सुसरींना नामशेष होणाकडे वाटचाल करणाऱ्या प्रजातींच्या 'लाल यादी'त अंतर्भूत केलं आहे.

चंबळ नदी ही खरं तर सुसरीकरिता अत्यंत सुरक्षित आहे; पण नदीच्या किनाऱ्यांवरच्या वाळूची लूटमार करण्यात आली आहे. याच कारणासाठी तर मी इथे आले. अंडी घालण्यासाठी सुसरी पाण्याबाहेर येतात; पण वाळू माफियांनी त्यांना आवश्यक असलेलं नैसर्गिक वातावरणच बिघडवलं आहे. दुपारपर्यंत मोठ्या संख्येनं त्यांचे ट्रक्स इथे दाखल झाले. एकामागोमाग एक त्यांनी नदीच्या किनाऱ्यावर रांग लावली आणि खोदून खोदून वाळू काढणं सुरू झालं. चाळीस-पन्नास ट्रक्सची रांग मी स्वत: पाहिली. जसजसा दिवस पुढे जात होता ट्रक्सची संख्या वाढत होती.

ही वन्यजीवांच्या अभयारण्यात केलेली खुल्लमखुल्ला लूट होती. लूट करणाऱ्यांना आमच्या कॅमेऱ्याची किंवा आपण राष्ट्रीय टेलिव्हिजनवर दिसू याचीही अजिबात भीती वाटत नव्हती. मी एका माणसाला विचारलं,

"तुझ्याकडे याचं परमिट आहे का?"

"नाही." तो शांतपणे म्हणाला.

मी तशीच ट्रकच्या रांगेतून पुढे गेले आणि इतरांनाही विचारलं.

कोणाकडेही परमिट नव्हतं.

"परमिटची गरज असते हे तुम्हाला माहीत आहे ना?" मी विचारलं.

एक ठेकेदार उद्धटपणे म्हणाला,

"बहनजी, हा भाग अभयारण्याचा भाग आहे हे आम्हाला माहीत आहे. मला वाटतं परमिट घेतलं पाहिजे; पण नाही घेतलं... नाही तर नाही ... इथे कुठल्याही प्रकारची तपासणी होत नाही."

त्याच म्हणणं बरोबर होतं. इथल्या व्यवसायावर नियंत्रणच नव्हतं. नदीचा आणि पर्यावरणाचा समतोल बिघडवणारी मासेमारी इथे होत होती. जी वाळू ते उपसत होते तीच वाळू सुसरींना त्यांच्या प्रजोत्पादनासाठी आवश्यक होती. वाळू उपसताना त्यांच्या अंड्यांची विल्हेवाट लागत होती. कायदा खरोखरच गाढव असतो. इथे काम करणाऱ्या माणसांना हे माहीत होतं, की त्यांना स्थानिक प्रशासनाचा पाठिंबा होता. वन्यजीव संरक्षक कायद्या (१९७२) प्रमाणे अभयारण्यात खाणकाम करण्यास खरं तर सक्त मनाई होती; पण तरीही ते अव्याहत चालू होतं. प्रत्येक छोट्या ट्रकभर वाळूमागे ठेकेदाराला ४०० रु. मिळत होते. दिवसभरात ते अशा अनेक फेऱ्या करत होते. विनामूल्य उपलब्ध असलेल्या नैसर्गिक साधनसंपत्ती-पासून हे ठेकेदार भरपूर नफा कमवत होते.

स्थानिक जंगल खातं हतबल झालं होतं. त्यांचं म्हणणं होतं, की वाळू माफिया खूपच सशक्त होते. आणि स्थानिक राजकारण्यांशी त्यांचे लागेबांधे होते. जंगलखात्याच्या दृष्टीनं एक चांगलं झालं होतं, की आमचा टेलिव्हिजन रिपोर्ट आणि इतरही पर्यावरण निरीक्षकांच्या रिपोर्ट्सची सुप्रीम कोर्टानं दखल घेतली होती. केंद्रीय विशेषाधिकार समितीनं वाळू माफियांवर कायदेशीर कारवाईचा हुकूम दिला. त्यांनी राज्य प्रशासनाला कायद्याच्या कडक अंमलबजावणीचे आणि अभयारण्याच्या क्षेत्रात गस्त वाढवण्याचे आदेश दिले. वेळ पडल्यास पोलिसांची मदत घेण्यासही फर्मावलं.

एका रात्रीत गस्त वाढवण्यात आली आणि ट्रक्स यायचे बंद झाले. ते वर्ष होतं २००६.

पण, चंबळ नदीमध्ये असलेल्या या एकशृंगी सुसरींची वाढ थांबवणारं आणखी एक संकट येऊ घातलं होत. मला त्याची काहीही कल्पना नव्हती.

नदीचा प्रवाह एटावामध्ये उत्तर प्रदेशातून येत होता. आणि बरोबर तीन वर्षांनी म्हणजे २००९मध्ये मला एक फोन आला.

फोनवरचा आवाज राजीव चौहानचा होता. तो खूपच वैतागलेला होता. राजीव चौहान वन्यजीवशास्त्रज्ञ होता. त्यानं एकदा सारस पक्ष्यांच्या माझ्या मोहिमेत मला मदत केली होती.

राजीव म्हणाला, "बहार, लवकरात लवकर तू एटावाला कधी येऊ शकशील?"

हे बोलत असतानाही त्याच्यावर खूप ताण असल्याचं मला जाणवत होतं. त्यानं मला सांगितलं, की अनेक सुसरींची मृत शरीरं नदीच्या पाण्यावर तरंगत असलेली ताब्यात घेण्यात आली आहेत. शंभरपेक्षा जास्त सुसरी मेल्याचं जंगलखात्यानं खात्रीलायकरीत्या सांगितलं होतं.

मी अवाक् झाले होते. मृत सुसरींची संख्या आणखी आणखी वाढत होती.

तीन राज्यांनी धोक्याचा इशारा दिला होता. डब्ल्यू. डब्ल्यू. एफ.चे (World Wide Fund for Nature) पदाधिकारी एटावात मदतीसाठी दाखल झाले. जगभरातून मगरीचे तज्ज्ञही हजर झाले. एक तज्ज्ञांची समिती स्थापन करण्यात आली. या समितीत तिन्ही राज्यांच्या जंगल खात्यांतील अधिकारी होतेच; पण मद्रासच्या मगर प्रतिष्ठानचे मि.रोन्युलस व्हिटाकरांसारखे सारखे तज्ज्ञ होते. सरकारनं केलेली त्वरित आणि जबाबदारीची कृती ही मोठा दिलासा देणारी गोष्ट होती. सुसरींचा सामूहिक मृत्यू ही प्रसारमाध्यमांसाठी एक ठळक बातमी होती. वाईट असली तरी सुसरींचे फोटो भयंकर होते. पोटं फुगलेल्या सुसरींचे मृतदेह पाण्यावर तरंगत होते.

सुसरींची मरणोत्तर वैद्यकीय तपासणी आंतरराष्ट्रीय तज्ज्ञांनी केली, तेव्हा त्यांच्या पोटात एक गाठ असल्याचं तज्ज्ञांना आढळलं. ही गाठ मूत्रपिंडावर परिणाम करत होती.

मूत्रपिंड निकामी करणारा काही विषारी पदार्थ याला कारण असावा.

पण हे कसं काय शक्य होतं?

चंबळ तर एक स्वच्छ, शुद्ध पाणी असलेली प्रदूषणमुक्त नदी समजली जात होती. जर नदीचं पाणी एखाद्या विषारी पदार्थामुळे प्रदूषित झालं असेल तर फक्त सुसरीच कशा मेल्या? मगरी, पक्षी किंवा कासवांवर परिणाम का झाला नाही?

सुसरींच्या या शोकान्तिकेला महिना झाल्यावर मी या भागात परत आले. तज्ज्ञांनी आपला अहवाल दिला होता; पण तरीही काही प्रश्न अजून अनुत्तरित होते. स्थानिक बिनसरकारी संस्थेनं आम्हाला एक रबरबोट दिली होती. मी पूर्वी आले होते तेव्हाची नदी आणि आताची नदी यात काही फरक आहे का, ते आम्ही पाहिलं. नदीत तर काही फरक नव्हता. जणू काही एक महिन्यापूर्वी इथे काही घडलंच नव्हतं. सुर्यस्नान करणाऱ्या उरलेल्या सुसरींचं आम्ही आणखी चित्रीकरण केलं.

सुप्रसिद्ध शास्त्रज्ञ ध्रुवज्योती बासू आमच्या बरोबर होते. चंबळ आणि सुसरींविषयी त्यांना अफाट ज्ञान होतं. सरपटणाऱ्या प्राण्यांवरील संशोधनाचे अनेक लेख त्यांनी लिहिले आहेत. त्यांनी आपल्या आयुष्याचा बराचसा काळ या प्राण्यांच्या मागे घालवला आणि तेसुद्धा त्या भागात दरोडेखोर सक्रिय असताना! एकदा तर त्यांना कुप्रसिद्ध बँडिट क्वीन फुलन देवीनं पळवलं होतं. दरीत जवळच्या एका टेकडीकडे बोट दाखवत मि. बासूंनी आम्हाला तिचं गाव दाखवलं. नदीनं वेढलेल्या या चंबळच्या दऱ्याखोऱ्यांनी एकेकाळी भारतातल्या अत्यंत भयंकर अशा दरोडेखोरांना अणि डाकूंना आसरा दिला होता. डाकू आता गेले; पण गंमत म्हणजे ते होते तेव्हा एक बरं होतं, की त्यांच्या अस्तित्वामुळे शिकारी लांब राहिले होते आणि त्यामुळे सुसरी सुरक्षित होत्या.

सुसरी का मेल्या असतील हे शोधण्यासाठी आम्ही अनेकांच्या मुलाखती घेतल्या. त्यापैकी एक गृहस्थ होते श्री. आर. पी. सिंग. चंबळ रिव्हर लॉजचे मालक. ते आम्हाला जवळच्याच फिरोझाबाद या शहरात घेऊन गेले. त्यांनी यमुना नदीमध्ये शहराची घाण कशी सोडली जाते ते दाखवलं. फिरोझाबाद हे एक गजबजलेलं औद्योगिक शहर आहे. रंगीबेरंगी बांगड्यांचं केंद्र, बांगडी उद्योगातल्या काही विषारी पदार्थांमुळे तर नदीचं पाणी प्रदूषित झालं नसेल? पण ही तर यमुना नदी होती. मग चंबळच्या पाण्यात हे विषारी पदार्थ कसे काय गेले?

या प्रश्नाला उत्तर होतं.

यमुना आणि चंबळचा संगम हे त्याचं उत्तर होतं. आम्ही तिथून वरेहला गेलो. एका अरुंद वाटेवरून रस्त्यांचा भूलभुलय्या अनुभवत सूर्यास्ताच्या सुमारास आम्ही त्या संगमाच्या ठिकाणी पोहोचलो. तो स्पॉट पाहिला आणि मला समजलं की तज्ज्ञ हे माननीय का असतात.

गेली वर्षानुवर्षं पावसाळ्यामध्ये चंबळच्या नदीतून सुसरी यमुनेच्या पाण्यात स्थलांतर करतात. या पावसाळी स्थलांतरात एकतर त्यांच्या पोटात हे विषारी पदार्थ गेले किंवा सुसरींनी जे मासे खाल्ले ते मासे विषारी पदार्थयुक्त असतील. मासे खाल्ले असावेत या गृहितकाला पुरावे मिळतात. सुसरींचा सामूहिक मृत्यू होण्यापूर्वीचे सात-आठ महिने असंख्य मासे विषारी द्रव्य पोटात गेल्यानं मेले होते. एक रिपोर्ट म्हणतो, की टिलापिया नावाच्या माशाच्या प्रजातीनं हे विषारी पदार्थ गिळले. या माशांचं अतिरिक्त सेवन केल्यामुळे त्यांना मृत्यू आला. मात्र, या विषारी पदार्थांचं नक्की काय संयुग (Composition) होतं आणि काय स्वरूपाचे हे पदार्थ आहेत आणि नदीच्या प्रवाहात ते कसे शिरले याचं अजून संशोधन सुरू आहे.

मी त्या संगमाच्या जागेवर उभी होते. माहितीचे निरनिराळे तुकडे मी जोडत होते. मला हे पटलं, की निसर्गाच्या या विश्वाची आपल्याला किती कमी माहिती

आहे. अजून खूप शिकायचंय. विज्ञान प्रगत झालं आहे, तरीही आपल्याला किती कमी ज्ञान आहे. वाटलं माझी 'स्टोरी' पूर्ण झाली आहे; पण ती अजून शिल्लक होती.

पेलिकन पक्षी एका ठिकाणी एकत्र होऊन बसले होते. तिथे एक सुसर आलेली मी पाहिली. तिचं नाक विचित्र होतं. माझ्या कॅमेरामनला मी 'झूम इन' करायला सांगितलं आणि चित्र स्पष्ट झालं. त्या सुसरीचं नाक ठेचलेलं होतं. तो भ्रम नव्हता. मग मी अनेक सुसरी पाहिल्या. त्यांची नाकं रामायणातल्या शूर्पणखेसारखी कापलेली होती. मला आश्चर्यच वाटलं. नाकं कापलेल्या या सुसरींनी मासे कसे पकडले असतील? एवढं होऊनही त्या जिवंत कशा काय राहिल्या? तशी मी पाहत होते ती सुसर बरी वाटत होती. या सुसरींना रोज अशा प्रश्नांना तोंड द्यावं लागत होतं. त्यांचे हे प्रश्न रोजचेच होते. त्यासाठी कधी आंतरराष्ट्रीय तज्ज्ञ बोलवले जात नव्हते, की एखादा संकटमोचन संघ (Crisis Management Group) स्थापन केला जात नव्हता. मासेमारी करणाऱ्या कोळ्यांना ही नदी वापरायची होती आणि त्यांच्याशीही संघर्ष होत होता.

मासेमारीला मनाई असली, तरी संपूर्ण चंबळ नदीच्या पाण्यात असंख्य मासेमार मासेमारी करतातच. ते जेव्हा त्यांचं नायलॉनचं जाळं पाण्यात फेकतात तेव्हा लांब नाकं असलेल्या सुसरीही याच्यात गुरफटतात. सुसरी जाळ्यात अडकण्याची छायाचित्रं मी पाहिली होती; पण प्रत्यक्षात इथेच पाहत होते. माझ्या या भेटीत मी अनेक मासेमारांशी बोलले. बऱ्याच जणांनी सांगितलं, की जंगल खातं त्यांना खूप त्रास देतं. १९७९मध्ये हे क्षेत्र अभयारण्य म्हणून जाहीर झाल्यापासून मासेमारांना गुन्हेगार समजलं जातं; पण किनाऱ्याची ही सगळी गावं मासेमारांचीच आहेत. मी त्यांची घरंही पाहिली. कित्येक घरांची मागची दारं थेट नदीकिनाऱ्यावरच उघडतात. जो आता मर्यादाभंग समजला जातोय. जंगलखातं अशा नदीवर नियंत्रण कसं ठेवू शकेल? हा एक निरर्थक प्रस्तावच होता. आपल्या योजनांमध्ये दूरदृष्टी नसते याचंच हे उदाहरण. नदीमध्ये मासेमारी बेकायदा आहे, असं फर्मान काढून आपण मोकळे झालो; पण या कायद्याची अंमलबजावणी करायला आमच्याकडे माणसं कुठे आहेत? म्हणूनच मग बेकायदा मासेमारी चालूच राहिली. ज्यांचं नशीब बलवत्तर नसतं असे दोन-चार जण पकडले जातात. ते जंगल रक्षकांना लाच देतात आणि सुटून जातात.

मला कल्पना आहे की वन्यजीवांवर प्रेम करणारे माझे मित्र अजूनही सरळसोट रांगडी भूमिका घेतात, की माणसांनी लुटण्यासाठी आम्ही सगळी अभयारण्यं मोकळी सोडायची की काय? नक्कीच नाही. त्यासाठी मासेमारांशी बोलणी केली पाहिजेत. नदीचा अभ्यास करून काही भाग त्यांच्यासाठी राखीव ठेवू शकतो किंवा

त्यांना ठराविक 'कोटा'' (मर्यादित मासेमारी) देऊन नदीचं 'शोषण' होणार नाही याची काळजी घेऊ शकतो. नदीचं व्यवस्थापन करण्यात त्यांचा सहभाग मिळवू शकतो; कारण मासेमारी हे त्यांचं उपजीविकेचं प्रमुख साधन आहे. हेच मच्छीमार जंगल खात्याचे कान आणि डोळे होऊ शकतात. शिकाऱ्यांवर लक्ष ठेवू शकतात. निसर्गसंरक्षणात जर स्थानिक लोकांचा सहभाग मिळवला तर आपण एक परिणामकारक 'मॉडेल' नाही होणार का? अर्थात होईल. बोलणं हे करण्यापेक्षा सोपं आहे हे खरं असलं तरी प्रयत्न करायला काय हरकत आहे? जगात अशी असंख्य उदाहरणं आहेत की त्या त्या भागात राहणाऱ्या जमातींनाच निसर्गसंरक्षणाच्या कार्यात सामावून घेतलं गेलं आहे. सुसरींचं अस्तित्व जर कायम ठेवायचं असेल तर चंबळच्या मच्छिमारांना पूलबांधणीची कामं देऊ शकतो.

यमुना अणि चंबळच्या संगमावर उभी असताना माझ्या मनात असे अनेक विचार येत होते आणि समोरच्या जमिनीच्या तुकड्यावर नाक कापलेला एक दु:खी प्राणी पडला होता.

पण, आता रहस्य उलगडलं होतं. शास्त्रज्ञ, जंगलखातं पुन्हा एकदा नदीवर लक्ष ठेवायचं आपलं काम चालूच ठेवणार होते.

आता कित्येक वर्षं निघून गेली आहेत. सुसरींच्या संरक्षणासाठी ज्यांनी ज्यांनी प्रयत्न केला त्यांना अजूनही आशा आहेत. रहस्यमय सामूहिक मृत्यू त्यानंतर कधीच झाले नाहीत; पण चंबळ नदीमधल्या या एकशृंगी सुसरींना कायमचं वाचवायचं असेल तर एवढं पुरेसं आहे?

❒

पृथ्वीवरच्या सर्वांत जास्त ओल्या प्रदेशातून...

चेरापुंजी, मेघालय २००७

माझ्या समोरच दूरवर पसरलेल्या हिरव्यागार जंगलाकडे मी पाहिलं. ढगांनी डोंगरांना वेढलं होतं अणि वाऱ्याच्या हलक्याशा धक्क्यानं ते ढग पुढे पुढे सरकत होते. झाडांच्या हिरवाईवर वाफेसारखं दिसणारं धुकं पसरलं होतं. ही दुसरी एखादी वेळ असती किंवा एखादी वेगळी जागा असती तर हे ईशान्य भारतातलं विहंगम दृश्य एखादया सुंदर शुभेच्छा पोस्ट कार्डवर जागा घेऊ शकलं असतं. या दृश्यात एकच विसंगती प्रकर्षानं जाणवत होती. करड्या रंगाच्या राक्षसी स्टील फ्रेम्स याच जंगलातून सुरू झाल्या होत्या आणि १७ किमी. पर्यंत अगदी थेट शेजारच्या बांगलादेशापर्यंत जात होत्या. एखाद्या ॲम्यूझमेन्ट पार्क (मनोरंजन उद्यान)मधल्या नागमोडी रेल्वेलाइनप्रमाणे दिसणारं ते यांत्रिक प्रकरण प्रत्यक्षात खाणीतून चुनखडी वाहणारा वाहक पट्टा होता. आणि जवळच्या बांगलादेशात जात होता. ही एक पूर्णपणे व्यावसायिक विचाराची योजना होती. भारतात खनिज पदार्थ भरपूर होते. बांगलादेशात स्वस्त मजूर मिळत होते. दोघांना जोडणारा तो वाहक पट्टा होता. आणि आपली मौल्यवान खनिज संपत्ती मेघालयातल्या घनदाट अक्षत जंगलांमधून बांगलादेशाच्या पूरक्षेत्रातल्या मैदानांपर्यंत याच पट्ट्यावरून जात होती.

हा प्रकार कायदेशीर आहे का ते तपासायला मी आले होते. या दाट अरण्यातून चुनखडी उपसण्याचा बहुराष्ट्रीय महाकंपनीचा हा प्रस्ताव जंगलचे कायदे मोडणारा होता का? जंगलाचा उपयोग, जंगलाशी संबंधित नसलेला हेतू मनात ठेवून इतरत्र करण्यासाठी संबंधित कंपनीनं भारत सरकारची परवानगी घेतली आहे का, हेही मला पाहायचं होतं; पण हे सगळं सोपं नव्हतं. मी भल्या सकाळची दिल्लीची फ्लाइट घेतली होती. आता गुवाहाटी शहराकडून शिलाँगच्या डोंगराळ भागाकडे जात होते. मला हे सगळं पाहिल्यासारखं वाटत होतं; कारण आठ वर्षांपूर्वी मी हाच प्रवास केला होता. ईशान्य भारतातली ती माझी पहिली सफर होती आणि मी अगदी मुग्ध झाले होते. संजोय घोस हा सुप्रसिद्ध सामाजिक कार्यकर्ता माझ्याबरोबर होता. ऐन विशीच्या असलेल्या माझ्यासारख्यांचं संजोय हे प्रेरणास्थान होतं. आम्हाला वाटत

होतं की हे जग आपण बदलू शकतो. संजोयचं शिक्षण ऑक्सफर्ड विद्यापीठात झालं होतं; परंतु दिल्लीतलं सुखवस्तू जीवन सोडून तो पारंपरिक विणकरांना रोजगार उपलब्ध व्हावा म्हणून राजस्थानमध्ये आला. त्यानं उर्मुल मातृस्थळी बंकर विकास समितीची स्थापना केली. दहा वर्षं झटून एक आदर्श यशस्वी सहकारी संस्था सुरळीत करून संजोय आता ईशान्य भारताकडे वळला होता. त्यानं ॲवार्ड-ने (AVARD-NE : Association of Voluntary Organisation to North East) हा लहान-मोठ्या स्वयंसेवी संस्थांचा संघ स्थापन केला होता. उद्दिष्ट होतं दुर्लक्षित भागाच्या विकासाला चालना देणं; पण नियतीनं काही वेगळंच वाढून ठेवलं होतं.

स्वतंत्र आसाम मागणाऱ्या यू. एल. एफ. ए. (ULFA-United Liberation Front of Assam) या अतिरेकी संघटनेनं संजोयला किडनॅप केलं. आणि त्यानंतर तो कधीच कोणाला दिसला नाही. मी त्याला शेवटची भेटले होते तो दुर्दैवी दिवस आठवला. सकाळची वेळ होती आणि तो गावात जायला निघाला होता. जीन्स, खादीचा लांब कुर्ता आणि गवती काड्यांची हॅट, हा खरंतर एका विकास कार्यकर्त्याचा पोशाख वाटत नव्हता. तो अशा एखाद्या गावाच्या शोधात होता, जिथे आदिवासींना रोजगार मिळण्याबाबत चर्चा घडू शकेल. दिवस संपला तरी रात्री जेव्हा तो घरी परत आला नाही आणि टेलिफोन वाजू लागला तेव्हा आम्हाला कळलं की काहीतरी विपरीत घडलंय. उल्फा अतिरेक्यांनी संजोयच्या संपूर्ण ॲवार्ड टीमला धमकी दिली, की त्यांनी सात दिवसांत आसाम सोडून जावं. संजोय घोस सुरक्षित राहावा आणि लवकर परत यावा म्हणून संघटनेनं आपली कामं चोवीस तासांत थांबवली. आम्हाला संजोय हवा होता. सुरक्षित आणि स्वस्थ. आणि म्हणूनच आम्ही सकाळी आमची वाहनं उडवत याच रस्त्यानं निघालो होतो.

गुवाहाटी ते शिलाँग .... हाच तो रस्ता.

संजोय घोसनं माजुलीचं बेट निवडलं होतं. ब्रह्मपुत्रेच्या मधोमध हे बेट होतं. जगातलं नदीवरचं एवढं मोठं असं एकच बेट होतं. तिथे जाण्यासाठी दोनदा बोटीनं प्रवास करावा लागे आणि एक आख्खा दिवस जात असे. ग्रामीण विकासासाठी काम करायची माझी पहिलीच संधी होती. आणि रोज मला नवीन नवीन आव्हानांना तोंड द्यावं लागत होतं. स्थानिक मिशिंग आदिवासींच्या गावी जाण्यासाठी ३०-४० किमी. सायकलप्रवास आम्ही करत होतो. पुराच्या पाण्यापासून बचाव करण्यासाठी आदिवासींची घरं लाकडाच्या टेकूवर बांधलेली होती. बोटींवर काम करणाऱ्या पारंपरिक जमातींना भेटण्यासाठी आम्हाला बेटाच्या टोकाशी जावं लागे आणि तिथून मग आम्ही परत येत होतो आणि विकास कार्यकर्त्यांबरोबर राहत होतो. मग दिवसभरात जे घडलं त्याची चर्चा व्हायची. ही चर्चा करत असताना आम्ही मेणबत्त्यांच्या प्रकाशात भाजी चिरत असू. आमचे कपडेही आम्ही रात्री उशिरा धूत असू. मला आवश्यक असलेला

तळागाळातील लोकांच्या बरोबर काम करण्याचा अनुभव मला इथे मिळत होता. एक दिवस स्वत:ची संघटना काढायची इच्छाही मनात येत होती.

निरुपद्रवी सामाजिक कार्यकर्त्यांवर दहशतवादी गटांचा का रोष व्हावा, ते मला समजत नव्हतं. ईशान्य भारतात संजोयनं दोन वर्षांतच एक रहस्य उघड केलं होतं. ते म्हणजे सरकारनं रस्त्यांसाठी आणि मूलभूत सोयींसाठी जो निधी संमत केला होता तो दहशतवादी गटाला खंडणी म्हणून जात होता. ज्याला 'प्रोटेक्शन मनी' असं म्हटलं जात होतं. संजोयनं स्थानिक लोकांना श्रमदान करायला उद्युक्त केलं आणि ३०,००० दिवसांच्या कार्यकाळात त्यांनी प्रायोगिक तत्त्वावर पूरविरोधक, धूपविरोधक बंधारे माजुली बेटाच्या टोकाशी उभे केले. तज्ज्ञांच्या मते बेट दिवसेंदिवस आकुंचन पावत आहे. हवामानात नेहमी बदल होत असतो. त्यामुळे पूरजन्य परिस्थिती उद्‌भवते आणि जमिनीची धूप होते. राज्याच्या पूर नियंत्रण विभागाने दरवर्षी निधी वापरून 'पाट' बंधारे बांधले; पण त्यामुळे पुराची समस्या काही सुटली नाही. संजोयच्या प्रयत्नांमुळे स्थानिक लोक कामात गतिशील झाले. स्वत:च्या नशिबाचे स्वत:च शिल्पकार झाले आणि फक्त रु. १८,४३७मध्ये बंधाऱ्याचं काम झालं. अर्थातच, अशा प्रकारच्या कार्यामुळे दहशवाद्यांचा रोष झाला; कारण पावसाळ्यात माजुली बेटाचा जगापासून संबंध तुटत असे. त्यामुळे ते बेट हे दहशतवाद्यांचं लपण्याचं ठिकाण होतं. संजोयला पळवण्यात आल्यानंतर काही महिन्यांनी पोलीस खात्यानं जाहीर केलं, की त्याचा दहशतवाद्यांच्या 'उल्फा' या संघटनेनं खून केला आहे. आणि ब्रह्मपुत्रेच्या पाण्यात त्याचा देह वाहून गेला आहे. माजुलीबाबतच्या त्याच्या भव्य योजनांची अखेर शेवटी त्याच्याच कठोर हत्येमध्ये झाली होती. आणि विकासकार्याबद्दलच्या माझ्या गुलाबी मतांचीही ती अखेर होती.

या घटनेनंतर दहा वर्षांनी मी इथे परत आले होते आणि सावधगिरीनं माझं पाऊल उचलत होते. संजोयच्या अपहरणाच्या आठवणी अजून माझ्या मनात ताज्या होत्या. आसामच्या तुलनेनं मेघालयात दहशतवाद्यांची समस्या एवढी तीव्र नव्हती; पण त्या राज्याला दुसऱ्या समस्या होत्या. राज्याचा एक तृतीयांश भाग जंगलानं व्यापला होता. वनस्पती आणि वन्य प्राणी दोन्ही बाबतीत हा भाग समृद्ध होता; पण जंगल म्हटलं की तिथे खनिजेही भरपूर होती. मेघालयात कोळसा आणि चुनखडीचे भरपूर साठे होते. चुनखडीचा उपयोग सिमेंट बनवायला होतो. दक्षिणेकडच्या उतारावर हे साठे मोठ्या प्रमाणावर होते. विशेषत:, पूर्व खासी हिल्स, गॅरो हिल्स आणि जैनशिया हिल्स जिल्ह्यात अंदाजे ६४० दशलक्ष टन कोळसा आणि पाच हजार दशलक्ष टन चुनखडीचा साठा होता. मेघालयातली समस्या गुंतागुंतीची यासाठी होती की या जमिनी स्थानिक आदिवासी जमातींच्या मालकीच्या होत्या आणि खाणकामाची परवानगी द्यायचे अधिकार सरकारपेक्षा आदिवासींच्या समित्यांकडे

होते. खरंतर यामुळे जंगलाचं संरक्षण झालं असतं; पण ते न होता, उलट तिथे 'सर्वसामान्यांची शोकान्तिका' झाली. (जीवशास्त्रज्ञ गॅरेट हार्डिन यांनी १९६८मध्ये सर्वसामान्यांची शोकान्तिका' (A Trajedy Of Commons) चं वर्णन केलं आहे. उदाहरणच द्यायचं झालं तर जेव्हा नैसर्गिक साधनसंपत्ती विभागून उपभोगायची असते तेव्हा तिचा अतिवापर होतो. आणि शेवटी ती क्षीण होत होत संपून जाते. त्यांनी अशा प्रकारच्या स्थितीची तुलना समाईक कुरणांशी केली. जेव्हा चाऱ्याची कुरणं समाईक असतात तेव्हा प्रत्येकजण आपली जास्तीत जास्त गुरं चारा खाण्यासाठी उतरवतो. आणि स्वत:ला जास्तीत जास्त वैयक्तिक फायदा कसा होईल याचा विचार करतो; पण होतं काय, की त्या कुरणांमधलं सगळं गवतच संपून जातं आणि कुरण निरुपयोगी होऊन जातं.)

आज मेघालयात मोठ्या प्रमाणावर जंगलतोड चालू आहे. दुसऱ्या कुठल्याही राज्यात एवढं खुल्लमखुल्ला बेकायदेशीर खाणकाम होत नसेल. जागोजागी जणू एखादा कुटिरोद्योग चालावा तसं चुनखडीचं खाणकाम चालू असतं; पण मी जे सांगणार आहे ते मागच्या दारानं केलेल्या चोरट्या खाणकामाविषयी नाही, तर जगातली एक मोठ्यात मोठी सिमेंट कंपनी ज्या पद्धतशीरपणे हे खाणकाम करते आहे त्याविषयी आहे. माझ्याकडे असे बनावट कागदपत्र आहेत, त्यात बहुराष्ट्रीय खाण कंपनी या साधनसंपत्तीनं भरलेल्या 'श्रीमंत' जंगलांना पडीक जमीन म्हणून दाखवते आहे आणि खाणकामासाठी आवश्यक असलेले परवाने मिळवत आहे.

आमच्या गुवाहाटी ब्युरोचा दृक्‌श्राव्य पत्रकार (Video-Journalist) मुकुट मेधी आमच्यात दाखल झाला. गंमत म्हणजे आम्हाला कळलं की शिलाँगमधल्या ज्या हॉटेलमध्ये आम्ही उतरलो होतो, तिथेच ज्या खाण कंपनीची आम्ही चौकशी करत होतो त्या कंपनीचं ऑफिसही होतं. शिलाँगपासून काही तासांवर असलेल्या ईस्ट खासी हिल्स जिल्ह्यात जायचं मी आणि मुकुटनं ठरवलं होतं; कारण तेच खाणीच्या प्रकल्पाचं मुख्य ठिकाण होतं. चेरापुंजीच्या डोंगरदऱ्यांमधल्या मूळच्या अस्पर्शित (Vergin) जंगलांमधून आम्हाला जायचं होतं. याच भूभागाचा 'पृथ्वीवरची सगळ्यात जास्त भिजणारी जागा' म्हणून पर्यटनाच्या पुस्तकांमध्ये उल्लेख होत होता. स्थानिक सूत्रांकडून आणखी माहिती मिळवण्यासाठी मी फोनाफोनी केली तेव्हा कळलं की कालच एक पत्रकार समोरचा रस्ताच न दिसल्यामुळे परत फिरला होता. शिलाँगमधल्या माझ्या सूत्रांनीही मला माझी भेट पुढे ढकलायला सांगितलं.

"बहार, परत फिर. हवामान एवढं वाईट आहे की तुला काहीही दिसणार नाही."

पण, परत फिरणं मला नामुष्कीचं वाटत होतं. मी परत दिल्लीला जाऊन माझ्या मुख्य संपादकांना कशी सांगू की काही ढगांमुळे मी पुढे जाऊ शकले नाही म्हणून. मी सरळ दुसऱ्या दिवसासाठी सावधगिरीच्या सूचना धुडकावून एक कार

बुक करून टाकली. आम्ही भल्या पहाटे निघालो तरी शहरातलं पोलीस बझार हे मुख्य व्यापारी केंद्र गजबजलेलं होतं. आपल्या सुप्रसिद्ध गरम शालींमध्ये छोट्या छोट्या बाळांना लपेटून बसलेल्या खासी स्त्रिया मी पाहिल्या. आपली छोटी छोटी डोकी त्या शालींमधून बाहेर काढून तो छोटी छोटी बाळं आपल्या आयांकडे टकामका पाहत होती. रस्त्यावर त्या बायांनी विकण्यासाठी कपडे पसरलेले होते. खासी ही मेघालयातली सगळ्यात मोठी आदिवासी जमात. या भागात मातृसत्ताक सामाजिक पद्धत होती. काल रात्रीचं जेवण घेऊन परत येत असताना हे मला जाणवलं होतं; कारण रात्री उशिरापर्यंत या बायकांची गजबज चालूच होती. उत्तर भारतातला हा फरक उत्साहवर्धक होता; कारण दिल्लीमध्ये अगदी स्वत:च्याच गल्लीतसुद्धा रात्री बाहेर पडताना आम्ही स्त्रिया दहादा विचार करतो.

आम्ही लवकरच शुभ्र ढगांच्या त्या अथांग सागरात ड्राइव्ह करायला लागलो. आमच्या गाडीचे वायपर्स बेबंद वाऱ्याला कसेबसे तोंड देत होते. मी थंडीमुळे कुडकुडत होते. आमची महिंद्रची जीप धापा टाकत पुढे जात होती. तेव्हाच मला पुढच्या संकटाची चाहूल लागली. उगाच नाही मेघालयाला मेघांचं (ढगांचं) आलय (निवासस्थान) म्हणत. तासाभरात आम्ही चेरापुंजीला पोहोचलो. आम्ही सावधपणे कारमधून खाली उतरलो. आम्हाला कवेत घेण्यासाठी धुकं चहू बाजूंनी घेरत होतं. पायाखालची जमीनही दिसत नव्हती. आम्ही थोडंसं चालत पुढे आलो आणि आमच्या पायांना डांबरी रस्ता जाणवला. आम्ही डोंगराच्या टोकाशी उभे होतो. लाकडाच्या कुंपणावर हात ठेवून मी पुढे झुकले. क्षणभरासाठी ढग माझ्या नजरेसमोरून हलले आणि खाली दिसलं अर्धवर्तुळावर दरीचं विहंगम दृश्य. चेरापुंजीचं निसर्गसौंदर्य पाहून मी एवढी चकित झाले की जवळच्या चहाच्या टपरीवरची खासी बाई माझ्याकडे पाहून हसायलाच लागली. समोरचा साइन बोर्ड जाहीर करत होता,

'या पृथ्वीवरच्या सगळ्यात जास्त ओल्या प्रदेशात आपले स्वागत आहे.'

चेरापुंजी हे जगातलं सर्वाधिक पावसाचं ठिकाण! बंगालच्या उपसागरावरून येणारा सगळाच्या सगळा मान्सूनचा ओघ इथे वळतो. सोहरा हे चेरापुंजीचं मूळ नाव. इथे ११,७७७ मि.मि. (४६३.७ इंच) पाऊस जून ते ऑक्टोबर या महिन्यांतच पडतो; पण सगळं पाणी डोंगरांवरून ओघळून २५० मैल खाली असलेल्या बंगालच्या उपसागराला मिळतं. चेरापुंजीशी स्पर्धा करणारं, इथून १६ किमीवर असणरं माउसीन्रम हे दुसरं ठिकाणही आहे.

मुकुटनं आपला कॅमेरा ट्रायपॉडवर फिक्स केला आणि समोरच्या दरीचे काही फोटो घेतले खरे; पण मी भयंकर धास्तावले होते. मी या ठिकाणी पोहोचले हे खरं! पण मी फोटो तरी कसले घेणार होते ? समोर सगळं नुसतं पांढरं पांढरं दिसत होतं आणि मी सूर्यास्तापर्यंत थांबले तर सगळं काळं काळं होणार होतं. ती काळवेळच

अशी होती की छायाचित्रणाचं गणितच जमत नव्हतं. मुकुटला मी जास्तीत जास्त जलद छायाचित्रण करायला सांगितलं. शेवटी आम्ही जीपकडे परतलो आणि हायवेवरून वेगानं खालच्या बाजूला निघालो. काही तासांनी ढग निवळले. आम्हाला घनदाट जंगल आणि राक्षसी धबधबे दिसू लागले. मी तर विस्मयचकितच झाले होते. चेरा (स्थानिक लोक या भागाला म्हणतात त्याप्रमाणे) हे सरकणाऱ्या डोंगरदऱ्यांनी वेढलेलं पठार आहे. आमची जीप कूर्मगतीनं पुढे जात होती. खालच्या दऱ्यांमध्ये, डोंगरामध्ये जाणारे आणि उगम पावणारे अनेक धबधबे मी पाहिले. जिथे जिथे आम्ही जात होतो वरच्या डोंरातून प्रपातीसारखे पडणारे आणि खालच्या हिरव्यागार दरीत लुप्त होणारे फेसाळ पाण्याचे धबधबे आम्ही पाहिले. या धबधब्यांची नावं दाखवणारे साइनबोर्ड्सही ठिकठिकाणी होते. नोखालीकाइ, माउसमाइ, दइंठलेन आणि उमस्त्यू... प्रत्येक धबधब्याची एक स्वतंत्र दंतकथा होती. उदाहरणार्थ, दइंठलेन हे श्लेन नावाच्या नरभक्षक दैत्यावरून पडलेलं होतं. प्रत्येक ठिकाणी या दैत्याचे तुकडे तुकडे केल्याची दृश्यं होती. जसजशी आमची जीप धुक्यातून पुढेपुढे सरकत होती मला वाटलं मी जणू ज्युरासिक पार्कमधली एका दुसऱ्याच जगात शिरणारी जीववंशशास्त्रज्ञ होते आणि कुठल्याही क्षणी समोरच्या घनदाट जंगलातून इतिहासपूर्व काळातला संथ गतीनं चालत येणारा एखादा डायनॉसोर (राक्षसी प्राणी) प्रकट होईल, असं मला वाटत होतं. या प्रदेशातली जैवविविधता अक्षरश: अतुलनीय होती. पर्यावरणवाद्यांनी इथे पक्ष्यांच्या १५० प्रजाती आणि ऑर्किड फुलांच्या शंभरहून अधिक प्रजाती नोंदलेल्या आहेत; पण आरण्यकसारख्या पर्यावरणवादी संस्थांनी केलेल्या संशोधनानुसार गेल्या पन्नास-साठ वर्षांत प्राचीन प्रजातींची मोठ्या संख्येने घट होते आहे. याचा परिणाम मानवी जीवनावरही झाला आहे. जगातला सगळ्यात जलसिंचित भूभाग अशी नोंद असलेल्या या भागातल्या वर्तमानपत्रांत बातम्या झळकतात त्या चेरापुंजीमधल्या पाण्याच्या कमतरतेच्या. जेव्हा पावसाळा नसतो तेव्हा स्थानिक लोकांना टँकर्समधून पाणीपुरवठा करावा लागतो. याचं प्रमुख कारण आहे, सर्वत्र पसरलेल्या कोळसा खाणी आणि डोंगर फोडून चालणारा चुनखडीचा उद्योग. या दोन गोष्टींमुळेच इथला वसंत आणि पाण्याचे साठे सुकून गेले आहेत.

चेरापुंजी ओलांडल्यावर आम्ही शेला दरीत उतरलो. खाणीच्या जवळ ही दरी आहे. माझ्या सेलफोनवर संदेश झळकला. बांगलादेशला भेट दिल्याबद्दल धन्यवाद.' आम्ही आंतरराष्ट्रीय सरहद्दीच्या जवळ आलोय हे मी ओळखलं. शेला शहरामधल्या एका घराच्या छपरावर चढून आम्ही पाहिलं.

दूर .... काही अंतरावर एक स्टील फ्रेम दिसत होती.

आम्हाला सांगण्यात आलं, की आम्हाला आणखी जवळ जायचं असेल तर नदी पार केली पाहिजे. ही नदी पूर्वेकडचं शेला बझार हे गाव आणि पिरकन शेला

हे पश्चिमेकडचं गाव असं विभाजन करत होती; पण तिथे जाणारा एकही रस्ता किंवा पूल नव्हता. मग आम्ही आमची कार सोडून दिली आणि एका बोटीतून पलीकडे गेलो. आता समोर एक डोंगराळ रस्ता होता. हा रस्ता फॅक्टरीकडे जात होता आणि चुनखडी वाहून नेणाऱ्या वाहक पट्ट्याला (Conveyor Belts) ला इथल्या मनोऱ्यांवरच सुरुवात होत होती.

मुकुट आणि मी आता पायी चालत फॅक्टरीकडे निघालो. फॅक्टरी आता चार किलोमीटर्सवर होती. रस्त्याच्या दोन्ही बाजूला हिरवंगार जंगल होतं. आमच्या जवळूनच एक ट्रक जात असलेला आम्ही पाहिला. तो ट्रक फॅक्टरीच्या गेटजवळ थांबला; पण यापुढे मी जे पाहिलं ते पूर्णपणे अनपेक्षित होतं. अस्पर्शित घनदाट जंगलांच्या मध्ये डोंगरमाथ्यावर एक राक्षसी स्टील फ्रेम होती आणि भारतावरच्या अवकाशातून बांगलादेशच्या पूरजन्य प्रदेशाकडे माल नेऊ शकेल असा या फ्रेमचा आवाका होता. सिमेंट कंपनीच्या अहवालात असं स्पष्ट म्हटलं होतं, की हा भाग खडकाळ आणि पडीक जमिनीचा आहे आणि इथे झाडं अस्तित्वातच नाहीत; पण इथे पसरलेल्या या भागाला 'पडिक जमीन' असं वर्णन कोणी करूच कसं शकतं?

खाणीसाठी जेव्हा एखादा प्रस्ताव येतो तेव्हा तो पर्यावरण आणि जंगल मंत्रालयाकडून स्वीकृत किंवा अस्वीकृत केला जातो. हा निर्णय पर्यावरण परिणाम निश्चितीकरण (Environment Impact Assessment EIA)च्या अहवालाचा विचार करून केला जातो. पर्यावरणाचं कमीत कमी नुकसान व्हावं महणून या प्रस्तावात सुधारणाही सुचवल्या जाऊ शकतात. सिमेंट कंपनीला आपलं काम पुढे नेण्यासाठी हिरवा कंदील दाखवण्यामागचं स्पष्ट कारण हेच होतं की इआयएच्या अहवालाप्रमाणे ही सगळी जमीन पडिक होती. हे तर व्यवस्थेमधल्या एका मोठ्या समस्येचं सूचक होतं. सदर मंत्रालयानं पर्यावरण संरक्षणासाठी अस्वीकृत केलेल्या विकास योजनांचं प्रमाण धक्कादायकपणे खूप कमी होतं. इआयए रिसोर्स सेंटर या पर्यावरणवादी दिल्लीस्थित बिनसरकारी संस्थेच्या अहवालाच्या अनुसार २००६ ते २००८ या काळात भारत आर्थिक प्रगतीच्या शिखरावर असताना पर्यावरण आणि वनखात्यानं १०७३ बांधकाम प्रकल्प, ९५२ औद्योगिक प्रकल्प आणि ५८७ खाणीचे प्रकल्प मंजूर केले. फक्त दहा प्रकल्प नाकारले गेले. म्हणजे खात्यानं आपली 'लक्ष ठेवण्याची' भूमिका सोडून दिली होती.

सिमेंट कंपनीला जाब विचारायची वेळ आता आली होती. आम्ही सरळ फॅक्टरीत गेलो आणि मुलाखतीची मागणी केली. निळ्या पोशाखातल्या सुरक्षा रक्षकांनी आम्हाला दरवाज्याजवळच थांबायला सांगितलं.

मग निळी जीन्स आणि केशरी टी शर्ट घातलेल्या एका माणसानं आम्हाला धमकावलं.

''का आलात तुम्ही इथे? तुम्ही मुलाखतीसाठी आमच्या शिलाँग ऑफिसची परवानगी का घेतली नाही?'' आम्ही तिथल्या इतर अनेक माणसांशी संवाद साधायचा प्रयत्न केला; पण कोणीही कॅमेऱ्यासमोर बोलायला तयार नव्हतं.

शेवटी आम्ही तिथून ताबडतोब निघावं, असं आम्हाला सांगण्यात आलं.

मग आम्ही त्या खाणीचे आणखी काही फोटो घेतले आणि पुन्हा शिलाँगला यायला निघालो. मी बी.एन. झा या वन अधिकाऱ्यांशी बोलण्यात यश मिळवलं. बी. एन. झा यानं पर्यावरण आणि वन मंत्रालयाला एक पत्र लिहून खाणीचं काम ताबडतोब बंद करायला सांगितलं होतं. ज्या खासगी फर्मनं पर्यावरण परिणाम निश्चितीकरणाचा अहवाल दिला होता त्या फर्मला काळ्या यादीत टाकून फर्मचा परवाना रद्द करावा असंही त्यानं सांगितलं होतं. या आणि याच्या आधीच्या अधिकाऱ्यामुळे खरी परिस्थिती जून २००६मध्येच प्रकाशात आली होती. त्यामुळेच मुख्य वनसंरक्षक श्री. खझान सिंग यांनी या भागाला भेट दिली; परंतु तेव्हा चुनखडीसाठी बराचसा भाग 'साफ' झाला होता. श्री. खझानसिंग यांनी पर्यावरण आणि वन मंत्रालयाला लिहिलं की 'हे भाडेपट्टी क्षेत्र दाट नैसर्गिक वनस्पतींनी भरलेलं असून, कंपनीनं मोठ्या प्रमाणावर जंगलतोड केली आहे. निदान यापुढे जोपर्यंत वनसंरक्षण कायदा १९८०अनुसार कंपनीला हिरवा कंदील मिळेपर्यंत खाणकाम करणाऱ्या एजन्सीजनं आपलं काम करू नये.

परंतु, मंत्रालयानं काहीही केलं नाही. दहा महिन्यांनी श्री. बी.एन.झा हे मुख्य वनसंरक्षक (Chief Conservator of Forests - CCF) म्हणून आले तेव्हा त्यांना धक्काच बसला. एप्रिल २००७ मध्ये त्यांनी लिहिलेल्या खाणकाम भाडेपट्टी करारातील जमीन ही अस्पर्शित आणि नैसर्गिक जंगलानी भरलेली होती. या जमिनीतली झाडांची घनता ही ०.४ ते ०.५ प्रति हेक्टर होती. काही झाडं तर ५० ते ६० फूट उंच होती. वनअधिकाऱ्याच्या या कडक ताशेऱ्यांमुळे कंपनीला काम बंद करण्याशिवाय पर्याय नव्हता. श्री. बी.एन.झा यांनी आमच्याशी कॅमेऱ्यासमोर बोलण्यास मान्यता दिली. हा आम्हाला मोठा दिलासा होता. आपल्या अहवालात त्यांनी जे काही म्हटल होतं त्याची त्यांनी आमच्यासमोर स्पष्ट आणि नि:संदिग्ध पुनरुक्ती केली. ते म्हणाले, ''ज्याला जंगलाची व्याख्या माहीत नाही असा कोणताही सामान्य माणूस त्या जमिनीकडे पाहून असंच म्हणेल की हे जंगल आहे.''

परंतु, या प्रकरणानं नंतर बरीच वळणं घेतली. दिल्लीला परतल्यावर सतत दोन दिवस आमची ही 'स्टोरी' ठळक बातम्यांमध्ये झळकत होती. सिमेंट कंपन्या काही तरी प्रतिक्रिया देतील असं आम्हाला वाटलं होतं; पण त्या बाजूनं कडक शांतता होती. शेवटी मला त्यांच्याकडून फॅक्सने उत्तर आलं.

''आम्ही दूरगामी विकासासाठीच जास्तीत जास्त प्रयत्न करत असतो आणि

आम्हाला असा विश्वास ठेवण्यास उद्युक्त करण्यात आलं होतं, की वादग्रस्त जमीन ही खडकाळ आणि पडीक होती.'' कंपनीचं विधान कातडीबचाऊ होतं; पण आमच्या दृष्टीनं 'हेही नसे थोडके' असंच आम्ही मानलं.

हे प्रकरण काहीसं जुनं झाल्यावर काही मुख्य कार्यकारी अधिकारी मला भेटायला आले. त्यांनी सुचविलं की मी त्यांच्या दक्षिण अफ्रिकेमधल्या काही फॅक्टरीज पाहाव्यात. त्या पाहिल्यावर मी व्यावसायिक नीतिमत्तेबद्दल साशंक राहणार नाही. ते बरेचजण मला भेटायला आले होते आणि ते अनुभवीसुद्धा होते. त्यावरून मला समजलं की माझ्या 'स्टोरीनं' त्यांना चांगलंच झोडपलं होतं. आतापर्यंत अनेक व्यावसायिक बातमीपत्रांनी माझ्या स्टोरीला रोजचंच अग्रस्थान दिलं होतं. नेटवर्कमध्ये ही प्रमुख बातमी होती.

२०१०मध्ये सुप्रीम कोर्टानं आदेश दिला की पर्यावरण परिणामा निश्चितीकरणाचा अभ्यास पुन्हा नव्यानं केला जावा. खोट्या अहवालांची विशेष दखल घ्यावी; पण शेवटी २०११मध्ये सुप्रीम कोर्टानं मेघालयातल्या या खाणींना हिरवा कंदील दाखवला. या बहुराष्ट्रीय कंपनीला हा परवाना मिळण्याचं मुख्य कारण म्हणजे स्थानिक रहिवाशांचा या प्रकल्पाला पाठिंबा होता. मेघालयात गावाच्या मुखियाला खूप महत्त्व होतं (या प्रकरणात नोंगत्राय गावच्या दरबाराला महत्त्व होतं.) जमातीची दोन हजार हेक्टर जमीन होती. जमातीचा मुखिया या जमिनीचा मालक आणि विश्वस्त समजला जाई. मुखियानं खाण कंपनीला मे २००२मध्ये शंभर हेक्टर जमीन भाडेपट्ट्यानं दिली. त्यामुळे ही जमीन जरी जंगलाची असली तरी कंपनी आपलं काम सहजपणे करू शकत होती. विरोधाभास हा की भारताच्या इतर भागांत, उदाहरणार्थ, गोवा, ओरिसा, छत्तीसगढ इथे स्थानिक जमातींनी या हवापाण्याचं प्रदूषण करणाऱ्या खाण कंपन्यांशी युद्धच पुकारलं आणि इथे मेघालयात मात्र स्थानिक जमातींनी खाण प्रकल्पांना पाठिंबा दिला. चुनखडी उपसायला कंपन्यांना परवाने देण्यात आले. खाणकाम थांबावं हा माझा उद्देश नव्हताच. माझा उद्देश पर्यावरण खात्याकडून हिरवा कंदील मिळण्यासाठी कंपनी खोटी माहिती कशी मिळवते हे उघड करण्याचा होता. अर्थात अनेक कोटींची गुंतवणूक असलेल्या खाण प्रकल्पासाठी माझी एकच स्टोरी पुरेशी नव्हतीच; पण या स्टोरीपासून दूर जाताना मला एकच आशा होती, की आम्ही केलेल्या गौप्यस्फोटामुळे निदान भविष्यात तरी खोट्या माहितीवर आधारित इआयए अहवालांवर काम करायला कंपन्या प्रवृत्त होणार नाहीत. त्यांना एवढं तरी कळेल की या देशाच्या एखाद्या दूरच्या कोपऱ्यातून त्यांच्यावर लक्ष ठेवणारा कोणीतरी असेलच.

❐

बेपर्वा पंतप्रधान

दिबँग व्हॅली, अरुणाचल प्रदेश, २००८

तुम्ही जेव्हा सकाळी सकाळी आपला पाण्याचा नळ उघडता तेव्हा कधी विचार केलाय, की हे पाणी कुठून कुठून प्रवास करून तुमच्या बाथरूमपर्यंत आलंय ? दिल्ली शहराला जे पाणी मिळतं ते डोंगराळ उत्तराखंडातल्या तेहरी धरणांमुळे मिळतं. हे पाणी मिळवण्यासाठी ६०० हेक्टर या मूलतः शेतीच्या जमिनीला नापीक जमीन बनवून, तीन हजार हेक्टरांची जंगलतोड करून आणि एक लाख लोकांना विस्थापित करून मिळतं. आज हे धरण दिल्ली, उत्तराखंड आणि उत्तर प्रदेशला २७० दशलक्ष गॅलन्स पाण्याचा पुरवठा करतं. आम्ही प्रगती करतोय हे खरं; पण त्यासाठी आपल्या प्रत्येक कृतीसाठी आपल्या पर्यावरणाची किंमत मोजायला लागते. आपण जे दिव्याचं बटन ऑन करतो ते छत्तीसगढमधल्या हत्तींचं नैसर्गिक वातारवण नष्ट करून बांधलेल्या थर्मल पॉवर प्लँटमुळे. आपण जी कॉफी पितो ती पश्चिम घाटातल्या जंगलातले बिबळे आणि चित्ते यांची घरं त्यांच्यापासून हिरावून घेऊन आणि आपण जो चहा पितो त्यासाठी आसाममधल्या गिब्बन आणि चित्त्यांची निवासस्थानं नष्ट करून!जैवविविधता आपल्या कल्पनेपेक्षाही आपल्या जवळ असते.

आपली ही बांधिलकी आपण ओळखली तर वन्य जीवन आपल्यापासून खूप लांब कुठेतरी आहे असं आपल्याला वाटणार नाही. मग वन्यजीव संरक्षणामधल्या आपल्या भूमिकेला एक वेगळा नवीन अर्थ येईल. हल्लीच एका न्यूज चॅनलनं आणि एका सेलफोन कंपनीनं 'वाघ वाचवा' ही माहीम चालवली. छोटी छोटी मुलं गजबजलेल्या मॉल्समध्ये आपला राष्ट्रीय प्राणी वाचवण्यासाठी घोषणा देऊ लागली आणि सरकारला विनंत्या करू लागली. अर्थात, या मोहिमेचं एका गोष्टीकडे दुर्लक्ष झालं आणि ते म्हणजे आपल्या दैनंदिन ऊर्जेच्या गरजेसाठी तेरा नवीन कोळसाखाणींचं काम सुरू झालं. पर्यायानं वाघांच्या देशातल्या सगळ्यात मोठ्या भूभागावर अतिक्रमण झालं. 'ग्रीनपीस' या संस्थेच्या अहवालानसुार थर्मल पॉवर प्लँटला धगधगतं ठेवण्यासाठी जी प्रचंड कोळसानिर्मिती हवी होती त्यासाठी वाघांना आवश्यक असलेल्या नैसर्गिक वातारवणाचा बळी देण्यात आला.

ऊर्जेसाठी असलेली ही हाव नवी दिल्लीच्या पूर्वेकडच्या क्षेत्रात जैवविविधता मोठ्या प्रमाणात देऊन गेली. दिबँग व्हॅली हे अरुणाचल प्रदेशातलं धरण ! आशिया खंडातलं सगळ्यात उंच धरण अशी या धरणाची नोंद आहे (२८८ मी.) आणि माझी नवीन स्टोरी या धरणाच्याच दिशेनं मला घेऊन जात आहे. मला असं सांगण्यात आलं आहे, की इदु मिशमीज हा एक छोटासा आदिवासी गट आपली जंगलं या महाधरणाच्या कचाट्यातून वाचवण्यासाठी न्यू दिल्लीसारख्या शक्तिमान सत्ताकेंद्राशी पंगा घेऊन उभा आहे. माझ्या या धरणाला भेट देण्यामागे आणखी एक कारण आहे. या धरणाच्या भूमिपूजनासाठी स्वत: पंतप्रधान येतील अशी अपेक्षा आहे आणि धरणासाठी आवश्यक असलेला पर्यावरण परवानाही अजून घेतलेला नाही, यापेक्षा जास्त या देशातलं पर्यावरण कायद्याचं विडंबन असूच शकत नाही. कॉर्पोरेट्स आणि खाण माफियांनी जे पर्यावरणाचे कायदे मोडलेत त्याविषयीचे घोटाळे उघडे पाडण्याची मला सवय आहे; पण या देशातल्या सर्वोच्च पदावरच्या व्यक्तींनंही हे करावं हे धक्कादायक आहे. कदाचित, आमच्या जाणिवा किती बोथट झाल्या आहेत याचं हे निदर्शक आहे.

निर्णय प्रक्रियेलाच बगल देऊन भूमिपूजन करायची पंतप्रधानांना एवढी काय घाई आहे? बातमी अशी आहे की एका बाजूला चीन घायकुतीला येऊन रस्ते आणि धरणं बांधत असल्यामुळे आपणही तसंच करावं, असं नवी दिल्लीला प्रकर्षानं वाटत आहे. आतापर्यंत ईशान्य भारताचा कशा प्रकारे उपयोग होऊ शकतो याचा शोध घेतला गेला नाही आणि म्हणून भारताचा ऊर्जा स्रोत इथून घ्यायचं ठरवलं असावं. ५०,००० मेगावॅट्स विजेची निर्मिती जलविद्युत धरण प्रकल्पांमधून करणं हे लक्ष्य ठरवण्यात आलं आहे आणि याचा जास्तीत जास्त भार अरुणाचल प्रदेश राज्यावर टाकलेला आहे. सरकारी आकडे सांगतात, की या भागातले १३० प्रकल्प खासगी आणि निमसरकारी कंपन्यांना देण्यात आले आहेत. यामुळे राज्याच्या पाण्याचा प्रत्येक इंच वापरला जाईल. हे लक्ष्य दुहेरी आहे. उर्वरित देशाकरता ऊर्जानिर्मिती आणि दुसरं म्हणजे प्रभावी ऊर्जानिर्मिती करून शेजारच्या देशांवर कट्टर राष्ट्रवादी प्रवृत्ती जपत दबाव आणणं. जेव्हा परराष्ट्र धोरणाचा विचार केला जातो, तेव्हा जंगलतोडीला दुय्यम स्थान दिलं जातं.

पण, निर्वनीकरण असो किंवा विकासाची दिशा बदलणं असो, कायद्यानं एक विशिष्ट प्रक्रिया आखून दिलेली आहे आणि त्या प्रक्रियेची अंमलबजावणी ही व्हायलाच हवी. केंद्रामध्ये कार्यरत असलेल्या पर्यावरण आणि वन मंत्रालयाकडून परवानगी घेणं आवश्यक आहे. या परवानगीसाठी पर्यावरण परिणाम निश्चितीकरण (Environment Impart Assessment) एजन्सीचा अहवाल सादर करायला हवा. कुठल्या राज्याचं प्रस्तावित प्रकल्पामुळे किती नुकसान होत आहे आणि हे

नुकसान न्यूनतम होण्यासाठी काय उपाययोजना करायला हवी हेसुद्धा अहवालात नमूद असतं. विकासाचे जे महाप्रकल्प असतील (निदान कागदोपत्री दिसणारे) त्यामध्ये प्रकल्पग्रस्तांना आपली मतं मांडण्याचे अधिकार दिलेले आहेत. ही एक लोकशाही प्रक्रिया आहे. या प्रक्रियेला 'पब्लिक हिअरिंग' असं म्हणतात. पर्यावरण संरक्षण कायद्यानुसार लोकांना त्यांची मतं व्यक्त करण्याची संधी देणं आणि लोकांचं जीवन बदलण्याची प्रकल्पामध्ये कशी क्षमता आहे, याचं प्रकल्प प्रस्ताविकाकडून स्पष्टीकरण मिळवणं, हा या प्रक्रियेमागचा उद्देश आहे.

दिबंग व्हॅली धरण प्रकल्पाला इदू मिशरीज़्चा विरोध २००७ सालापासून आहे. राष्ट्रीय जलविद्युत ऊर्जा निगम (NHPC-National Hydroelutric Power Corporation) ही निमसरकारी कंपनी या धरणाच्या बांधकामाची सर्वेसर्वा होती. आजपर्यंत या कंपनीत नऊ वेळा पब्लिक हिअरिंग जाहीर केलं; पण प्रत्येक वेळा ते पुढे ढकलण्यात आलं; कारण इथल्या रहिवाशांचा प्रकल्पाला कडवा विरोध होता. या विरोधाला कारणही तसंच होतं; कारण या प्रकल्पामुळे पाच हजार हेक्टर्स क्षेत्रफळातलं अस्पर्शित प्राचीन जैवविविधतापूर्ण जंगल नष्टप्राय होणार होतं. मेहाओ वन्यजीव अभयारण्याला छेदून रस्ते बांधले जाणार होते. ३२ लाख ट्रक्स भरतील एवढा दगड आणि १६ लाख ट्रक्स भरतील एवढी वाळू दिबंगच्या नदीकाठावरून उपसली जाणार होती. आदिवासी जमातींना हे माहीत होतं, की या धरणाचा या भागावरचा परिणाम भयंकर अनर्थ घडवणारा असणार होता.

माझी भेट अगदी योग्य वेळेवरच होत होती. पब्लिक हिअरिंग (लोक-सुनावणी) होणार होती. आणि मला लोकमताचा अंदाज हवा होता. पंतप्रधानांच्या भेटीच्या थोडे दिवस अगोदरच हे पब्लिक हिअरिंग आयोजित केलं होतं, हा एक विलक्षण योगायोगच होता. शक्य आहे, की संबंधित अधिकाऱ्यांना असा देखावा करायचा होता की आम्ही धरणासाठी लोकांची संमती घेतली आहे.

कधी कधी 'स्टोरी'त प्रत्यक्ष घुसल्याशिवाय 'स्टोरी' मिळत नाही. माझा छायाचित्रकार राजेश भारद्वाज आणि मी आसामच्या वरच्या भागात असलेल्या दिब्रुगढ या ठिकाणी विमानाने निघालो. दिब्रुगढ हे ब्रह्मपुत्रेच्या तीरावरचं एक गजबजलेलं शहर आहे. स्वातंत्र्यपूर्व काळात ब्रिटिशांनी जवळच्याच दिगबोई इथल्या तेलसाठ्याचा शोध लावला आणि त्यामुळे दिब्रुगडचा व्यापारउदीम वाढला आहे. आसाम हे वारंवार 'बंद' पुकारला जातो म्हणून प्रसिद्ध आहे. हिंसा हा इथल्या बंडखोर गटांचा स्थायीभाव आहे. त्यामुळे रात्रीचा प्रवास टाळत होतो. अरुणाचलमध्ये दिब्रुगढपासून १०० कि.मी. कारनं जाऊन नंतर अनेक छोट्या-मोठ्या नद्या पार करत दिबंग व्हॅलीचा प्रकल्प ज्या जंगलांच्या आधारानं उभा राहत आहे त्या जंगलांमध्ये पोहोचण्याचा आमचा विचार होता.

भल्या पहाटे ५ वाजता आम्ही लोहित नदीच्या घाटांकडे निघालो. लोहित नदी ही ब्रह्मपुत्रा या महानदीची एक उपनदी आहे. रस्ते नसल्यामुळे नदीचे वालुकामय किनारे हे वन्यप्राण्यांचं आश्रयस्थानच होतं. मी पाहिलं की काही अंतरावर ब्राह्मणी बदकांचे थवे होते. सकाळच्या सूर्यप्रकाशात त्यांच्या शेपटीवरची पिसं चमकत होती. गडद करड्या रंगाच्या नदीकाठानं जणू फिकट निळ्या नदीला कवेत घेतलं होतं. आम्हाला पलीकडे नेणाऱ्या बोटीची आम्ही वाट पाहत थांबलो.

बोटवाल्यानं मोठ्या हुषारीनं लाकडी फळ्या बोटीतून किनाऱ्यावर टाकल्या. आमच्या कारनंच बोटीत प्रवेश केला. बोटीचं डिझेल इंजिन धडाडू लागलं. आम्ही त्या महानदीच्या प्रवाहात शिरलो. माझी उत्सुकता खूपच ताणली गेली होती.

आम्ही वेळेवर पोहोचू... आणि योग्य जागीच पोहोचू का?... आणि तिथे 'बातमी' मिळवण्यासारखं काहीच नसेल तर? मला वाटतं प्रत्येक पत्रकार जेव्हा एखाद्या 'स्टोरी' चा पिच्छा पुरवण्यासाठी एखाद्या अपरिचित लांबच्या प्रदेशात जात असेल तेव्हा त्याच्या मनात हेच प्रश्न असतील. टीव्ही पत्रकारांची सगळी शिस्त स्थानिक खबरे आणि पत्रकांवर असते. त्यांच्या अनेक मुलाखती घेऊन ते आपल्या 'स्टोरी'करिता माहिती मिळवू शकतात. प्रकरणामध्ये पर्यावरण संरक्षणाचं काम करणारे जे शास्त्रज्ञ आणि कार्यकर्ते माझ्या परिचयाचे होते आणि जे मला माझ्या कार्यात वेळोवेळी मार्गदर्शन करत होते, त्यांच्यावर मी विसंबून होते. पुण्याचे श्री. नीरज वाघोलीकर हे त्यापैकीच एक. ईशान्य भारतातल्या मोठमोठ्या धरणप्रकल्पांची माहिती मला सर्वप्रथम त्यांच्याकडूनच मिळाली. त्यांच्यामुळे मला इदु मिशरी लोकांशी संपर्क साधता आला. त्यांनी मला सावध केलं होतं की, बरेच धरणप्रकल्प म्हणजे संघर्षाला आमंत्रण होतं. इदु मिशरी जमातीच्या कट्टर संघर्षाला अजून म्हणण्यासारखं महत्त्व दिलं गेलं नव्हतं.

पुढचा विराम होता सादिया घाटात! तिथे जाण्यासाठी आम्ही पुन्हा एकदा लाकडी फळ्यांवरून आमची कार बोटीवर चढवली आणि नदीच्या पल्याड गेलो. त्यानंतर पुन्हा एकदा आणखी एका बोटीवर गेलो.

पुढे बऱ्याच अंतरावर आम्हाला दिसले शेकडो ट्रक्स. एका पुलाचं बांधकाम तिथे चालू होतं. तिथली वाहतूक त्यामुळे वाढणार होती. वन्य प्राण्यांचं आणि पक्ष्यांचं जीवन त्यामुळे ढवळून निघणार होतं. मी पाहिलं, लोक नदीच्या काठावरून वाळू उपसत होते. कदाचित मी एक निसर्गवेडी मूर्ख बाई होते; कारण काही माणसांचं म्हणणं होतं की दुर्गम भागात रस्ते बांधले जाताहेत हे चांगलंच आहे की!

अरुणाचल प्रदेशाची सीमा गाठेपर्यंत आम्ही कित्येक वेळा नदी ओलांडली. जंगल आता आणखी आणखी दाट होत होतं. सगळ्या बाजूंनी वाढलेल्या हिरव्यागार जंगलामध्येच वन्यजीवांना आपलं खाद्य मिळत होतं. अरुणाचल राज्यात एकसष्ट

टक्के जमीन हिरवाईनं नटलेली आहे. इथल्या जंगलात उष्ण कटिबंधातल्या सदाहरित वृक्षांपासून डोंगराळ भागातल्या (अल्वाइन) झाडांपर्यंत पाच हजार प्रकारच्या वनस्पती आहेत. ८५ सस्तन प्रजाती आहेत. तर ५०० पक्ष्यांच्या जाती आहेत. मी ठरवलं होतं, की जंगलातून भटकायचं आणि या जैवविविधतेविषयी जास्तीत जास्त माहिती स्वत:च मिळवायची आणि ही सगळी धरणं प्रकल्पात नष्ट होण्याच्या आधीच.

दिबंग व्हॅलीचा आधार असलेल्या रोइंग शहराच्या दिशेनं रस्ता शोधत आम्ही निघालो. इथेच ते मोठ्ठं धरण बांधलं जाणार होतं. काही अंतरावर मी पाहिलं, पूर्वेला हिमालयाचे उतार दिसत होते. घनदाट रानाचे तुकडे दिसत होते. हिरव्या आणि दगडी रंगाच्या डोंगरमाथ्यांवर ढगांचे गुच्छ फुललेले दिसत होते.

इदु मिशरी जमातीच्या जिबी पुलु या तरुणाच्या कुटुंबात मी मुक्कामाला रहाणार होते. घराच्या मागच्या भागात तो एक छोटंसं दुकान चालवत होता. मी जिबीला फोन केला. शांत आणि आश्वासक स्वरात तो म्हणाला,

'अरुणाचल प्रदेशात तुमचं स्वागत असो, मिस दत्त.'

त्याला मी त्यांच्या जमातीच्या सभागृहात यायला हवी होते. त्यानं मला नम्रपणे विनंती केली की मी लवकरात लवकर तिथे यावं.

शहरात शिरतानाच एक मोठा हिरव्या रंगाचा बोर्ड होता, 'रोइंग शहरात तुमचं स्वागत असो!' पण त्यानंतरचे बोर्ड्स मात्र कठोर होते. 'NHPC परत जा.' 'NHPCचं आम्ही स्वागत करत नाही.' मला पुढचे काही दिवस त्यांच्यात राहून त्यांचा राग समजून घ्यायचा होता. ते धरण प्रकल्पाच्या एवढे विरुद्ध का होते? त्या भागात रस्ते बांधले जाणार होते. विकास कार्याला गति मिळणार होती. रोजगार-निर्मिती होणार होती. तरीही त्यांचा विरोध कायम होता; पण विकास योजनांमध्ये काही गोष्टी सांगितल्याच जात नाहीत. नीरजच्या विश्लेषणानुसार, जी ऊर्जानिर्मिती केली जाते त्यापैकी १२ टक्केच केवळ त्या राज्याला विनामूल्य मिळते. वास्तविक, त्या राज्याची स्वत:ची ऊर्जेची गरज नगण्य समजली जाते. जी अतिरिक्त ऊर्जा-निर्मिती होते तिचा उपयोग वीजवाहक जाळी शहरापर्यंत पोहोचवण्यासाठी, राज्याची महसुलाची हाव पूर्ण करण्यासाठी होतो. दुसऱ्या शब्दांत सांगायचं म्हणजे निर्माण झालेली ऊर्जा मुंबई, दिल्लीसारख्या शहरात वळवली जाते. या शहराच्या ऊर्जाप्रधान राहणीमानाला वीजवाहक जाळ्याचं दूरपर्यंत पोहोचणं आवश्यक असतं; पण प्रकल्पामागचा दृष्टीकोन असा सांगितला जातो, की अरुणाचलमधल्या लोकांसाठीच हा प्रकल्प आहे; कारण त्यांच्यासाठी वीजनिर्मिती केली जाणार आहे. नीरजनं जी माहिती जमवली ती अशी की केंद्रीय विद्युत प्राधिकरण (CEA-Central Electricity Authority)नं आयोजित केलेल्या अठराव्या केंद्रीय विद्युत ऊर्जा सर्वेक्षणानुसार

अरुणाचलमधला जास्तीत जास्त विद्युत शक्तीविषयीचा २०२१-२२ मधला दूरदर्शी अंदाज फक्त १७७ मेगावॅट्स एवढाच आहे. म्हणूनच सध्या राज्यात कार्यशील असलेली जलविद्युत निर्मितीची स्थापित क्षमता अंदाजे ४५८ मेगावॅट्स आहे. म्हणजे ही क्षमता आवश्यक असलेल्या उच्चतम क्षमतेपेक्षा (आणि तीसुद्धा भविष्यातल्या) ही आधीच जास्त आहे.

जमातीच्या सभागृहाच्या प्रवेशद्वारांवर खाकी पोशाखातले शेकडो पोलीस अधिकारी पसरलेले होते. पब्लिक हिअरिंगचं (सार्वजनिक सुनावणी) अरुणाचल राज्य प्रदूषण नियंत्रण संचालनालयाबरोबर संलग्नपणे आयोजन केलेलं असतं. जिल्हाधिकारी हा अध्यक्ष असतो. पारंपरिक आदिवासी वेष घातलेला मोठ्ठा जमाव 'सुनावणी'ची वाट पाहत होता. शेवटी मला जीबी पुलु भेटला. त्यानं जे काही चाललंय त्याची माहिती दिली. प्रस्तावित धरण-प्रकल्पाच्या विरोधात असलेल्या या आंदोलनाचं नेतृत्व ऑल इदु मिशमी स्टुडंट्स युनियन (AIMSU) करत होती. मला या गोष्टीचं आश्चर्यच वाटलं; कारण साधारणपणे तरुण पिढीला परिवर्तनाला सामोरं जायला आवडतं. व्यासपीठावर चार माणसं बसली होती. लोक त्यांच्या दिशेनं पाहत ओरडत होते. घोषणा देत होते. बोटं दाखवत होते. त्यांच्या मागे एक मोठा बॅनर होता. त्यावर लिहिलं होतं, 'दिबंग धरणाकरिता राष्ट्रीय जलविद्युत ऊर्जा निगम तर्फे सार्वजनिक सुनावणी.' व्यासपीठावरचे चारजण खूप दमलेले आणि त्रासलेले दिसत होते. त्यांच्यापैकी एक स्वत: जिल्हाधिकारी होते आणि इतर NHPCचे अधिकारी होते. आदिवासींनी विचारलेल्या प्रश्नांना हे उत्तरं देणार होते. प्रकल्प प्रस्तावकांना आणखी एक 'सार्वजनिक सुनावणी' लवकरच धरणाच्या अगदी जवळच्या भागातही करावी लागणार होती. तिथे प्रत्यक्ष विस्थापित होणारे आदिवासी राहत होते. आजची सुनावणी ही तर एका प्रक्रियेची सुरुवात होती.

सार्वजनिक सुनावणीचं कामकाज अगदी सोप होतं. प्रकल्पग्रस्त माणसांनी आपली मतं आणि हरकती व्यक्त केल्या. काहीजण प्रकल्प त्यांच्यावर कसा परिणाम करणार आहे आणि होणारं नुकसान कमीत कमी कसं होईल, या विषयी विचारणा करत होते. एक माणूस विचारत होता, की प्रकल्पग्रस्तांमध्ये त्याचा समावेश का केला गेला नाही? त्याचं म्हणणं होतं, की त्याचं गाव नुकसानकारी क्षेत्रात येत नाही; पण त्याचं शेत आणि कुरण मात्र येतं. दुसऱ्या एकानं विचारलं की, NHPCनं भूकंपशास्त्रीय अभ्यास केला आहे का? भूकंपप्रवण विभागात एकही मोठं बांधकाम करायची परवानगी नसते. धरणाची उंची फक्त ५० मीटर्सपेक्षा कमी असायला हवी. म्हणूनच मग प्रश्न उपस्थित झाला की NHPCनं आवश्यक ते 'ना हरकत प्रमाणपत्र' वन खात्याकडून, वन्यजीव संरक्षण खातं आणि मच्छीमार खात्याकडून घेतलं आहे का? आणि जर हे 'ना हरकत प्रमाणपत्र' (NOC) घेतलं

असेल तर ते जनतेला दाखवण्यात का येत नाही? धरण बांधत असताना तुम्ही नदीचा नैसर्गिक प्रवाह दुसरीकडे वळवत आहात. नदीचं पाणी बोगद्यातून इतरत्र नेत आहात. नदीशी संबंधित जी परंपरा आहे, संस्कृती आहे आणि धार्मिक श्रद्धा आहेत, त्यांच्याकडे दुर्लक्ष करत आहात. आम्ही तर ही नदी पवित्र मानतो. आणखी एका माणसानं तक्रार केली की, NHPCचे अधिकारी जनतेला योग्य माहिती देत नाहीत. मी कित्येक वेळा त्यांना भेटलो आणि माहिती मागितली. EIAचा अहवालही मागितला; पण त्यांनी दिला नाही. आम्हाला फक्त रोईंग शहराच्या दोन प्रती दिल्या. आम्ही या सार्वजनिक सुनावणीला हजर राहिलोय; पण आमच्याकडे EIA रिपोर्टच नाही.

ही सगळी माणसं मोठमोठ्यानं ओरडून बोलत होती. व्यासपीठाच्या दिशेनं झेपावत होती. बोटं दाखवत होती. पुढे पुढे झेपावत होती; पण NHPCचे अधिकारी फक्त टिपणं काढत होते. एक माणूस उभा राहिला आणि म्हणाला,

"आम्हाला दिबंग व्हॅली ही पर्यावरणाच्या दृष्टीनं संवेदनशील क्षेत्र म्हणून घोषित व्हायला हवी आहे. पर्यावरण संरक्षण कायद्यानुसार इथे होणारे हे पायाभूत सुविधांसाठी असणारे महाप्रकल्प थांबले पाहिजेत."

एका NHPC अधिकाऱ्यानं ध्वनिक्षेपक खेचूनच स्वत:कडे घेतला आणि कठोरपणे त्यानं प्रत्युत्तर दिलं. "हे बघा, आमच्यामुळे इथे विकास कार्य होत आहे. तुम्ही विरोध का करता? तुम्ही खरंतर आभार मानले पाहिजेत."

त्यानं असं म्हणताच प्रत्येक जण रागानं ओरडू लागला. घोषणा जोरजोरात सुरू झाल्या. यात त्याचा आवाज पूर्णपणे दाबला गेला. घोषणांना जोर आला.

'एनएचपीसी, चालते व्हा... एनएचपीसी चालते व्हा.'

मी सभागृहामध्ये राजेशबरोबर पुढे -मागे फिरून चित्रीकरण करत होते. एवढ्यात माझ्या खांद्यावर कोणी तरी हळूच थोपटलं.

"मॅडम, फक्त एक मिनिट बाहेर येता?"

मी मागे वळले. मी चिडले होते; पण मी नाही म्हटलेलं त्याला चालेल असं त्याच्या चेहऱ्यावरून वाटत नव्हतं. सभागृहाच्या बाहेर आलो आणि मागच्या एका खोलीत आलो. त्याला हे जाणून घ्यायचं होतं, की मी कोण आहे आणि कोणत्या संस्थेचं प्रतिनिधित्व करते आहे. मला माझा मार्गदर्शक संजोय घोष आठवला (दहशतवादी गटानं त्याचा खून केला होता) आणि मी शांतपणे त्याच्या प्रश्नांना उत्तरं दिली. शेवटी त्यानं मला जाऊ दिलं. जीबीनं नंतर मला सांगितलं, की तो इंटलिजन्स डिपार्टमेन्टचा माणूस होता. हा सरहद्दीजवळचा प्रदेश होता आणि त्यामुळे जी माणसं त्रास देऊ शकतात त्यांच्यावर त्यांना लक्ष ठेवायचं होतं.

मी स्वत:शीच विचार केला. मी जर कार्यकर्ती असते तर त्यानं मला एवढ्या

सहजपणे जाऊ दिलं नसतं. मी मीडियामधून आले होते म्हणूनच त्यानं मला जाऊ दिलं.

मी पुन्हा सभागृहात आले. माझी सामुग्री गोळा केली आणि राजेशला खूण केली की आपलं काम झालं आहे. आम्ही जिबी पुलुच्या घरी जायला निघालो. तिथे मला दोघं विद्यार्थी भेटले. ते AIMSUचे कार्यकर्ते होते. आजच्या सभेच्या कामकाजाचा त्यांनी आढावा घेतला. राजू मिमि हा मुलगा 'व्हेरॅसिटी' नावाचं एक स्थानिक वृत्तपत्र चालवायचा. एका संपादकीयात त्यानं लिहिलं होतं.

'धरणाचा फायदा कोणाला होईल? आम्हाला?...की बाहेरच्या लोकांना? आणि जेव्हा धरण बांधण्यासाठी मजूर येतील तेव्हा ते राहतील कुठे? अर्थात आमच्या जंगलात. म्हणजे ते आमची आणखी झाडं तोडतील आणि आणखी जंगलं नष्ट होतील. या नुकसानीचं उत्तरदायित्व कोण घेणार?'

दिल्लीला बसणारी माणसं राजू मिमि किंवा जिबी पुलु यांची दाखल घेणार नाहीत याविषयी मला शंका नव्हती. त्यांच्या दृष्टीनं ही फक्त विकासाच्या आड येणारी 'अडचण' होती. मला हेसुद्धा जाणवलं की या लोकांना हा संघर्ष आणखी कित्येक दिवस करावा लागेल. मध्य भारतातलं नर्मदा सरोवर आंदोलन मेधा पाटकरांनी स्थानिक रहिवाशांच्या साथीनं वीस वर्षं चालवलं... पण तरीही धरण बांधलंच.

दुसऱ्या दिवशी मी इप्रा मेकोला बरोबर जंगल सोडलं. इप्रा मेकोला हा एकेकाळी इदु मिशमी जमातीमधला एक उत्कृष्ट शिकारी होता. आता मात्र तो एक हळवा निसर्गप्रेमी आणि पर्यावरण संरक्षक होता. आम्ही दिबंग नदीमधला दगडांचा उथळ रस्ता पार केला आणि पहाडांच्या दिशेनं निघालो. काही मिनटांतच आम्ही घनदाट हिरव्यागार जंगलातून कारनं चाललो होतो. इथलं जंगल समशीतोष्ण कटिबंधासारखं हिरवंगार होत. जसजसे आम्ही चाललो होतो, मी त्या अद्वितीय निसर्गसौंदर्यानं चकित झाले होते, संमोहित झाले होते. मी मेकोलाकडे कबूल केलं की आजपर्यंत मी एवढी जंगलं पाहिली; पण असं अखंड हिरवं जंगल मी कुठेच पाहिलं नाही. लोकसंख्या तर एवढी विरळ होती, की एका किलोमीटरमध्ये जेमतेम दहा माणसं दिसत होती. माणसांशी संबंधित दडपणं ही इथल्या जंगलामध्ये कमीतकमी होती. इथली बहुतांश जमीन ही आदिवासींच्या मालकीची होती आणि त्यांच्या जमातीच्या कायद्यांप्रमाणे या जमिनीचं व्यवस्थापन होत होतं. म्हणूनच NHPC ला आदिवासींना त्यांच्या बाजूला बळवायचं होतं.

अचानक मेकोलानं ड्रायव्हरला वेग कमी करायल सांगितला. त्यानं एक सोनेरी रंगाचा हुलॉक वानर पाहिला होता. ती एक मादी होती आणि एका तान्ह्या बाळाला कवटाळून ती या फांदीवरून त्या फांदीवर उड्या मारत होती. ईशान्य भारतातल्या

इतर भागांमध्ये जे वानर आहेत, ते त्यांच्या नैसर्गिक वातावरणाच्या विभाजनाचे बळी आहेत; पण दिबंगमध्ये तसं काही झालं नाही; कारण इथली जंगलं अजून अस्पर्शित (VIRGIN) आहेत. एकमेकांना जोडलेली आहेत. त्या वानर मादीच्या मागेमागे जाऊन आम्ही आमचा काही वेळ खर्च केला. ती आमच्याकडे पाहत होती. मग गायब झाली. एखाद्या एक्स्प्रेस ट्रेनप्रमाणे क्षणार्धात नाहीशी झाली. तिचं तान्हंही त्यावेळी आमच्याकडे कुतुहलानं पाहत होतं.

पुढचा जो प्राणी आम्हाला दिसणार होता, तो आमच्यासाठी अगदी 'खास' असणार हे मेकोलानं जाहीर केलं. गाईसारखे दिसणारे दोन प्राणी आम्ही पाहिले. हे असे प्राणी आहेत, जे पूर्णपणे पाळीवही नाहीत. त्यांना 'मिथुन' म्हटलं जातं. त्यांच्यापासून सुरक्षित अंतर ठेवून, विशेषतः त्यांची टोकदार शिंगं पाहून मी त्यांना नीट पाहिलं. मग माझी हिंमत झाली आणि मी पुढे गेले. मला वाटलं, यांच्यासाठी काही तरी मीठ किंवा साखर तरी आणायला पाहिजे होतं. माझ्याकडे फक्त हल्दीरामचं शेवेचं पाकीट होतं. त्यांच्यापैकी एकानं ते हुंगलं. हुंगताना नाकातून बाहेर येणारी गरम हवा मला जाणवली. बारीक शेव त्यामुळे उडाली.

मिथुन म्हणजे रानरेडा किंवा गवा यांचे वंशज. आणि अरुणाचल प्रदेशातला एक पवित्र समजला जाणारा प्राणी. आदिवासी जमातीच्या संस्कृतीमध्ये या प्राण्याला महत्त्वाचं स्थान आहे. खरंतर इदु मिशमींच्या झेंड्यावर मिथुनचा चेहरा आहे. दिबंगचं राष्ट्रीय संशोधन विद्यापीठसुद्धा मिथुनला समर्पित आहे.

मेकोला म्हणाला, की आम्ही चिंतित असण्याचं हेसुद्धा एक कारण आहे. जर धरण झालं आणि जंगलं संपली तर आमच्या या मौल्यवान प्राण्याच्या कुरणांचं काय होईल? मिशमीज् आणि जंगल यांच्या बांधिलकीचं मिथुन हे प्रातीक आहे. मेकोला मला हेसुद्धा म्हणाला, की मिथुनसारखेच आम्हीसुद्धा अर्ध जंगलीच आहोत की! आमचा जंगलाबाहेरच्या जगाशी कधीच काही संबंध आला नाही. आणि हिंस्र जनावरांशीही. इथलं जंगल एवढं 'श्रीमंत' आहे की, धरणासाठी म्हणून असलेल्या EIA अहवालातही हे मान्य करावं लागलं की, 'दिबंग'च्या विविध जलाशय क्षेत्रामध्ये फुलांचं जे भव्य जग आहे त्याला ईशान्य भारतातल्या वनस्पती क्षेत्रामध्ये महत्त्वाचं स्थान आहे. या भागाचं वनस्पतीशास्त्रीय शोषण कधी झालं नाही. या जंगलांना मानव स्पर्श अत्यल्प झाला आहे. धरणाचं काम सुरू झालं तर या भूभागाचं काय होईल या कल्पनेनं मी थरथरलेच. धरण बांधणं हे सोपं काम नाही. कमीत कमी दोन हजार तरी बांधकाम मजूर असतील. त्यांना जंगलातच राहायचं असेल. मग त्यांचे 'लेबर कॅम्पस' होतील. पुन्हा त्या भागाचं निर्वनीकरण होईल. कागदावर जे दाखवलं जातं त्यापेक्षा प्रत्यक्षात ते कितीतरी अधिक असेल. एका धरणाचं काम पूर्ण करायला दहा ते वीस वर्षं लागतात आणि एकदा बाहेरचे लोक

त्यासाठी आले की त्यांना सरपण लागतं, गाड्या लागतात. बरंच काही लागतं. बांधकामासाठी काय काय लागतं याचा विचार केला तर १९.३ दशलक्ष घनमीटर्स खडी, ७४००० घनमीटर शंखशिंपले, २६००० घनमीटर्स घट्ट अभेद्य माती आणि काँक्रीटचं हे मिश्रण जैवविविधतेनं संपन्न असलेल्या भारतातल्या समृद्ध जंगलामधून मिळवलं जातं. हे जंगल सहा हजार प्रकारच्या वनस्पतींचं, १०० सस्तन प्रजातींचं, ६८१ पक्ष्यांच्या प्रजातींचं, ५०० प्रकारच्या ऑरचिड फुलांचं आणि ५२ प्रकारच्या होडोडेन्ड्रॉन या सदाहरित मोठ्या फुलझाडांचं 'घर' असतं. या सगळ्यांच्या प्राकृतिक आवासाच्या नुकसानाचं प्रमाण पाहिलं तर ते केवळ अतर्क्य असंच आहे.

मग पर्यावरणाचं हे नुकसान कमीत कमी करण्यासाठी NHPCचं काय धोरण होतं? रिपोर्ट म्हणतो, 'जंगलक्षेत्र साफ करताना वनखात्यानं वनस्पतींच्या दुर्मिळ जाती दुसऱ्या योग्य जागी नेण्याची काळजी घेतली पाहिजे. विशेषतः, ऑरचिड्स, नेचे, औषधी वनस्पती आणि झाडपाले शेजारच्या जंगलात शक्य होईल तिथे नेले पाहिजेत.' पर्यायी जागा? ते एवढंच प्रदान करू शकतात? हे रिपोर्ट्स तयार करणाऱ्या अभियंत्यांचं आणि धोरण ठरविणाऱ्यांचं भोळेपण पाहून मी चकित झाले. त्यांना काय वाटतं, की हजारो वर्षं एका ठिकाणी असलेली जंगलं एखाद्या वस्तूसारखी दुसरीकडे हलवता येतात? तिथे नामशेष होऊ शकतील, अशा अनेक दुर्मिळ वनस्पतींच्या जाती आहेत, ज्या फक्त त्याच जंगलात वाढू शकतात; कारण जगात इतरत्र कुठेच त्या वनस्पती आढळत नाहीत. याला भोळेपणा म्हणावं की आत्मसंतुष्टपणा? या पृथ्वीवरून या सगळ्या असंख्य जाती नाहीशा करण्याएवढं धरण महत्त्वाचं आहे का? एवढ्या प्रचंड नुकसानीचं उत्तर आमचा विकास प्रकल्प देऊ शकतो?

वन्यजीवांबद्दल रिपोर्ट म्हणतो, 'या जंगलातले राननिवासी आहेत, रानबकरे, बर्फाळ प्रदेशातले चित्ते, हुलॉक वानर, छोट्या शेपटीची माकडं, मिथुन, हिमालयन काळी अस्वलं, रानटी कुत्रे, चित्ते, चित्त्यांसारखी दिसणारी मांजरं, रानमांजरं, खवले मांजर इ. वाघही आहेत. याशिवाय काळवीट, माकडं, हरिणं, रानडुकरं आणि छोटे प्राणी उदा. मुंगूस, उदमांजर हे सगळे मोठ्या संख्येनं होते.' हे जंगलातले प्राणी शांतपणे दुसऱ्या जंगलात जातील. वा रे वा. एवढंच?

रिपोर्टमध्ये केलेली आणखी एक विचित्र असंबद्ध सूचना आहे. 'रोइंग शहरात एक प्राणिसंग्रहालय बांधा.' ही आमच्या तज्ज्ञांची 'ऑफर'? कोण आहेत हे रिपोर्ट लिहिणारे बृहस्पती?

अरुणाचलमध्ये जी धरणं बांधली जात आहेत, त्यांच्याविषयीच्या इआयए रिपोर्ट्सचा अभ्यास थोर पर्यावरणतज्ज्ञ डॉ. अन्वरुद्दिन चौधरी यांनी केला आहे. ते म्हणतात,

‘ईशान्य भारतातल्या या जलविद्युत प्रकल्पांना या असल्या इआयए रिपोर्ट्सच्या आधारे मंजुरी दिली जाते, हे धक्कादायक आहे. आपल्या देशातल्या अत्यंत महत्त्वाच्या वन्यजीव आवासांचं नशीब असल्या अपूर्ण अभ्यासावर बेतलेल्या कमी दर्जाच्या रिपोर्ट्सवर विसंबून आम्ही कसं काय ठरवू शकतो?’ रिपोर्टमधल्या घोडचुका तर विचारूच नका. ‘वेगवेगळ्या वाघांच्या प्रजाती’ (असं काही नसतंच). पक्ष्यांच्या प्रजातींच्या यादीमध्ये काही अज्ञात पक्ष्यांची नोंद आहे. उदाहरणार्थ, तपकिरी चोचीचे हॉर्नबिल्स (असा पक्षी नसतोच.) इआयएनं काही पक्ष्यांची नावंच बदलली आहेत. वुडपेकरचं वुडपॅकर, फ्लायकॅचरचं फ्लाइंग कॅचर, फॅनटेलचं फॅंटर आणि थ्रशचं थ्रॅश. या जरी टंकलेखनातल्या चुका धरल्या तरी पुरेशा गांभीर्यानं हा रिपोर्ट बनवला जात नाही, याचंच हे निदर्शक आहे.

आम्ही परत निघालो तेव्हा बातमी आली, की पंतप्रधान मनमोहन सिंग या महा धरण प्रकल्पाच्या भूमिपूजनाची शिळा बसवण्यासाठी अरुणाचलला निघाले आहेत; ‘पण आम्ही तर अजून पुरेशा सार्वजनिक सुनावण्याही केलेल्या नाहीत,’ मेकोलानं तक्रार केली. अनिनी येथली सार्वजनिक सुनावणीचं अजून आयोजन व्हायचं होतं. ती तर विस्थापितांच्याच गावची. धरणग्रस्त प्रदेशातल्या गावातली. मी शांत होते. मला आश्चर्य वाटत होतं. पंतप्रधानांच्या कार्यालयात हे असले निर्णय कोण घेत होतं? देशातल्या सर्वोच्च कार्यालयात केलेलं पर्यावरण कायद्याचं हे उघड विडंबन होतं.

माझं म्हणणं ‘मनोरंजक’ म्हणून उडवून देऊ शकता; पण मला माझे संपादक माझ्यावर गुरगुरणार आहेत, असं दृश्य स्पष्ट दिसतंय्.

“बहार, आपल्या देशाला वीज पाहिजे. गरिबापर्यंत ती वीजवाहक पाइप्समधून पोहोचायला हवा. तेव्हा तुझी विधानं आता ठीक वाटतात एवढंच.” आणि अशा प्रकारचा विचार ते एकटेच करतात असं नाही. कित्येकांना असं वाटतं की गरिबीवरचा उपाय म्हणजे मोठी धरणं, रस्ते आणि महामार्ग. मोठी मोठी जंगलं नष्ट होणं, तिथल्या लोकांचं रोजगार मिळण्यात होणारं नुकसान, त्यामुळे निर्माण होणारं प्रदूषण आणि निकृष्ट दर्जाचं जीवनमान यांचा विचार मूल्यलाभ विश्लेषणात केला जात नाही; पण जर आपण आकड्यांचा गंभीरपणे विचार केला तर मला वाटतं की बरेचसे अर्थशास्त्रज्ञ हेच शोधून काढतील की मोठी धरणं ही नुकसानकारकच आहेत.

ज्याचा विचार केला जात नाही, अशा धरणाच्या परिणामावर आपण जर कटाक्ष टाकला तर काय दिसतं? शेताची जागा बदलणं किंवा झूम-कृषी हे एक असं शेतीविषयक तंत्रज्ञान आहे, ज्यात एक पीक निघाल्यावर जमीन साफ केली जाते. मग दुसरं पीक काढलं जाणं हे क्रमवार होतं. तेवढा जमिनीचा पट्टा सोडून दुसऱ्या पट्ट्यावर दुसरं पीक काढलं जातं. यामुळे जमिनीवर ताण येतो आणि मग

झूम चक्रं (दोन पिकांमधला कार्यकाळ) कमी वेळाची होत जातात. आणि अशा प्रकारे पर्यावरणावर दुष्परिणाम होतो. जल विद्युत प्रकल्पामुळे जमीन पाण्याखाली बुडवली जाते तेव्हा झूम चक्रांमधला कार्यकाळ आणखी कमी होतो. आणि जमिनीवरचा ताण वाढतो. ही गोष्ट कुठल्याच रिपोर्टमध्ये कधीच लक्षात घेतली जात नाही.

याशिवाय नदीच्या प्रवाहाच्या दिशेवर जे दूरगामी दुष्परिणाम होतात, त्यांचाही विचार केला जात नाही. आपण हे विसरून जातो, की नदी नेहमी सलगपणे वाहत असते. जेव्हा आपण धरण बांधून नदीचा एक भाग अडवतो तेव्हा नदीच्या प्रवाहात तरंग-परिणामाने (Ripple Effect) लाटा निघतात. प्रवाहाविरुद्ध जर एखादी कृती झाली तर त्याचा प्रवाहाच्या दिशेवर परिणाम हा होतोच. ईशान्य भारतातल्या मोठ्या धरणांच्या परिणामांचा लेखाजोखा घेण्यासाठी ज्यांनी एक दशक अभ्यास केला त्या श्री. नीरज यांनी म्हटलंच आहे,

'जेव्हा मोठ्या धरणामुळे नदीचा प्रवाह अडवला जातो तेव्हा नदीकाठच्या मैदानांच्या जमिनीवरचा गाळ आणि पौष्टिक खनिजे, जी जमिनीच्या सुपीकपणावर परिणाम करत असतात, तीसुद्धा अडवली जातात. प्रवाहाची नैसर्गिक दिशा बदलली जाते आणि पर्यायानं प्रवाहाखालच्या प्रदेशावर होणारी पर्यावरणाची प्रक्रियाही. प्रवाहाच्या दिशेनं आणि विरुद्ध दिशेनं वाहणाऱ्या पाण्याच्या लहरींमध्ये एक नाजूक आणि अद्‌भुत संबंध असतात आणि जेव्हा मोठी धरणं या संबंधांना धक्का लावतात तेव्हा संबंधित लोकांच्या अर्थकारणावरही त्याचा विध्वंसक परिणाम होतो. म्हणजे पूरजन्य प्रदेशातल्या लोकांना त्या परिस्थितीची सवय झालेली असते. प्रवाहाच्या बदललेल्या दिशेमुळे ईशान्य भारतावर परिणाम होतातच. उदा. मासेमारी क्षेत्रातलं नुकसान, पूरजन्य प्रदेशातल्या पाण्याखालच्या जमिनीचं पर्यावरण बिघडणं, शेतीवरचा परिणाम, नदीमुळे निर्माण झालेल्या बेटांवरच्या आणि पठारांवरच्या पर्यावरणावरचा परिणाम, याशिवाय मोठ्या प्रमाणावर धरणाच्या बांधकामाकरता नदीच्या पाण्यातून खडी उपसली जाते. याचा परिणाम मासेमारीवर, लोकांच्या जीवनावर होतो; कारण मान्सूनमध्ये अचानक झडपा उघडून पाण्याच्या प्रवाहाला वाट करून दिली जाते. खरं तर तथाकथित तज्ज्ञांचं गाढ अज्ञान हे या सगळ्या अनर्थाला कारण आहे. पर्यावरण मंत्रालयानं सखोल अभ्यास करण्याचा आदेश या तज्ज्ञांना दिला पाहिजे.

रोइंगमधल्या माझ्या शेवटच्या दिवशी मी एका तरुण स्त्रीला भेटले. धरणाविरुद्ध चाललेल्या चळवळीत ही स्त्री अग्रभागी असते. तिचं नाव मनाया होतं. ती व्यवसायानं दंतवैद्य होती. राजू मिमि आणि मेकोला यांच्या म्हणण्याला तिनं पुष्टी दिली. 'आम्हाला कशा प्रकारचा विकास पाहिजे ते कोणी विचारलंच नाही. रस्ते आणि वीज तर आमच्याकडे आधीच आहे. आणि अशा कोणत्या नोकऱ्या आम्हाला

मिळणार आहेत? मी इदु मिशमी जमातीची आहे आणि आमच्या जमातीत फक्त बारा हजार माणसं शिल्लक आहेत. धरण आल्यावर आम्ही कुठे जाऊ? आम्हाला आमच्या स्वत:च्या घरातून बाहेर हाकललं जाईल. कोणीतरी आम्हाला विचारलं की आमच्या या मौल्यवान जंगलामध्ये आम्हाला खरोखर धरण हवं आहे का? नदी, मासे आणि जंगल हेच माझ्या वडलांचं जीवन आहे. त्यांच्यासारखी माणसं आता कुठे जातील?'

आम्ही दिल्लीला पोहोंचण्याआधीच बातमी मिळाली की पंतप्रधान मनमोहन सिंगांनी दिबंगला न यायचा निर्णय घेतला आहे. त्याऐवजी त्यांनी अरुणाचलची राजधानी असलेल्या भूमिपूजानाची शिळा इटानगरला स्थापन करण्याचा सोयीस्कर निर्णय घेतला होता.

इटानगर दिबंगपासून ६०० किमी अंतरावर आहे. कदाचित राज्याच्या इन्टेलिजन्स डिपार्टमेन्टने, लोकांच्या मानसिकतेचा अंदाज घेऊन त्यांना देशाच्या या भागाला भेट न देण्याचा सल्ला दिला असावा किंवा न्यू दिल्लीपासून हा भाग खूपच दूरचा वाटला असावा.

कारण काहीही असो, भूमिपूजनाची शिळा अखेर स्थापन झालीच. आणि त्या एका कृतीनं जंगल, तिथली माणसं आणि त्यांचं भवितव्य कायमचं सीलबंद झालं.

❐

हुलॉक वानरांमधलं गुंतणं...

वानर अभयारण्य, आसाम २००८

हनुमानाच्या देशात आम्ही वाढलो. आजूबाजूला अनेक प्रकारचे वानर असायचे. रेसस मकॅक्स (rhesus macacques) किंवा मकाका मुलाट्टा (macaca mulatta) (प्राणिशास्त्रातील नाव) आमच्या घरांवर छापे मारून अन्न पळवायचे, तर देवळाजवळ वावरणारे हनुमान वानर (Semnopithecus Entellus) आमचं लक्ष वेधून घेण्यासाठी हळूच धक्का मारून जायचे. फार कमी लोकांना याची माहिती आहे की भारत हे वानरांच्या पंचवीसहून अधिक प्रजातींचे माहेरघर आहे. आम्ही भारतातल्या नामशेष होण्याचा मोठा धोका असलेल्या वन्य जीवांवर टेलिव्हिजन मालिका बनवत होतो. मला निदान एक तरी भाग लोकांना विशेष माहीत नसलेल्या वानरांना समर्पित करायचा होता. मी स्वत:ला एका विशिष्ट प्रजातीशी बांधील समजत होते. आणि ती प्रजाती म्हणजे हुलॉक वानर (Hoolock Gibbon)! भारताची एकमेव नरवानर प्रजाती. या जातीविषयी माझी काहीतरी लाडकी गोष्ट आहे, ती म्हणजे नराच्या अंगावर काळे केस (फर) असतात; तर मादीच्या अंगावरचे केस तपकिरी बिस्कीटी! त्यांच्या डोळ्यावर पांढरी वर्तुळं असतात आणि त्यामुळे ते वानर एखाद्या चष्मा घातलेल्या स्कॉलर विद्यार्थ्यांसारखे दिसतात. मी पहिला वानर पाहिला तो जंगलात नव्हे तर दिल्लीच्या एका प्राणिसंग्रहालयात. मी नुकतीच माझी कंटाळवाणी कारकुनी नोकरी सोडली होती आणि काही आठवड्यांकरता प्राणिसंग्रहालयात स्वयंसेविका होते. प्राण्यांचे पिंजरे झाडणं, लांडग्यांच्या आणि चिपांझीच्या रात्रीच्या आश्रयस्थानांमध्ये वैरण ठेवणं, ही माझी कामं. रात्री गवत ठेवायचं ,त्यामुळे त्यांना रात्री थंडी वाजत नसे. त्या पिंजऱ्यात विशिष्ट वास येत असे. प्राणी चिडलेले आणि पिंजरे सांभाळणाऱ्यांपासून सावध असत. आम्ही जॉबमध्ये करायच्या यादीत त्यांची घाण उचलणंही असायचं; पण मी विचार करायचे. आपल्याला प्राण्यांजवळ तर जायला मिळेल. मग झालं तर!

जेव्हा जेव्हा मी एका प्राण्याच्या पिंजऱ्याजवळून जायचे तेव्हा मला तो दु:खी असल्यासारखा वाटायचा. दिल्लीच्या त्या कडक थंडीत, आपले हात आपल्या मागे

ठेवून, बांबूच्या टोकावर बसून एखादा वैफल्यग्रस्त आत्मा बसावा तसा तो शून्यात पाहत बसलेला असायचा. हा प्राणी खरोखर अगदीच एकटा होता.

तो एक वानर होता.

जंगलात वानर नेहमी जोडीनं राहतात. सारस पक्ष्यांसारखेच ते सदैव संगमोत्सुक असतात. पिंजऱ्यातल्या वानराचा तो सकाळचा दर्दभऱ्या आवाजातला हू हू असा आक्रोश प्राणिसंग्रहालय परिसरातल्या वातावरणाला चिरत जायचा. कित्येक वर्षं शोध घेऊनसुद्धा प्राणिसंग्रहालयाच्या व्यवस्थापनाला या वानराची सखी मिळत नव्हती. त्यावेळी मला थोडीशीही कल्पना नव्हती की या एकाकी प्राण्याच्या आयुष्यात माझाही काही सहभाग असेल.

पण, ते सारं नंतर! प्राणिसंग्रहालयात काही दिवस काम केल्यानंतर मी इंग्लंड-मध्ये 'वन्यजीव विज्ञान' या विषयावर पदव्युत्तर शिक्षण घेण्यासाठी गेले. वानरांवरचं संशोधन मात्र सुरूच राहिलं; कारण तो विद्यापीठातसुद्धा माझ्या अभ्यासाचा विषय होता. नामशेष होण्याचा धोका असलेला काळा सिंहवानर (Leontopithecus chrysopygus)या ॲमेझॉनमधल्या प्रजातीविषयीच्या संशोधन प्रकल्पाची मी मुख्य होते. त्यांच्या नावाप्रमाणेच सिंहासारख्याच दिसणाऱ्या या माकडाच्या जातीच्या प्राण्याच्या छोट्या चेहऱ्याभोवती काळ्या रंगाची आयाळ असते. एका साखरेच्या मोठ्या पोत्याहूनही याचं वजन कमी असतं. माझ्या अभ्यासांतर्गत पाच काळे सिंहवानर होते. त्यांचा पार्श्वभाग सोनेरी होता आणि आपलं तोंड इकडेतिकडे वळवताना ते विशिष्ट चिवचिवीसारखा आवाज काढत. त्यावेळी ते खारीसारखेच दिसत होते.

काळे सिंहवानर ब्राझिलमधल्या जंगलाच्या छोट्या छोट्या भागात आढळतात. त्यांचे तीन टक्क्यांहूनही कमी आवास चांगल्या नैसर्गिक स्थितीत आहेत. जंगलामध्ये ते संख्येने फक्त एक हजार शिल्लक आहेत. म्हणूनच पर्यावरणवाद्यांनी एक नवीन कार्यक्रम राबवायचं ठरवलंय् आणि ते म्हणजे या छोट्या प्राण्यांची आणखी पैदास पिंजऱ्यात घडवून आणून लक्ष्य मात्र एकच ठेवायचं आणि ते म्हणजे पुन्हा त्यांना जंगलात सोडणं. मी ज्या ठिकाणी माझं संशोधन करत होते त्या जगप्रसिद्ध जर्सी प्राणिसंग्रहालयानं या वानरांना मुक्त करण्याचा विडा उचलला आहे. त्यांना कृत्रिम जंगलात सोडून मुक्तपणे भटकू दिलं जातं. हे असं प्राणिसंग्रहालयात अशा प्रकारे प्राण्यांनी मुक्तपणे फिरणं मी पहिल्यांदाच पाहत होते. अखेर हे जर्सी प्राणिसंग्रहालय होतं जगप्रसिद्ध निसर्गप्रेमी जेराल्ड ड्युरेल यांनी स्थापित केलेलं. ड्युरेल यांनी पिंजऱ्यातच प्राण्यांचा प्रजनन कार्यक्रम आखून प्राणिसंग्रहालयाच्या संकल्पनेतच क्रांती आणली. आणि कित्येक प्रजातींना नामशेष होण्यापासून वाचवलं. त्यांनी प्राणिसंग्रहालय हे फक्त लोकांच्या मनोरंजनासाठी ठेवलं नाही.

आणि अशा प्रकारे माझं संशोधन चालू होतं. प्राणिसंग्रहालयातल्या एका खडकावर मी बसले होते. वाऱ्याच्या थंडगार झुळका येत होत्या. मी माझ्या पाच काळ्या आणि एवढे दिवस लोखंडी पिंजऱ्यात वाढलेल्या सिंहवानराच्या कुटुंबाकडे लक्ष ठेवून होते. मी काळजी घेत होते, की आपण फक्त शांत निरीक्षक राहायचं. त्यांच्या नैसर्गिक वागणुकीवर माझा काहीही परिणाम होऊ नये यासाठी मी सतर्क होते. पिंजऱ्यात जन्माला आलेल्या प्राण्याला जंगलात सोडणं ही सोपी गोष्ट नव्हती. नैसर्गिक पर्यावरणाची प्रतिकृती एखाद्या बंदिशालेत उभी करणं हे प्रचंड मेहनतीचं काम होतं; कारण त्यांना खाद्य हे जंगलातलंच पुरवायला हवं, झाडांवर चढायला प्रोत्साहन द्यायला हवं, शिकाऱ्यांपासून स्वत:ला कसं वाचवायचं याचं शिक्षण द्यायला हवं. हे सगळं व्हायला खूप वर्षं लागतात आणि कधी कधी कैदी झालेले प्राणी या प्रक्रियेत वाचतही नाहीत.

म्हणूनच माझं संशोधन अतिशय महत्त्वाचं होतं. मला या सिंहवानरांच्या वागणुकीचा अभ्यास या दृष्टीने करावयाचा होता, की पिंजऱ्यात जन्मलेले हे प्राणी जंगलात जिवंत राहण्यासाठी आवश्यक असलेले कसब मिळवू शकतील का? जंगलातलं जीवन खडतर असू शकत होतं. आणि माझं संशोधन हेच सांगत होतं की हे पिंजऱ्यात जन्मलेले काळे सिंहवानर प्राणिसंग्रहालयातली बंदिस्त वागणूकच दाखवत होते. ते पुरेसे चरत नव्हते. शिकाऱ्यांपासून स्वत:ला कसं वाचवायचं याची काहीही योजना आखत नव्हते. सारांश, ॲमेझॉनच्या जंगलात जिवंत राहण्यासाठी आवश्यक असलेले गुण त्यांच्यात येतच नव्हते. माझ्या पाचजणांमध्ये आई-वडील, दोन माद्या आणि एक नर अशी तीन अपत्ये होती. मी तासन् तास त्यांच्या मागे मागे असायचे. वडील आजारी आणि अशक्त वाटायचे. जंगलात ते आपल्या कुटुंबाला सांभाळतील या विषयी मी साशंक होते. मी हातात वही आणि पेन घेऊन दोन महिने या कुटुंबाचा माग काढत होते. इंग्लंडमधली थंडगार हवा त्यांच्या केसाळ चेहऱ्यांना त्रास देत असायची. मला जणू ती माझी मुलंच वाटत होती.

पहिले काही दिवस ते मला घाबरायचे; पण एक दिवस काय जादू झाली कोणास ठाऊक ; पण त्यांच्यातली एक टवो नावाची मादी (जी सगळ्यांत सुंदर होती असंच मी म्हणेन) मी हिरवळीवर बसले होते तिथे चक्क बागडत आली. मी तिच्याकडे मुद्दाम पाहत नव्हते; पण उत्साहानं माझं हृदय भरून आलं होतं. एवढे दिवस ती माझ्यापासून सुरक्षित अंतर ठेवून राहायची; पण आज तिच्यातल्या माझ्याविषयीच्या कुतुहलानं तिला माझ्याजवळ आणलं होतं हे चांगलंच होतं; पण आमच्या प्रशिक्षकानं मला स्पष्ट शब्दांत सांगितलं होतं, की त्यांना पाळीव प्राणी बनवू नका. ती जंगली जनावरं आहेत. त्यांच्या जास्त जवळ जाणं चांगलं नाही. माणसं निरुपद्रवी असतात असं त्यांना वाटता कामा नये. हे ऐकताच मी जणू गोठून

गेले. ती आली. थोडा वेळ पायाशी बिलगली. मग तिनं माझी पेन्सिल हुंगली. तिचा एखाद्या पानाच्या डहाळीसारखा हात सावधपणे तिनं माझ्या शुभ्र डेटा-शीटवर ठेवला. हाच हात खरं तर जंगलात माती उकरून किडे बाहेर यावेत म्हणून वापरण्यासाठी होता आणि मग तिनं आपल डोकं एका बाजूला वळवून माझ्याकडे प्रश्नार्थक पाहिलं. हळूच शिंकली आणि मग पळाली.

मग तिचा भाऊ आला. त्यानं माझे शूज हुंगले आणि मग जवळ यायचं ठरवलं. तो त्याच्या बहिणीपेक्षा जास्त धाडसी होता. माझ्या बाजूला एक कोकाकोलाचा कॅन होता आणि त्यामुळे त्याची उत्सुकता चाळवली असावी. त्यानं तो कॅनही हुंगला आणि बाजूच्या झाडाच्या सगळ्यात उंच फांदीवर जाऊन बसला. नुसता बसला नाही, त्यानं अगदी बरोबर माझ्या कोकाकोलाच्या कॅनमध्ये सूसू केली.

मी चिडलेच. किती विचित्र वागणूक ? ते झाल्यावर काही दिवस मी कोक पिणंच बंद केल होतं. नंतर मी एकदा वानरांविषयी वाचत होते तेव्हा मला कळलं, की ते जेव्हा एखाद्या नवीन वस्तूच्या संपर्कात येतात तेव्हा नेहमीच ते आपलं आश्चर्य त्या वस्तूवर सूसू करून व्यक्त करतात. त्या वस्तूवर हक्क सांगण्याचा त्यांचा तो प्रयत्न असतो. काही सेकंदांकरताच आमच्या दोघांमधलं हे मैत्र होतं; पण मला त्याचा अत्यानंद होता. संध्याकाळी आम्ही सगळे प्राणी शिक्षक जेव्हा एका कॉमन रूममध्ये एकत्र येत होतो, तेव्हा सगळ्यांना सांगायला माझ्याकडे ही एक छान गोष्ट होती. अर्थात चिम्पान्झीनी जेन गुडॉलला स्वीकारलं किंवा मोठ्या पर्वतीय गोरिलांनी डैन फोसीला रवांडाच्या जंगलात जवळ केलं, तेवढी ग्रेट माझी गोष्ट नसेल; पण माझ्यासाठी ती विशेष होती.

दिवसांमागून दिवस गेले आणि माझा जर्सीच्या प्राणिसंग्रहालयातला शेवटचा दिवस उजाडला. विद्यापीठात परत जाऊन संगणकावर मी जमवलेल्या माहितीचे पेपर्स (डाटाशीट्स) बनवण्याची वेळ आता आली होती. टावो आणि तिच्या कुटुंबीयांचा निरोप घ्यायला मी गेले. त्यांच्यासाठी मी एक खोकंभर किडे (त्यांचं आवडतं ते रानातलं खाद्य) घेऊन गेले. ते बघताच ते उत्तेजित होऊन माझ्या अवतीभवती आनंदानं नाचू लागले; पण माझ्यासाठी तो दुःखाचा क्षण होता. मी त्यांना आणि त्या प्राणिसंग्रहालयातल्या माझ्या प्राणीमित्रांना मी सोडून चालले होते. ते पुन्हा ॲमेझॉनच्या जंगलात परत जातील आणि तिथल्या वन्य पर्यावरणात कसं जुळवून घेतील याचा मी विचार करत होते.

मी माझ्या जॅकेटला त्यांना बांधून माझ्या घरी नेऊ शकले असते तर किती चांगलं होतं, असा विचार मनात येऊन गेला.

मी भारतात परत आले. सिंहवानरांसाठी एक मुक्ती केंद्र (इस्पितळासह) बांधण्यासाठी मी मदत केली. साधारण त्यांच्यासारख्याच प्रजाती शहरातही आम्हाला

मिळाल्या. आम्ही, नष्टप्राय होणाऱ्या प्रजातींना वाचवण्याचा जो प्रयत्न केला होता त्याच्याशी इथल्या कामाची तुलना जरी होऊ शकत नसली तरी प्राण्यांच्या वागणुकीसंबंधात मी जो अभ्यास करत होते त्याला पुष्टी देणारा असल्यामुळे मी हे काम घेतले. वानर कळपात कसे राहतात आणि वैयक्तिक बंडखोरी असेल तर ती कळपाच्या वागणुकीवर कसा प्रभाव पाडते, ते मला पाहायला मिळालं. माणूस आणि वन्यजीव यांच्यामधल्या संघर्षाच्या समस्येचाही मला विचार करायचा होता; कारण आपल्या देशात वन्य जीव आणि माणसं यांचं बऱ्याच ठिकाणी सह-अस्तित्व असल्यामुळे हा एक महत्त्वाचा विषय होता. मला काही तरी तोडगा काढायचा होता; कारण अन्न आणि पाणी यासाठी या सिंहवानरांना शहरांमध्ये बऱ्याच ठिकाणी त्यांच्या मानवी भावंडांसह राहावं लागत होतं.

हरयाणामध्ये गुरगावजवळच्या शेतजमिनींच्या मधोमध हे मुक्ती केंद्र सरकारी अनुदान घेऊन स्थापन करण्यात आलं होतं. आम्ही मोठमोठे पिंजरे आणि छोटं हॉस्पिटल तिथे उभं केलं. वानरजातीला समर्पित केलेलं हे कदाचित पहिलंच मुक्ती केंद्र असावं. मी हे आधारकेंद्र चालवावं आणि प्राण्यांचं व्यवस्थापन करावं, अशी मला नोकरीस ठेवणाऱ्या प्राणी कल्याण संघटनेची अपेक्षा होती. आम्हाला एक मोठा ट्रक देण्यात आला होता. या ट्रकमध्ये मोठमोठे पिंजरे आम्ही ठेवू शकत होतो. त्यामुळे आजारी प्राण्यांची ने-आण करणं शक्य होत होतं. तो ट्रक मी गडद पिवळा रंगवला. मी फोनच्या एका हेल्पलाइनची व्यवस्था केली. ड्रायव्हर आणि पशुवैद्याची नेमणूक केली, आणि कामासाठी सिद्ध झाले. कुत्रे आणि मांजरांकरता अनेक हेल्पलाइन्स होत्या; पण आजारी वानराकरता एकही नव्हती. वानरतज्ज्ञ डॉ. इकबाल मलिक यांनी केलेल्या सर्वेक्षणानुसार नुसत्या दिल्लीत साधारण पाच हजार माकडं राहत होती आणि त्यांच्यापैकी कित्येकांना रोड क्रॉसिंग करताना किंवा इतर वेळीही विजेचा धक्का बसून ते जखमी होत होते आणि तरीही जे काही खायला-प्यायला मिळेल, त्याच्यावर जगायचा प्रयत्न करत होते.

मोठ्या मुश्किलीनं आम्ही क्लिनिक उभं केलं आणि आमची पहिली केस आली. मी औषधांची कपाटं आणि शस्त्रक्रियेचं टेबल नवीनच नेमलेल्या पशुवैद्यांच्या मदतीने ठेवून घेतलं होतं, तेव्हा जवळच्याच गावातून दोन उंच, धिप्पाड शेतकरी आत आले. त्यांनी कापडात गुंडाळलेल्या एका माकडाला आणलं होतं. माकड रक्तबंबाळ झालेलं होतं. भयंकरच दृश्य होतं. रस्त्यावरच्या कुत्र्यांनी बहुतेक त्या माकडावर हल्ला केला असावा. जेव्हा रक्तानं भिजलेलं ते कापड आम्ही सोडलं, आम्ही पाहिलं ते दृश्य भयंकर होतं.

ती एक माकडीण होती आणि गतप्राण झाली होती; पण तरीही तिच्या बाळानं तिला घट्ट धरलं होतं आणि ते बाळ जिवंत होतं. तिचं ते बाळ भयंकर घाबरलेलं

होतं. पशुवैद्याच्या साहाय्याने आम्ही बाल माकडाला सगळं रक्त पुसून स्वच्छ केलं आणि त्याच्या आईपासून त्याला सोडून सुटं करण्याचा प्रयत्न केला; पण ते आपल्या आईला सोडत नव्हतं. त्याला घरघर लागली होती. आणि जगण्यासाठी धडपड चालू होती. शेवटी ते माझ्या हाताला जोरानं चावलं. त्याला एवढा राग आला होता की, त्याचं ते छोटंसं शरीरही रागानं थरथरत होतं. मी वेदनेनं कळवळले. काही सेकंदांतच माझा हात आणि अंगठा सुजला (हो. नंतर मी त्यासाठी इंजेक्शन्ससुद्धा घेतली;) पण नंतर आम्हाला त्या माकडिणीच्या त्या घाबरलेल्या छोट्या बाळासाठी एक उसनी आई मिळवावी लागली. मी संध्याकाळी घरी गेले तेव्हा माझ्या वडिलांपासून मी माझा बॅन्डेज बांधलेला हात लपवला. माझ्या करिअरविषयी आधीच त्यांचं मत चांगलं नव्हतं. दिवसभर माकडांच्या मागे धावायचं आणि मग त्यांच्यासाठी आधारगृह बांधायचं. त्यांनी माझा हात बघितला असता तर ते रागावले असते.

काही दिवसांतच ते छोटं बाळ आमच्या आधारगृहातल्या एका माकडिणीनं स्वत:चं मानलं. आमच्या मदतनिसांनी त्या माकडिणीचं नाव बसंती ठेवलं होतं. नशीब! ते छोटं बाळ थोड्या दिवसांतच आपण आपल्या खऱ्या आईला मुकलो आहोत हे विसरून गेलं. एका आठवड्यानंतर ते आपल्या नवीन आईला घट्ट धरून फांदीवर शांत झोपलेलं मी रात्री पाहिलं.

अर्थात, हिंस्र प्राण्यांना वाचवणं हे सोपं काम नाही. दोन जमातींमध्ये (की मी गट हा शब्द वापरू) एवढ्याच कारणासाठी एकमेकांविरुद्ध बेबनाव होऊ शकतो. प्राणिमित्र आणि वन्यजीव संरक्षक यांच्यातही असा बेबनाव होऊ शकतो. भारतात कदाचित जगभरच हे दोघंही एकमेकांकडे साशंक नजरेनं बघतात, याचं कारण फक्त एवढंच आहे की, वन्यजीव संरक्षण हे एखादी संपूर्ण प्रजाती वाचवण्याचं विज्ञान आहे तर प्राणी-कल्याण हे व्यक्तिगत प्राणी वाचवण्यासाठी आहे. वन्यजीव संरक्षकांचा कल विज्ञान शोधण्याकडे असतो (तरीही मी पाहिलंय की बऱ्याचदा त्यांचे निर्णय भावनेवर आधारित असतात.) याउलट प्राणी-कल्याण गटांनी (प्राणिमित्र) भावना आणि नीतिमत्ता यांना गैरवाजवी स्थान न देता प्राण्यांच्या हक्कांचाही योग्य विचार केला पाहिजे.

मला बऱ्याचदा प्रश्न पडतो, की मी कोणत्या गटाची आहे? सिंहवानरासारख्या सामान्य प्रजातीवर मी काम करतेय हे त्या वन्यजीव संरक्षकांना समजलं तर ते काही मला गंभीरपणे स्वीकारणार नाहीत. बऱ्याच शास्त्रज्ञांनी मला सल्ले दिले आहेत, की मी नामशेष होणाऱ्या प्राण्यांवर (सेक्सी प्राण्यांवर) काम करावं. मला अगदी आतून असं वाटतं, की या दोन्ही गटांना एकमेकांकडून बरंच काही शिकण्यासारखं आहे. प्राणिमित्रांनी याचा विचार केला पाहिजे की पर्यावरण विज्ञानानुसार प्राण्यांना काय

पाहिजे? त्यांना स्वत:ला (प्राणिमित्रांना) काय वाटतं याचा विचार नाही करता कामा. तसंच, कित्येक वन्यजीव संरक्षकांनी, शास्त्रज्ञांनी निर्णय घेताना भावनेला, सहानुभूतीलाही स्थान द्यावं.

या दोन्ही बाजू घट्ट बांधण्याचा मी प्रयत्न करत होते. आधारगृहाचं लक्ष्य पर्यावरण संरक्षण हे नव्हतंच. माझं उद्दिष्ट प्राण्यांचं कल्याण हेच होतं. त्यांना वाचवणं आणि जखमी माकडांवर उपचार करणं; पण मला आधारगृह पूर्णपणे शास्त्रीय पद्धतीने चालवायचं होतं. त्यांच्या रानातल्या जीवनाशी साधर्म्य राखणारं पिंजऱ्याचं डिझाइन होतं (निदान शहरांनी त्यांची जंगलं पूर्णपणे गिळण्याआधी.) जे प्राणी आमच्याकडे कायमस्वरूपी राहणार होते, ते कुटुंब पद्धतीने राहतील याची आम्ही खात्री करून घेत होतो; कारण रानात ते याच पद्धतीने राहतात. हरयाणा-मधल्या हार्डवेअरच्या दुकानात आणि दिल्लीच्या कुंभारांकडे मी तासन्‌तास घालवले; कारण मला मातीचे मोठमोठे बाऊल्स आणि दोरखंड विकत घेऊन वीस फूट उंच पिंजऱ्यामध्ये त्यांचे झोपाळे बांधायचे होते. त्यांना चढण्यासाठी आम्ही बांबूची फळकुटं बनवली. त्यांना लपण्यासाठी जागा बनवल्या. आणि त्याचे पिंजरे हे जास्तीत जास्त जंगलासारखे चैतन्यमय आणि 'श्रीमंत' बनतील याची काळजी घेतली. प्राणिसंग्रहालयामध्ये, जिथे शेकडो लोक प्राणी बघायला येतात तिथे अशा प्रकारचेच पिंजरे हवेत. आपल्याला कायमचं बघण्यासाठी ठेवलंय या गोष्टीचाही प्राण्यांवर ताण पडतो. म्हणूनच चांगल्या प्राणिसंग्रहालयांमध्ये झाडांची भरपूर पानं आणि छोट्या छोट्या लपण्याच्या जागा असाव्यात. मानवी अस्तित्वापासून त्यांना लांब जायचं असेल तेव्हा जाता आलं पाहिजे. पिंजऱ्यावर खूप उंचीपर्यंत जाणाऱ्या वेली असाव्यात, म्हणजे पाऊस-वाऱ्यापासून त्यांचं नैसर्गिक पद्धतीनं संरक्षण होतं.

माकडांवर प्रयोग करण्यासाठी ज्या दिवशी माकडांची पहिली बॅच आली तो आमच्या आधारगृहासाठी मोठा महत्त्वाचा दिवस होता. या प्राण्यांना वैद्यकीय संशोधनासाठी वापरलं जातं. त्यासाठी त्यांना थंडगार प्रयोगशाळेतील स्वतंत्र पिंजऱ्यात दहा वर्षांहून जास्त काळ ठेवण्यात येतं. जिवंत प्राण्यांना प्रयोगशाळेत संशोधनासाठी वापरावं की नाही हा वादाचा विषय आहे आणि प्राणिमित्रांवर तर 'आक्रस्ताळी त्रासदायक माणसं' असा शिक्का असतो. त्यांना 'विज्ञानाची प्रगती थांबवणारे' असंही समजलं जातं. वैद्यकीय संशोधनासाठी प्राण्यांचा वापर करण्याच्या नीतिनियमांविषयी मी खोलात शिरणार नाही; पण मला माहीत आहे की, भारतातल्या काही प्रयोगशाळांमध्ये प्राण्यांना फारच वाईट स्थितीत ठेवलं जातं. जगभरातल्या शास्त्रज्ञांनी हे कबूल केलं आहे की, प्रयोगशाळेत वापरण्यात येणाऱ्या प्राण्यांसाठी तणावमुक्त वातावरण असणं आवश्यक आहे आणि बंदिवान प्राण्यांना सहानुभूतीनं वागवलं गेलं पाहिजे. उदाहरणार्थ, माकड हा एक सामाजिक प्राणी आहे; पण भारतातल्या आणि

जगातल्या बहुतांश प्रयोगशाळांमध्ये माकडाला स्वतंत्र लोखंडी पिंजऱ्यामध्ये अंधुक प्रकाशात ठेवलं जातं.

संशोधनामधून 'निवृत्त' झालेल्या तीस माकडांना आमच्याकडे पाठवलं होतं. देशातल्या आघाडीच्या वैद्यकीय इस्पितळांमधून ती माकडं आली होती. मी त्यांच्यासाठी माझ्या आधारगृहात आवश्यक सिद्धता केली होती. आम्हाला एक दुष्कर काम करायचं होतं, ते म्हणजे प्रयोगशाळांमधल्या लोखंडी पिंजऱ्यातून आलेल्या या माकडांना आधारगृहातल्या मोठया आणि नैसर्गिक वातावरणात आता ठेवायचं होतं. हे वरकरणी सोपं वाटतं; पण ते तसं नाही; कारण अशा वेळी ती माकडं आक्रमक होऊन एकमेकांवर हल्ला करतात. कळपात राहायची त्यांना सवयच नसते; पण मला काळजी करायचं कारण नव्हतं. त्या माकडांना लोखंडी पिंजऱ्यातून सावधपणे बाहेर पडताना पाहणं हे आनंददायक होतं. सुखद सूर्यप्रकाशात तेरा वर्षांहून जास्त काळ दडपणाखाली राहून, बंदिस्त पिंजऱ्यातून बाहेर येऊन ती माकडं मोठ्या नैसर्गिक पिंजऱ्यातले वेगवेगळे सुरक्षित कोपरे पकडून राहत होती. अर्थात, काही दिवस त्यांची भांडणं होत राहिली आणि आमच्या अंतर्गत पशुवैद्याला कोणाचे ओठ शिव नाही तर फाटलेल्या कानाला टाके घाल, असं करावं लागलं; पण काही काळानंतर ते स्थिरावले. त्यांनी स्वत:चे गट बनवले. दादागिरीच्या स्वत:च्या पद्धती शोधल्या. आतापर्यंत त्यांनी माणसांची सेवा केली होती. आणि आता वेगळं आयुष्य जगायची वेळ आली होती.

माणसांचा वन्यजीवांबरोबरचा संघर्ष ही एक समस्या आहे. माकडांनी अन्न पळवणं आणि माणसांवर हल्ला करणं हा दिल्ली शहरातला एक मोठा प्रश्न आहे. शहरं वाढताहेत आणि जंगलं कमी होताहेत. त्यामुळे संघर्षाच्या या घटनाही खूप वाढल्या आहेत. यातला विरोधाभास असा आहे की, माकडांविषयी लोकांना पूज्यभाव असतो, हीसुद्धा समस्याच आहे. शहरभर लोक या माकडांना भरपूर खायलासुद्धा घालतात आणि त्यामुळे त्यांचा सुळसुळाटही झाला आहे.

एक निसर्गसंरक्षक म्हणून मला असं वाटतं, की जर आपल्याला जंगलातले प्राणी आसपास हवे असतील तर त्यांच्याशी संबंधित संघर्षाचं व्यवस्थापन करायला आपण शिकलं पाहिजे. बऱ्याचदा, विशेषत: हिंस्र प्राण्यांच्या जंगलक्षेत्रामध्ये निसर्गसंरक्षकांनी शिकारीला पूर्णपणे बंदी घालण्याचा प्रचार केला आहे; पण रानडुक्कर, चितळ हत्ती, अस्वल यांसारखे प्राणी गरीब बिचाऱ्या शेतकऱ्यांच्या पिकाचं नुकसान करतात तेव्हा आम्हा निसर्ग संरक्षकांकडे काय उत्तर आहे? लोकांनी या समस्येला तसंच ठेवून राहावं, अशी अपेक्षा आपण ठेवू शकतो?आणि म्हणून वन्यजीव संरक्षण हे नेहमी लोकांच्या विरुद्ध आहे, असा दृष्टीकोन बाळगला जातो.

शहरांमध्ये मनुष्य - माकड संघर्ष एवढा तीव्र आहे की एका इस्पितळात

सर्वसाधारणपणे वर्षाकाठी माकडं चावण्याची सरासरी ४०० प्रकरणं नोंदली जातात. रात्रीच्या वेळी एक पिशाच माकड (Ghost Monkey) लोकांना ठार मारत फिरतं, अशी अक्षरश: डोक्यात जाणारी अफवासुद्धा पूर्व दिल्लीमध्ये उठली होती. २००७ मध्ये दिल्लीचे उपमहापौर श्री. एस.एस.बाजवा हे माकडांच्या एका कळपाच्या हल्ल्याला तोंड देताना गच्चीच्या आवारातून खाली पडून गतप्राण झाले होते, यावरून समस्या किती गंभीर आहे ते समजतं.

मला खूप माणसांचे शिव्या देणारे टेलिफोन कॉल्स येत असतात. त्यांच्या घरच्या एखाद्या छोट्या मुलाला किंवा मोलकरणीला माकड चावलेलं असतं आणि त्या माकडाला मी लांब कुठेतरी नेऊन टाकावं यासाठी ते कॉल्स असतात. प्रचंड त्रासलेले पालक धमक्या देत असतात, की आम्ही त्या माकडांना एअरगननं शूट करू किंवा विष घालून ठार मारू. मला त्यांच्या दु:खाची कल्पना आहे. त्यांच्या विषयी मला सहानुभूती आहे. उपाय शोधण्याचा मी कसोशीनं प्रयत्न केला. समस्या खूप मोठी होती आणि एका आधारगृहाच्या आवाक्याबाहेरची होती. मी स्वत: तीन महिने सखोल संशोधन केलं. ज्या ज्या भागातून फोनकॉल्स आले होते ते भाग (एरिया) मार्क केले. जगभरातल्या माकड आणि वानर या विषयातल्या तज्ज्ञांशी पत्रव्यवहार केला. त्यातून तीन पर्याय निघाले. पहिला म्हणजे माकडांना उचलून नेणे किंवा त्यांची सामूहिक कत्तल करणे. हा पर्याय तर बाद झाला. हा अमानुष होता आणि कधीच स्वीकारला गेला नसता; कारण माकडांना एक धार्मिक महत्त्व होतं. दुसरा पर्याय म्हणजे शहरातून उच्चाटन करून त्यांचं इतरत्र जंगलक्षेत्रामध्ये स्थलांतर करणं; पण पाच हजार माकडांचं स्थलांतर हे कसं करायचं, हा प्रश्नच होता आणि करणार तरी कुठे? शेजारचं एकही राज्य या माकडांना त्यांच्याकडच्या जंगलांमध्ये घ्यायला तयार नव्हतं. पंजाबमध्ये जंगलच नव्हतं. त्यामुळे त्यांनी तात्काळ ठाम नकार दिला. मध्य प्रदेश आणि राजस्थाननंही तेच उत्तर दिलं. मला भेटलेल्या वनअधिकाऱ्यांनीही हात वर केले. ते म्हणाले, "मॅडम, तुम्ही यात आहात ...मग तुम्हीच घ्या आमच्याकडची माकडं ... आमच्याकडे खूप झाली आहेत."

तेव्हा स्थलांतर हा तसा सोयीस्कर पर्याय होता; पण कोणीच या बिचाऱ्या सिंहवानरांना घ्यायला तयार नव्हतं. दुसरं म्हणजे, ही माकडं एवढी वर्षं माणसाच्या सान्निध्यात राहिली. तीसुद्धा कचराकुंड्यांमध्ये आणि कुंड्यांच्या आसपास, ती रोगग्रस्त असण्याची शक्यता होती. त्यांना व्याघ्रारण्यात सोडण्याचा तर विचार-सुद्धा कोणी करू शकत नव्हतं; कारण त्या नामशेष होऊ शकणाऱ्या वाघांच्या प्रजातीला त्यांच्या संसर्गानं रोग होऊ शकले असते. राहिला तिसरा पर्याय ! या पर्यायाच्या बाजूनं मात्र मी ठाम उभी राहिले. हा पर्याय म्हणजे आहे त्या परिस्थितीतच त्यांचं व्यवस्थापन करणं. म्हणजेच त्यांना ते आहेत तिथेच राहू द्यावं; मात्र त्यांचा

कुटुंबनियोजन कार्यक्रम तीव्रपणे राबवावा. (ABC Programme- ॲनिमल बर्थ कन्ट्रोल). त्यांच्या प्रजनन प्रक्रियेवर नियंत्रण ठेवावं आणि त्यामुळे त्यांची संख्या वाढणार नाही. भारतातल्या शहरांमधल्या कुत्र्यांची संख्या वाढू नये म्हणून जी काळजी घेतली जाते तशी घेतली जावी. योजना अशी की माकडांना सहजपणे पिंजऱ्यात अडकवावं. हे करताना त्यांचं कुटुंब एकत्र राहील याची काळजी घ्यावी. (सध्या त्यांना वाटेल तसं पकडलं जातं. मग तान्ही बाळं आईपासून वेगळी होतात आणि कळपात विभाग पडतात.) कुटुंब पकडल्यानंतर त्यांच्यावर कुटुंब नियोजन शस्त्रक्रिया करून पुन्हा त्यांना ते होते तिथे सोडलं जातं. त्यांना जिथे पकडलं होतं तिथेच त्यांना सोडलं जातं. हाच या पर्यायाचा सगळ्यात कठीण भाग. पुन्हा त्याच भागातल्या लोकांना त्यांना स्वीकारायला लावणं हे महाकठीण! लोकांना ते महासंकटच वाटे; पण ते महत्त्वाचं होतं; कारण तुम्ही प्राणी ज्या भागात होते तिथे नाही सोडले तर त्या भागात झालेली पोकळी भरून काढण्यासाठी इतर भागांतून प्राणी तिकडे येतातच. त्यांना आकर्षित करते अन्नाची उपलब्धता! म्हणूनच आहे त्याच परिस्थितीतील व्यवस्थापन करायचं असेल, काय करावं आणि काय करू नये हे शिकवायचं असेल तर सखोल शैक्षणिक कार्यक्रम राबवायला हवा. यामध्ये उघड्या कचरा कुंड्या काढून टाकणं, फळझाडं लावणं, हे तर आलंच; पण लोक जिथे माकडांना खायला घालतात त्या जागा मुलांच्या खेळाच्या मैदानाजवळ असता कामा नयेत, याची काळजी घ्यावी. मी ठरवलं, की आपण ही कल्पना दिल्लीच्या सीमेवरच्या एका 'मयूर विहार' नावाच्या वसाहतीमध्ये अमलात आणावी. या मयूर विहारमध्ये अनेक संतप्त पालक होते. या पालकांनी मला सांगितलं होतं, की त्यांच्या कॉलनीत पंधरा माकडांचा एक कळप आहे, ज्यामुळे त्यांची मुले खेळायलाही घराबाहेर जाऊ शकत नाहीत.

हा एरिया गेली कित्येक वर्षं या समस्येमुळे त्रस्त झाला होता. यातल्या काही वयस्क माणसांनी सांगितलं, की काही वर्षांपूर्वी जेव्हा एक 'हिरवा तुकडा' बाजूला उपलब्ध होता तेव्हा माकडं क्वचितच अन्न पळवत किंवा मुलांवर हल्ला करत. मी तो 'हिरवा तुकडा' बघितला. आता तिथे निलगिरीच्या झाडांव्यतिरिक्त काहीही नव्हतं. मग गरीब बिचाऱ्या माकडांनी खावं तरी काय? माकडं लोकांच्या घरात शिरली किंवा त्यांनी उकिरडे फुंकले तर त्यात आश्चर्य वाटण्यासारखं काहीच नव्हतं. मी त्या कॉलनीला कित्येक भेटी दिल्या. रहिवाशांच्या कित्येक मुलाखती घेतल्या. माकडांच्या कळपाच्या वागणुकीचा तासन्तास अभ्यास केला. माकडं जेव्हा लोकांच्या घरांवर धाडी टाकायची, ती वेळ मी नोट करून ठेवली. यात एक ठरावीक पद्धत होती का? मला जास्तीत जास्त माहिती हवी होती. त्यानंतरच मी उपाय शोधू शकणार होते.

मी आठवड्याच्या शेवटी रेसिडेंट वेलफेअर असोशिएशनच्या (RWA) मदतीने लोकांच्या कार्यशाळा घेतल्या. चिडलेल्या गृहिणी आणि तरुण मुलं आणि निवृत्त पुरुष यांचं हे असोशिएशन होतं. मी त्यांना प्रश्न काय आहे ते स्पष्ट करून सांगितलं. उघडी गटारं, कचराकुंड्या आणि अन्नाची सहज होणारी उपलब्धता हेच माकडांना खुलं आमंत्रण होतं. माझ्याकडे एक योजना होती. मी त्यांना सांगितलं, की जो हिरवा तुकडा कॉलनीजवळ होता त्यामध्ये फळझाडं लावा. सगळ्या कचरा-कुंड्या झाकून टाका. या कचराकुंड्या मुलांच्या खेळाच्या मैदानाजवळच होत्या. मी लोकांना हेसुद्धा सांगितलं, की फटाके फोडणं थांबवा आणि एअर गन वापरणंही थांबवा; कारण त्यामुळे ते प्राणी आणखी आक्रमक होतात.

आठवडाभर त्या लोकांशी संवाद साधल्यावर मी माझ्या कामात काहीशी प्रगती करत असतानाच माझ्या कानावर आलं की आरडब्ल्यूएनं सगळी सूत्रं स्वत:च्या हातात घ्यायचं ठरवलं. त्यांनी माकडांना पकडण्यासाठी एका फासेपारध्याची नेमणूक केली. माकडांपासून सुटका हवी म्हणून तो त्यांना पकडून पिंजऱ्यात ठेवणार होता. तो फासेपारधी मोठमोठे पिंजरे घेऊन आला. या पिंजऱ्यांमध्ये माकडांना मोहात पाडण्यासाठी त्यानं काही फळंही ठेवली. शेवटी एक अनाथ तान्हं माकड आणि एक तरुण नर पिंजऱ्यात अडकले. त्याची त्यांना पकडायाची पद्धत क्रूर होती. हा काही समस्येवरचा उपाय नव्हता. उलट, त्यामुळे प्रश्न आणखी गंभीर झाला. आई आणि तान्हं बाळ एकमेकांपासून विलग झाल्यानं तो कळपच आणखी आक्रमक झाला; पण लोकांना तेच हवं होतं आणि मी काहीही करू शकत नव्हते.

दोन आठवडे प्रयत्न करूनही तो फासेपारधी माकडांच्या आख्ख्या कळपाला पिंजऱ्यात पकडू शकला नाही. त्या कळपाच्या मुख्य माकडालाही तो पकडू शकला नाही. माकडं खूप हुषार असतात. त्या कळपाला कळलं की हा पिंजरा म्हणजे त्यांच्यासाठी मृत्युघंटा आहे आणि पिंजऱ्यातल्या फळांचा मोह त्यांना पडेनासा झाला. या अल्पजीवी उपायामुळे त्या कॉलनीतील लोकांनी उलट संघर्षातली तीव्रता वाढवली आणि कळपही विभाजित झाला. मुलांवरच्या हल्ल्याचं प्रमाण वाढलं. मला माझी व्यवस्थापन योजना राबवायला खरंतर अधिक वेळ हवा होता; पण प्राण्यांची ही जात इतर त्रासदायक जातीपेक्षाही वाईट समजली जात होती आणि हे विचित्र युद्ध लढणारी मी एकटी पडले होते. ज्या देशात माकडाला देव मानलं जातं तिथे खरंतर त्यांना जागाच नव्हती. वन्यजीव संरक्षक संघटनेलाही या भरपूर संख्येत उपलब्ध असलेल्या प्राण्यांवर जास्त वेळ आणि पैसा खर्च करायचा नव्हता. तेव्हा हा प्रश्न असाच सोडून द्यावा लागला. नंतर काही वर्षांनी मी आफ्रिकेत एका वन्यजीव- मानवसंबंधविषयक परिषेदला गेले होते आणि काही तज्ज्ञांना भेटले तेव्हा मला कळलं की ते सगळे मी सुचवलेल्या मार्गाचाच पुरस्कार करत होते. अगदी

मोठे वानर आणि चित्त्यांच्या बाबतीतही. जे प्राणी मानवाच्या सान्निध्यात असतात त्यांना आंधळेपणानं पिंजऱ्यात पकडून निर्मूलन करण्याऐवजी ते जिथे असतात तिथे त्यांचं व्यवस्थापन करणं हे कमी खर्चिकही असणार होतं. स्थलांतर हे जास्त वेळ घेणारं आणि खूप खर्चिक होतं आणि बऱ्याच वेळा हे प्राणी आपल्या नैसर्गिक वातावरणात परत येतात.

जगप्रसिद्ध वानरवंशतज्ज्ञ जेन गुडालनं जेव्हा भारताला भेट दिली तेव्हा त्या आमच्या आधारगृहातही आल्या होत्या. जी माकडं आम्ही सोडवली होती ती आता स्थिरावली होती; पण जेनमॅडम काय म्हणतात ते ऐकायला मी उत्सुक होते. डॉ. गुडालनी आमच्या आधारगृहात एक चक्कर मारली. पिंजऱ्याच्या डिझाइनसाठी जे काम आम्ही करत होतो त्याबद्दल आमचं अभिनंदन केलं; पण त्यानंतर एक दुर्घटना घडली. बरीचशी नवीन माणसं एकदम पाहिल्यामुळे आमची माकडं उड्या मारू लागली. आमच्याकडे राहणाऱ्या एका प्रगत वानराला (Macaca Radiate, दक्षिण भारतातली एक प्राचीन प्रजात) जेनमॅडम पिंजऱ्याशी वाकून वाटाणे भरवत होत्या, तेव्हा आपला तपकिरी केसाळ हात बाहेर काढून त्यानं उत्तेजित होऊन डॉ. गुडाल यांचे काही केस हिसका देऊन ओढून काढले. डॉ. गुडाल वेदनेनं कळवळल्या; पण तरीही त्यांनी आपली विनोद बुद्धी जागवत ते हसण्यावारी नेलं. आपले काही पांढरे केस त्यांनी आम्हाला दिले आणि सांगितलं, की हे तुम्ही माझी आठवण म्हणून फ्रेम करून तुमच्या आधारगृहात ठेवा. आफ्रिकेतल्या चिम्पाझीचा अभ्यास करण्यासाठी त्यांच्याबरोबर खडतर जीवन जगलेल्या त्या सच्च्या प्राणिप्रेमी होत्या, याचंच हे निदर्शक होतं.

आणि अशा प्रकारे, वानरांच्या या देशात कित्येक वर्षांनी मी टेलिव्हिजन पत्रकार म्हणून एक विशेष शो करणार होते. वानरांचे आणि माझे काही तरी ऋणानुबंध असावेत. माझं लक्ष्य होतं, ईशान्य भारतात जाणं; कारण तिथे अकरा तरी वानरांच्या प्रजाती होत्या. मला माझ्या दिल्लीमधल्या प्राणिसंग्रहालयातले हुलॉक वानर आठवले आणि मी ठरवलं, रानातले प्राणी चित्रित करायची हीच तर संधी आहे.

आसाममधल्या जोरहाट शहराबाहेरच हूलोंगापार वानर अभयारण्य आम्ही निवडलं. ते हुलॉक वानरांनाच समर्पित होतं. सदाहरित जंगलाचा हा वेगळा पाडलेला जेमतेम वीस स्क्वे.मी.चा हा तुकडा. पर्यटकांसाठी म्हणून मुद्दाम विकसित केलेले निसर्गमार्ग असतात तसा हा नव्हे. काझिरंगा राष्ट्रीय उद्यानापासून हे अभयारण्य दोन तासांवर आहे. एकशिंगी गेंड्यासाठी हे राष्ट्रीय उद्यान प्रसिद्ध आहे. या वानर अरण्याचा बहुतांश भाग हा चहाच्या छोट्या छोट्या झुडपांची लागवड करण्यासाठी अगदी ब्रिटिश काळापासून वापरला जातो. ब्रिटिशांनीच पहिल्यांदा

चहाची झुडपं भारतात लावायला सुरुवात केली.

जंगलाचा एक भाग फक्त होता तसाच राहिला. कोणाला माहीत होतं की नामशेष होण्याच्या मार्गावर असलेल्या वानर प्रजातीचं हेच शेवटचं नैसर्गिक निवासस्थान असेल !

आम्ही सकाळी लवकरच त्या अभयारण्यात पोहोचलो. मला ते पाहताक्षणीच आवडलं. मी शोध लावला, की इथे पायी चालणं सहज शक्य होतं. मी टिपिकल व्याघ्र पर्यटनाला कंटाळले होते. निसर्गविषयक माहिती देणाऱ्या उत्साही मार्गदर्शकाची बडबड ऐकत मोठ्ठा आवाज करत चालणाऱ्या जीपमध्ये बसून पहाटेच्या थंडीत कुडकुडत, एखादा तरी वाघ दिसतो का ते पाहत फिरणं मला नको होतं.कार्यक्रमात बदल झाला हे चांगलंच झालं. प्रख्यात वानरतज्ज्ञ दिलीप चेत्री यांच्याबरोबर फिरणं, वानरांचं आणि पक्ष्यांचं चित्रीकरण करणं असा आमचा कार्यक्रम होता. दिलीप यांनी मला आधीच वचन दिलं होतं, की दिवसाच्या शेवटी या छोट्याशा अभयारण्यात मी वानरांच्या आणि पक्ष्यांच्या निदान दोन नवीन प्रजाती शोधलेल्या असतील. नुसत्या वानरांच्या आणि पक्ष्यांच्याच नव्हे तर हत्ती आणि इतर वन्यप्राण्यांच्याही!.

माझे निर्माते त्रिदीप मंडल आणि ईशान्य भागातल्या ब्युरोचा कॅमेरापर्सन मुकुट मेधी हे आम्हाला सामील झाल.या उमद्या टीमसहित आम्ही एक चांगला शो देऊ या बाबतीत मी चांगलीच आशावादी होते. वास्तविक, जेव्हा आमच्या दिल्लीतल्या निर्मात्यांना मी वानरांचं चित्रीकरण करणार आहे, असं सांगितलं तेव्हा ते विशेष खुश नव्हते. ''शेवटी माकडंच ना ती''ते पुटपुटले होते.''वाघांएवढं थ्रिल त्यात नाही.'' मला ही मानसिकता बदलेल अशी आशा होती. कोणताही प्राणी त्यांच्याभोवती जी गोष्ट गुंफली जाते त्यामुळे सनसनाटी होतो. माझा कार्यक्रम या दृष्टीनं बनवलेला होता.

आम्ही आमची सामुग्री कारमधून उतरवायला सुरुवात केली तेव्हाच जंगलात गोंधळ माजला. पानांची सळसळ आणि माकडांचे हुकु हुकु असे हुक्कार जोरजोरात व्हायला लागले, तर काही अंतरावर आम्ही एक काळी आकृती हिरव्या जंगलाच्या शिरोभागी आकार घेत असलेली पाहिली. तो छोटासा प्राणी काय आवाज करत होता ! जणू बॉलिवुड चित्रपटातला एखादा हिरोच काल्पनिक तुतारीच्या तालावर प्रवेश करत होता. मी माझं हसू दाबलं आणि मुकुट त्याचा तो मोठ्ठा कॅमेरा सरसावून, पण त्या प्राण्यांवरची नजर न काढता आ वासून डोळे विस्फारून एका झाडाच्या मागे गेला. आमच्यापासून ३० फुटांवर त्याची नजर रोखलेली होती. दिलीप यांनी जाहीर केलं, 'हा एक पूर्ण मोठा झालेला तरुण आहे.' ते त्यांच्या दुर्बिणीतून पाहत होते. आम्ही खरोखर नशीबवान होतो, की श्री. दिलीप आमच्याबरोबर होते. ते या अभयारण्यांशी सुपरिचित होते; कारण त्यांनी त्यांच्या पीएचडीच्या प्रबंधासाठी

आवश्यक असलेला वानरविषयक अभ्यास याच अभयारण्यात केला होता. (स्थानिक लोकांनी तर त्यांना 'माकडांचा डॉक्टर' असं लाडकं नाव दिलं होतं.)

तो वानर त्याची न्याहरी करताना आम्ही पाहत होतो. वानरांची सकाळ अन्न शोधण्यासाठी खूप खडतर असते; कारण आख्खी रात्र त्यांनी एखाद्या झाडाच्या शेंड्यावर उपाशीच घालवलेली असते. मी दबक्या आवाजातच बोलत होते. त्रिदीप आणि मुकुट या प्राण्याला कसं चित्रित करावं याची उत्तेजित स्वरात चर्चा करत होते. हे एक आव्हानच होतं. त्याचा लांबलचक हात बिझी होता. एखादा प्रवासी बसचं रेलिंग एका हातानं धरून ठेवतो तशी त्यानं झाडाची फांदी धरून ठेवली होती आणि दुसऱ्या हातानं तो फळं उचलून घेत होता. आणि मग कसरतीचे प्रकार दाखवले. या झाडावरून त्या झाडावर तो झोके घेत होता. हे चित्रित करणं कठीण जात होतं. मी पाहिलं, की तो एक अतिशय चपळ प्राणी होता.

विशाल वृक्षांच्या डोक्यावर सूर्यकिरणांचं जणू नृत्य सुरू होतं. आम्ही लिलीपुट्यिना सारखे जंगलातून चालत होतो. खरंच, आमचं बजेट नॅशनल जिओग्रॅफिक किंवा बीबीसी वाइल्डलाइफसारखं असायला हवं होतं, अशी मी मनोमन इच्छा करत होते. आम्ही या माकडांचं चित्रीकरण क्रेन लावून किंवा दोरखंडाचं मचाण बांधून केलं असतं तर आम्ही या वानरांच्या डोळ्यांच्या पातळीवर आलो असतो. आता तर वानर जणू आमची चेष्टा करत होते; पण बजेट असो अथवा नसो, या जंगलात काम करणं हे नशिबच होतं, हे दिल्लीला परत जाताना आम्हाला नक्की वाटत होतं; कारण इतर लोक या वेळी नागमोडी वळणं घेत वाहनांच्या गदारोळात कसेबसे आपापली कार्यालयं गाठण्यासाठी धडपडत असतील. "ही जरी लांब हाताच्य वानरांची -गिब्बन्सची- सॅंक्चुअरी असली तरी इथे दुसऱ्या जातीचे वानरही आहेत." दिलीप मला म्हणाले. गिब्बन अभयारण्यात आणखी सहा जातींचे वानर आहेत. टोपी घातलेले लंगूर (Trachy Pithecus Piteatus), डुकरासारखी शेपटी असलेले वानर (Marala Alonine), स्टम्पसारखी शेपटी असलेले वानर (Marala aretoides) आणि अत्यंत लाजाळू आणि संथ गतीचा स्लो लॉरीस (Nycticebus Bengalensis). वानरांच्या एवढ्या सगळ्या प्रजाती दुसरीकडे कुठेच नसतील. जसजसे आम्ही पुढे जात होतो, एका ठिकाणी धावपळ दिसली आणि मग आम्ही त्या वानरांना पाहिलं. नावाप्रमाणेच साधारण डुकरासारखीच त्यांची शेपटी होती. ती तेवढी शेपटी सोडली तर ते त्यांच्या भावंडासारखे, सिंहवानरासारखे दिसले असते.

आता ते ईशान्य भारतामध्ये ब्रह्मपुत्रेच्या दक्षिण किनाऱ्यावरच्या जंगलाच्या छोट्या भागांमध्ये दिसतात. हे वानर दाट जंगल पसंत करतात. गंमत म्हणजे हे मोठमोठे वानर अजिबात आवाज न करता जंगलांमधून फिरतात. एका कळपात साधारण १६ ते १८ वानर असतात. भारताव्यतिरिक्त ही जात नैर्ऋत्य आशियामधल्या

अनेक देशांमध्ये आढळते. अगदी बांगलादेशपासून थायलंड, व्हिएतनामपर्यंत! धोक्यात असलेल्या प्राण्यांच्या यादीत त्यांचा अंतर्भाव 'आंतरराष्ट्रीय लाल यादी' तयार करणाऱ्या पर्यावरणवाद्यांनी केला आहे.

जसजसे आम्ही आणखी घनदाट जंगलात शिरलो, आम्हाला 'टोपीवाले लंगूर (वानर)' दिसले. ईशान्य भागातली ही एक सर्वत्र आढळणारी जात. भारताव्यतिरिक्त, काझिरंगा राष्ट्रीय उद्यानातल्या पूरजन्य मैदानांपासून पूर्व हिमालय, बांगला देश, भूतान आणि म्यानमार इथे ती आढळते. टोपीवाले लंगूर हे पानं खाणारे आणि प्राचीन वंशाचे वानर आहेत. त्यांची पोटं विशिष्ट प्रकारची असतात. त्यामुळे ते मोठ्या प्रमाणात पानं गिळून ठेवतात आणि नंतर गाईसारखे रवंथ करत बसतात.

मला एक प्रश्न सतावत होता. जंगलाच्या या छोट्याशा भागात एवढ्या प्रकारच्या वानरांच्या जाती असूनही त्यांना अन्नाचा प्रश्न कसा पडला नाही? श्री. दिलीप यांनी मला स्पष्ट केलं - आम्ही याच गोष्टीला तर पर्यावरणवादी जीवशास्त्रामध्ये 'कोनाड्यातील विभाजन'म्हणतो. अन्न मिळण्याची ठिकाणं प्राणी कोपऱ्याकोपऱ्यात विभागून घेतात. त्यामुळे वादाचे प्रसंग जास्त येत नाहीत. लांब हातांचे वानर हे सर्वसाधारणपणे उंच जागांवर असतात. आखूड शेपटीचे जमिनीच्या आसपास आणि टोपीवाले लंगूर पानांमध्ये असतात. म्हणजे, हे कोनाड्यातील विभाजन (Niche Separation) हे प्राण्यांच्या उंचीप्रमाणे आणि कशा प्रकारचे अन्न ते खातात त्यानुसार होत असते. निसर्ग स्वत:चीच तत्त्वं वापरून संघर्षमय परिस्थितीवर कसे तोडगे काढतो, हे खूपच मनोरंजक आहे आणि गमतीचंही आहे.

पण या वानरांचं भवितव्य हे निसर्गाचा समतोल राखण्यातच आहे. लांब हातांच्या वानरांसाठी असलेलं हे अभयारण्य रेल्वेलाइनमुळे अर्धं अर्धं विभागलेलं आहे. वानर रेल्वेलाइनच्या एका बाजूलाच राहणं पसंत करतात. फारच क्वचित दुसऱ्या बाजूला जातात; कारण मधून वेगानं ट्रेन्स जात असतात. शास्त्रज्ञांनी असं भविष्य वर्तवलेलं आहे की ईशान्य भारतातली अशी विभागलेली जंगलं जर तोडली नाहीत तर आधीच नष्टप्राय होणारे गिब्बन (लांब हाताचे वानर) येत्या पंचवीस वर्षांमध्ये प्रजनन क्रिया बंद पडल्यामुळे नष्ट होतील.

दिलीप यांच्याकडे यावर तोडगा आहे. रेल्वे ट्रॅकच्या दोन्ही बाजूला वृक्षारोपण करणं त्यांनी आधीच सुरू केलं आहे. तेव्हा ही झाडं वाढतील तेव्हा त्यांच्या दुसऱ्या बाजूला वाकलेल्या फांद्या (रेल्वे लाइनवरून येणाऱ्या) वानरांसाठी एक नैसर्गिक लाकडी पूल बनवतील आणि मग वानर त्यावरून दुसऱ्या भागात जाऊ शकतील; पण हे समजण्याऐवजी भारतीय रेल्वेच स्वत:चं मोठं नुकसान करत आहे. थोड्या थोड्या महिन्यांनी रेल्वेचं मेन्टेनन्स डिपार्टमेन्ट श्री. दिलीप यांनी लावलेली रोपं उपटून टाकतं. त्यांनी रेल्वेच्या अधिकाऱ्यांबरोबर कित्येक मीटिंग्ज घेतल्या; पण

त्यांना त्याची काहीच पर्वा नाही. श्री. दिलीप अतिशय निराश होऊन म्हणाले की, हे म्हणजे गाढवापुढे गीता वाचण्यासारखं आहे. त्यांना काय म्हणायचंय ते माझ्या लक्षात आलं. जवळच्याच पश्चिम बंगाल राज्यातला प्रश्न तर याहूनही तीव्र आहे. त्यांच्या जंगलातून गेलेल्या रेल्वेलाइनमुळे मोठे मोठे हत्तीसारखे प्राणीही त्यांच्या पिलांसहित वेगाने धावणाऱ्या ट्रेन्सच्या अपघातात सापडतात. गेल्या काही वर्षांत निदान वीस-बावीस तरी धिप्पाड प्राणी वेगानं येणाऱ्या ट्रेन्समुळे मृत्युमुखी पडले. गेली कित्येक वर्षं वन्यजीव संरक्षकांनी रेल्वे अधिकाऱ्यांना हे समजवायचा प्रयत्न केलाय, जेव्हा रेल्वेगाडी या प्राण्यांच्या परिसरातून धावते तेव्हा कमी वेगानं धावू दे; पण पालथ्या घड्यावर पाणी. (श्री.दिलीप हे जर दोन्ही बाजूंची झाडं जोडून एक प्रकारचं छत किंवा पूल करण्यात यशस्वी झाले तर हुलॉक्स आणि इतर वानरांना मोठं जंगल उपलब्ध होईल आणि त्यामुळे प्रजननही मोठ्या प्रमाणात होईल.)

वानरांचं संरक्षण करण्यासाठी श्री.दिलीप यांनी समाजहिताचे अनेक कार्यक्रम अभयारण्य आणि आसपासच्या भागात सुरू केले. अभयारण्याच्या आसपास साधारण बावीस गावं आहेत आणि लोक सरपणासाठी सगळ्या बाजूंनी जंगलात येतात. श्री.दिलीप यांनी ठिकठिकाणी बायोगॅस युनिट्सचं वितरण केलं. स्थानिकांसाठी हे ऊर्जेचं एक उत्तम साधन होतं. जंगलावरचा ताणही त्यामुळे कमी झाला. त्यांनी महिला स्वयंपूर्ण व्हाव्यात म्हणून हातमाग वाटले, मशरूमच्या शेतीसाठी आणि मधमाशी पालनासाठी प्रशिक्षण दिलं. त्यामुळे सरपणाची बेकायदा विक्री करून पैसे कमावण्यापेक्षा महिलांना कायदेशीरपणे उत्पन्न मिळवता आलं. त्यांनी असा शैक्षणिक उप्रकम राबवला की त्यामुळे त्यांच्याच परसदारच्या जंगलात रहाणाऱ्या या वानरांविषयी त्यांना अभिमान वाटेल. वानरविषयक संशोधनाच्या पल्याड जाऊन केलेलं, हे एक प्रशंसनीय कार्य होतं. हे आव्हान श्री दिलीप यांनी पेललंय. आता त्यांनी त्यांचं संशोधन पूर्ण केलंय. त्यांनी केलेलं कार्य कस टिकवायचं, याचा आता विचार केला पाहिजे.

या जादुई जंगलात प्राण्यांच्या चित्रीकरणासाठी आम्ही आणखी काही दिवस घालवले. शेवटच्या दिवशी मला गिब्बन वानरांचं एक कुटुंब न्याहरी करताना दिसलं. माझ्या दिल्लीच्या प्राणिसंग्रहालयातल्या वानरांसारखं त्यांच्या चेहऱ्यावर दुःख नव्हतं. उलट होतं ते समाधान!

माझे आणि या गिब्बन वानरांचे ऋणानुबंध एवढ्यात संपणारे नव्हते. अरुणाचल प्रदेशात मी पुन्हा सहा महिन्यांनी आले तेव्हा मी त्यांना पुन्हा पाहिलं. मी दिबंगच्या धरणाविषयीचं माझ्या 'स्टोरी' चं रिपोर्टिंग त्यावेळी करत होते. (आधीचं प्रकरण याच विषयावर आहे.) अरुणाचल प्रदेशात आढळणाऱ्या गिब्बन वानरांच्या या जातीला पूर्वेकडचा हुलॉक गिब्बन (Hoolock Leyonedys) म्हणतात. मला

वाटलं होतं, की ही आसामात पाहिलेल्या गिब्बन वानरांचीच एक उपजाती असेल; पण आता या प्रजातीला एक पूर्णपणे स्वतंत्र प्रजाती असल्याचं स्थान मिळालं आहे. खरं तर हे दोन्ही प्रकारचे वानर भारताच्या वेगवेगळ्या भागात राहतात. आसाममध्ये पाहिलेल्या पश्चिमेकडच्या हुलॉक गिब्बन वानरांची संख्या जास्त आहे; कारण ते ईशान्येकडच्या राज्यांमध्ये ब्रह्मपुत्रेच्या दक्षिणेकडे आणि दिबंगच्या पूर्वेकडे आढळतात. भारताबाहेर ते पूर्व बांगलादेशमध्ये आणि नैर्ऋत्य म्यानमारमध्ये आढळतात. पूर्वेकडचे हुलॉक वानर अरुणाचलच्या कोपऱ्यातल्या भागात, आसाममध्ये, दक्षिण चीनमध्ये आणि ईशान्य म्यानमारमध्ये सापडतात.

माझा मित्र मेकोला हा शिकारी म्हणून निवृत्त झालेला आणि आता पर्यावरण संरक्षक झालेला इदु मिरामी या आदिवासी जमातीतला ! तो मला रोइंग शहराजवळच्या एका अव्वल म्हणता न येण्यासारख्या जंगलात घेऊन गेला. ही जमात दिबंगला बांधण्यात येणाऱ्या धरणाविरुद्ध लढत होती; कारण धरणामुळे जंगलं नष्ट होत होती आणि मला हे दाखवयाचं होतं, की एकदा धरण बांधलं तर त्यामुळे वन्यजीवांवर त्याचा कसा दुष्परिणाम होतो आणि ते दाखवायची सुवर्णसंधी आली. एका एकाकी झाडावर गिब्बन वानरांचं एक कुटुंब आम्हाला दिसलं. अरुणाचल प्रदेशातल्या दिबंगच्या खालच्या भागातल्या कुरणात ते झाड होतं. गिब्बन वानरांच्या उंच स्वरातल्या हाका ऐकून कित्येक तास पावसापाण्यातून आम्ही या ठिकाणी आलो होतो. पाऊस कोसळत होता. धूसर दिसत होतं. शेवटी आम्हाला ते दिसले होते. त्या कुरणात ते एकुलतं एक झाड होतं. खूप उंच होतं. एक नर होता. काळ्या रंगाची एक मादी होती आणि त्यांचं पिल्लू. ते बसले होते. आजूबाजूला अन्न शोधण्यासारखं जंगलही नव्हतं. फक्त एक एकटं पडलेलं झाड. स्थानिक वन अधिकारी म्हणाला की त्याला त्या कुरणामध्ये एकट्या असलेल्या झाडावर अडकलेलं ते गिब्बन वानरांचं कुटुंब पकडून इटानगर इथल्या प्राणिसंग्रहालयात पाठवायचं होतं; कारण इथे या कुरणातल्या झाडावर अन्न मिळणं कठीण होतं. ते वाचेल असं त्याला वाटत नव्हतं. काही वर्षांनी मी एक बातमी वाचली. त्या बातमीमुळे जुने दुवे सांधले गेले. बातमी अशी होती-

'एकाकी रहाणाऱ्या दिल्लीतील एका हुलॉक गिब्बन मादीला अखेर तिचा साथीदार मिळाला. ईशान्य प्रदेशातल्या दिबंग व्हॅली जिल्ह्यातल्या डेलो गावातून सोडवलेला तो गिब्बन वानर आहे. त्याचं नवीन नामकरण 'क्यूट' असे करण्यात आलं आहे. या दोघांच्या मीलनामुळे व्यवस्थापनाला हुलॉक गिब्बन वानरांच्या प्रजनन कार्यक्रमाच्या आखणीस मदत होईल.'

म्हणजे आम्ही त्या दिवशी पाहिलेल्या हुलॉक गिब्बन वानरांपैकी एकाला इटानगर प्राणिसंग्रहालयात आणि मग तिथून दिल्ली प्राणिसंग्रहालयात पाठवण्यात

आलं होतं आणि अशा प्रकारे माझा दिल्ली प्राणिसंग्रहालयातला एकाकी गिब्बन आणि अरुणाचल प्रदेशात जे कुटुंब मी कुरणातल्या एकमेव झाडावर पाहिलं होतं त्यापैकी एकजण असे अखेरीस एकत्र आले होते. माझ्या आयुष्यातली दोन टोकं शेवटी नियतीनं एक गिरकी घेऊन एकत्र आणली होती. माझे गिब्बन वानर संकेतस्थळी भेटणं हा माझ्या कहाणीचा हृदयस्पर्शी शेवट होता.

नंतर बऱ्याच काळानं मला शोध लागला, की दिल्ली प्राणिसंग्रहालयातली ती एकाकी वानरी पुन्हा एकटीच राहिली. जो गिब्बन वानर अरुणाचल प्रदेशातून पकडून आणला होता त्याला एका स्वतंत्र पिंजऱ्यात ठेवण्यात आलं होतं. ठेवणाऱ्यांनी सांगितलं, की दोघांमधलं वयाच अंतर प्रजननाच्या दृष्टीनं खूप जास्त होतं.

मला मेकोलाचे (जो एक शहाणा शिकारी आणि निसर्गसंरक्षकही होता) शब्द आठवले, जो या सगळ्याचा मथितार्थ होता.

'आमच्या मिशमी संस्कृतीत हुलॉक वानर हा एक दुःखी प्राणी असतो.'

आता मला कळलंय, की तो असं का म्हणाला होता.

❐

अधिकारी आणि हॉग हरीण

हरयाणा २००७

हे प्रकरण आहे हॉग हरणाविषयी (Hyelaphus Porcinus)! हरणांमधली एक छोटी जात. आसाममधल्या कॉर्बेटमधल्या तेराईच्या जंगलातल्या अल्लुविअल या गवताळ प्रदेशात ही हरणं मोठ्या संख्येनं मिळाली. हे हरण एका विशिष्ट प्रकारे पळतं. धावताना त्याचं डोकं खाली असतं. त्यामुळे त्याला रस्त्यातल्या अडथळ्यांवरून उड्या मारण्यापेक्षा ते चुकवता येतात. पूर्वी ही हरणं पाकिस्तानपासून दक्षिण थायलडंच्या पश्चिमेपर्यंत आणि अगदी व्हिएतनामच्या पूर्वेपर्यंत आढळत होती. उत्तर भारतातून नेपाळ, भूतान, बांगला देश, म्यानमारमध्येही ती दिसायची; पण गेल्या दशकामध्ये हॉग हरणे ही नामशेष होणाऱ्या जातीमध्ये अंतर्भूत झाली. मोठ्या प्रमाणात होणारी शिकार आणि आवश्यक नैसर्गिक वातावरणाचा अभाव यामुळे या जातीच्या हरणांची नोंद आययूसीएनच्या 'लाल' यादीमध्ये नामशेष होत जाणारी जात म्हणून झाली. भारतामध्ये त्यांचा नैसर्गिक आवास कमी कमी होत आहे आणि त्यांचं संरक्षण करणं कठीण होत आहे.

हरयाणा राज्य हे झगमगीत मॉल्स आणि कॉलसेंटर्ससाठी प्रसिद्ध आहे. हरयाणाच्या आसपास लाठ्या परजणारे शेतकरीही आहेत; पण तरीही एक अभयारण्य या हरणांना समर्पित केलं आहे. सरस्वती वन्यजीव अभयारण्य हे कमीत कमी २०० हॉग हरणांचं घर आहे; पण या घराच्या अस्तिवाला भीती निर्माण झाली आहे ती मुख्यमंत्री भूपिंदर सिंग हूडा यांच्या जलसिंचन योजनेमुळे. हरयाणा सरकारला मुख्य भाक्रा कॅनल दुभंगून १०० किमी लांबीच्या हन्सी-बुटाना कॅनलमधून दक्षिण हरियाणामधल्या शेतकऱ्यांसाठी पाणी घ्यायचं होतं. हरयाणा सरकारचा हेतू शुद्ध होता; पण एकच गोष्ट वाईट होती, की राज्य सरकारनं कालवा बांधण्यासाठी पर्यावरण मंत्रालयाची परवानगी घ्यायचे कष्ट घेतले नव्हते. कालवा बांधण्याच्या शेवटच्या टप्प्यात २००७मध्ये राज्य पाटबंधारे खात्यानं काम चालू केलं तेव्हा कालव्याचा मार्ग अभयारण्यातून जात होता. हे अभयारण्य कुरुक्षेत्र आणि कैथल जिल्ह्यात ४४५२ हेक्टर जमिनीत पसरलेलं होतं आणि यासाठी आवश्यक असलेली

संमती घेतली गेली नव्हती.

पण, एक माणूस मात्र कायदा मोडला जाऊ नये म्हणून धडपडत होता. त्याचं नाव होतं संजीव चतुर्वेदी. संजीव चतुर्वेदी हे भारतीय वन खात्यामधले एक तरुण अधिकारी होते आणि त्यांच्या कृतीमुळे हरयाणा सरकारनं त्यांची दोनदा बदली केली होती. मी त्यांना भेटले. अभयारण्यादीच्या संरक्षणासाठी असलेला विभागीय वन अधिकारी या नात्यानं त्यांनी प्रशसनाविरुद्धच दंडुका उगारला. अभयारण्यात प्रवेश करणाऱ्या, बांधकामासाठी येणाऱ्या वाहनांनाच त्यांनी प्रतिबंध केला. मोठमोठा आवाज करणारी मशीन्स आणि ट्रॅक्टर्स अभयारण्यातील जमीन उकरताना वन्यजीव संरक्षण कायदा (Wildlife Protection Act) निर्लज्जपणे धाब्यावर बसवत होते. चतुर्वेदींनी बांधकाम थांबवण्याचे आदेश दिले आणि हरयाणा पाटबंधारे खात्यानं काम दिलेल्या ठेकेदाराविरुद्ध आणि मजुरांविरुद्ध हॉग हरणांच्या शिकारीबद्दल, बेकायदेशीर वृक्षतोड आणि प्राण्यांचा नैसर्गिक निवास नष्ट केल्याबद्दल एफ. आय.आर. दाखल केले.

संजीव चतुर्वेदींना त्यांचं कर्तव्य केल्याबद्दल खरंतर पुरस्कार द्यायला हवे होते; पण त्याऐवजी त्यांना त्यांच्या निलंबनाचा हुकूम मिळाला; कारण त्यांनी हन्सी-बुटाना कालव्याच्या बांधकामामध्ये अडथळा आणला होता. माहितीच्या अधिकाराखाली जेव्हा मी यासंबंधातला कार्यालयीन पत्रव्यवहार पाहिला, तेव्हा हे स्पष्ट झालं की हरयाणा वन खात्यातल्या बऱ्याचशा वरिष्ठ अधिकाऱ्यांचा दृष्टीकोन नेमका दुसऱ्या बाजूचा विचार करणारा होता आणि तो म्हणजे हा मुख्यमंत्र्यांचा लाडका प्रकल्प होता, ज्यामुळे दक्षिण हरयाणाच्या शेतकऱ्यांना पाणी मिळणार होतं.

श्री. चतुर्वेदींना भेटल्यानंतर मी चंदीगढच्या बाहेर पडले आणि कुरुक्षेत्र या ऐतिहासिक शहराकडे निघाले. गजबजलेल्या महामार्गापासूनच निघालेल्या एका अरुंद रस्त्यावरून आम्ही जाऊ लागलो तेव्हा रस्त्याच्या दोन्ही बाजूला त्या भागाचं वैशिष्ट्य असलेली मोहरीची शेतं होती. काही अंतरावर मी प्रामुख्यानं शेतीच्या जमिनीवर झाडांची राई पाहिली. पौराणिक सरस्वतीच्या नदीवरून नामकरण केलेलं हेच ते सरस्वती अभयारण्य आणि ज्या प्रकारे हरयाणा सरकार काम करत होतं ते पाहिलं तर हे अभयारण्यसुद्धा पौराणिक बनेल. ४० चौरस किलोमीटर्समध्येच फक्त निलगिरीची झाडं होती. तिथे तेवढीच एकमेव लागवड दिसत होती. मला माहीत होतं, की हे कोल्हे, ससे, धामण आणि हॉग हरणे यांचं आश्रयस्थान होऊ शकलं असतं. वन्यजीव संरक्षण कायद्यानं ज्यांचा क्रमांक एकच्या परिशिष्टात समावेश केला आहे, अशा काळविटांना (Antilope Cervicapra) धोक्यात असलेली प्रजाती म्हणून गेल्या वन्यप्राणी गणनेनुसार जाहीर करण्यात आलेलं आहे. त्यांना प्रजाती संरक्षणासाठी प्राधान्य द्यायला हवं; पण आमचं वन्यजीव व्यवस्थापन फक्त

मोठमोठ्या सुपरिचित अशा प्राण्यांच्या संरक्षणासाठीच गतिशील होताना दिसतं. छोटे प्राणी आणि मनुष्य वस्तीच्या आसपासच्या भागात विकसित होऊ शकणाऱ्या प्राण्यांकडे ते लक्ष देत नाहीत. मी पत्रकारितेला सुरुवात केली तेव्हा ठरवलं की विशेष परिचित नसलेल्या प्रजातीविषयीच मी रिपोर्ट्स करीन; कारण त्यामुळे भारतभर पसरलेल्या अभ्यासकांना कोल्हे, ठिपकेदार मांजर, मुंगूस आणि साप हे-सुद्धा वाघाएवढेच नष्टप्राय, दुष्प्राप्य झाले आहेत याची माहिती असली पाहिजे. ही स्टोरी याच मुद्द्याविषयी आहे.

जंगलाच्या शेवटी आम्ही एक सिंहवानरांचा कळप पाहिला. आम्ही जेव्हा चित्रीकरणासाठी फिरत होतो तेव्हा एक मुंगूस आणि एक नील गाईंचा कळपही पाहिला. आम्ही आणखी पुढे गेलो आणि संजीव चतुर्वेदींना त्रासदायक ठरलेली गोष्ट पाहिली. मोठे, ओबडधोबड बांधकामासाठी सामान पुरवणारे डझनभर ट्रक्स होते. विध्वंसाचे भरपूर पुरावे मी पाहू शकले. तिथे मजुरांचे तंबू होते आणि आणखी ट्रक्स येतच होते. जिथे कालवा बांधला जात होता, तिथे सिंहवानरांची एक पलटण उभ्या उतारावरून वेगानं खाली जात होती आणि कालव्यातलं पाणी पिऊन पुन्हा वरच्या दिशेनं पळत होती. ज्या प्रकारे ते वानर उभ्या उतारांवरून खाली येत होते तशी हॉग हरणं किंवा नीलगाई येऊच शकत नाहीत. गंमत म्हणजे जेव्हा कालव्याचं काम सुरू केलं, तेव्हा हरयाणा सरकारचं म्हणणं होतं की अभयारण्याच्या एवढ्या जवळ कालवा बांधण्याचं कारण इथे वन्यप्राण्यांना पिण्याचं पाणी मिळावं हेच होतं.

आम्ही अभयारण्याच्या टोकाशी असलेल्या मोहरीच्या शेतात काम करणाऱ्या शेतकऱ्यांशी बोलण्यासाठी चालतच निघालो. मी एका उंच शीख शेतकऱ्याला भेटले. तो मला त्याच्या घरी घेऊन गेला. मिल्खा सिंगनं या कालव्यासाठी त्याची जमीन गमावली होती. तो म्हणाला,

"बहनजी, मी या देशाचा असा एकमेव नागरिक असेन जो आयुष्यात दोनदा निर्वासित झाला. एकदा १९४७मध्ये फाळणी झाली तेव्हा आणि आता हा कालवा बांधताना."

मिल्खा सिंगची हरयाणा सरकारशी नुकसान भरपाईसाठी लढाई चालू होती. सरकार देत होतं त्यापेक्षा त्याला जास्त पैसे हवे होते.

पण, तरीही मिल्खा सिंग वन्य प्राण्यांना पाठिंबा देणारा नव्हता. मी त्याला विचारलं,

'या अभयारण्याच्या एवढं जवळ, वन्य प्राण्यांच्या बरोबर राहणं, तेसुद्धा अगदी परसदारीच हे तुला विशेष फायद्याचं नाही वाटत ?"

वन्य प्राण्यांच्या आसपास राहणाऱ्या भारतातल्या बऱ्याच जणांना मी हा प्रश्न विचारला आहे आणि मला एकच उत्तर मिळालं आहे. अगदी पश्चिम घाटाच्या

आतला भाग असो, मध्य भारतातली जंगलं असोत की गुजरातमधलं कच्छचं रण असो.

''वन्य प्राणी म्हणजे त्रासच आणि आम्हाला आमच्या घराच्या आसपास अजिबात नकोत.''

हे किती विचित्र आहे, की वन्य प्राण्यांच्या आसपासच्या लोकांना ते नको असतात आणि त्यांच्यापासून लांब राहणारे लोक त्यांना पाहण्यासाठी 'सफारी' मध्ये हजारो रुपये देत असतात.

मिल्खा सिंगला वाटत होतं की सगळ्या वन्य प्राण्यांना ठार मारलं पाहिजे; कारण ते त्याच्या पिकाची लूट करतात. पूर्वी ज्या शेतकऱ्यांनी वन्य प्राण्यांना सहन केलं त्यांच्या भावना आता वन्य प्राण्यांच्या विरोधात आहेत. सगळ्या भारतात हाच कल दिसतो. पंजाब आणि हरयाणाच्या काही भागात तर नील गाय (Bose Laphus Trago Camelus) आणि रानडुक्कर (Sus Scrofa) यासारख्या प्राण्यांना मारणं आधीच कायदेशीर ठरवण्यात आलं आहे. या प्रजातींच्या संरक्षणासाठी जर व्यापक दृष्टीनं उपाय योजले तर माझी अशा निर्णयाविरुद्ध तक्रार नाही; पण एक लोकप्रिय उपाय म्हणून सरकारनं मोठ्या प्रमाणावर आणि जातींचा विधिनिषेध न ठेवता वन्य प्राण्यांना सरसकट ठार मारण्याचे आदेश दिले आणि परवाने देण्यावर काहीही नियंत्रण ठेवले नाही तर मात्र समस्या निर्माण होते. खरं पाहता, अधिकांश शेतजमीन उंच उंच इमारती आणि शॉपिंग मॉल्समध्ये परिवर्तित होत असताना (हरयाणामध्ये हे होत आहेच) मला चिंता वाटतेय ती कमी 'सेक्सी' म्हणजेच लोकप्रिय नसलेल्या आणि अनाकर्षक जातींची. जर प्राण्यांना आश्रयस्थान होईल अशी जमीनच शिल्लक राहिली नाही तर पिकांवरच्या त्यांच्या धाडीही वाढतील आणि त्यांना ठार मारण्याचे परवानेही. हरयाणा सरकारला कुरुक्षेत्रमध्ये बहुमजली इमारती बांधायची स्वप्नं पडत होती. प्रॉपर्टीवर तुटून पडणाऱ्या गिधाडांच्या घोषणांची मी कल्पना करू शकत होते.

'एनसीआरपासून फक्त ५० किमीवर शहराबाहेरच निसर्ग सौंदर्याचा आनंद घ्या' अशा त्या घोषणा!

आणि प्रत्येकालाच जमेल तेवढा भाग गिळंकृत करायचा असल्यामुळे वन्य प्राण्यांसाठी कोणाकडेच कोणतीही योजना नव्हती. हो ! वन्य प्राणी, जे या जमिनीचे मूळचे रहिवासी आहेत.

मी माझ्या ऑफिसला परत गेले आणि दुसऱ्याच दिवशी आमची 'स्टोरी' प्रसृत केली. कालव्याची दृश्यं, मजुरांचे तंबू, अभयारण्यात परवानगीशिवाय काम करणारे ट्रक्स, हे सगळं दाखवल्यावर एकच वादळ उठलं. संतापलेल्या मुख्यमंत्र्यांचा फोटो आला.

'आम्हाला विकास हवा. कालव्यामुळे शेतकऱ्यांना पाणी मिळणार आहे. त्यापुढे थोडीशी झाडं आणि ते अभयारण्य यांची काय किंमत?'

आम्हीसुद्धा आमचं म्हणणं मांडलं.

'अभयारण्याला धक्का न लावता कालवा बांधता आला असता. जर योग्य ती कार्यपद्धती वापरली असती आणि राष्ट्रीय वन्यजीवन प्राधिकरणाची परवानगी घेतली असती तर निदान भरपाईचे उपाय सुचवता आले असते.'

मुख्यमंत्र्यांनी हे प्रकरण मांडताना वन्य प्राणी हवेत की शेतकऱ्यांसाठी पाणी हवं, असं चित्र उभं केलं.

परंतु, हे दोन्ही एकमेकांविरुद्ध नाहीच, अशी आमची भूमिका होती.

संध्याकाळच्या आमच्या कार्यक्रमात प्रमुख स्लॉटमध्ये आम्ही हरयाणाच्या वनमंत्री किरण चौधरी यांना विचारलं,

"मॅडम, श्री. संजय चतुर्वेदी आपलं कर्तव्यच करत होते. मग, त्यांची शिकार का केली ?"

किरण मॅडमकडे या प्रश्नाचं उत्तर नव्हतं. वन अधिकाऱ्याला शिक्षा का झाली? तो स्वत:चं कामच करत होता ना? आम्ही पुढचा प्रश्न विचारला,

"मॅडम, अजूनही अभयारण्यात असलेल्या वन्य प्राण्यांसाठी तुमच्याकडे काय योजना आहे ?"

त्या वैतागून उत्तरल्या,"अभयारण्यात वन्य प्राणीसुद्धा आहेत?"

त्यांची प्रतिक्रिया आमचं निसर्गसंरक्षणाचं धोरणं ठरवणाऱ्यांची मानसिकता दाखवते. अभयारण्यात जर वाघ आणि हत्ती असतील तरच ते संरक्षणाच्या लायकीचे.

पुढे वाइल्डलाइफ ट्रस्ट ऑफ इंडिया या निसर्गसंरक्षण संस्थेनं सुप्रीम कोर्टाच्या केंद्रीय विशेषाधिकार समितीकडे (Central Empowered Committee) एक अर्ज सादर करून विचारणा केली, की सरस्वती अभयारण्यातील कालव्याचं काम कायदेशीर आहे का? आणि जर तसं नसेल तर आदेश देणाऱ्या संबंधित अधिकाऱ्यांवर कारवाई का केली जात नाही? सीईसीनं अनेक महिन्यांच्या सुनावणीनंतर श्री. चतुर्वेदींचंच म्हणणं उचलून धरलं.

कालव्याच्या बांधकामामुळे WLPA (WildlifeProtection Act) च्या सेक्शन २७चे उल्लंघन झाले आहे. अभयारण्याच्या क्षेत्रामध्ये मजुरांच्या आणि वाहनांच्या ज्या अनिर्बंध हालचाली होत होत्या, त्यामुळे वन्य प्राण्यांचं जगणं आणि त्यासाठी आवश्यक असलेलं नैसर्गिक वातावरण हे गंभीर धोक्यात आलं आहे."

पण, तरीही अभयारण्य वाचवण्याचं हे युद्ध अर्धवटच जिंकल होतं. हरयाणा राज्य सरकारनं राष्ट्रीय वन्य जीवन प्राधिकरणाशी संपर्क साधून त्यांना 'या अभयारण्याला

संरक्षित अभयारण्याचा दर्जा देऊ नये आणि कालव्याचं काम कोणत्याही अडथळ्याविना चालू द्यावं,' अशी विनंती केली. पर्यावरणवाद्यांचे वकील श्री. ऋत्विक दत्त हे स्वत:ची केस सीईसीपुढे मांडतना म्हणाले,

"ज्या अर्थी अभयारण्याला 'सरंक्षित अभयारण्यांच्या' यादीतून वगळण्याची प्रक्रिया आधीच सुरू झाली आहे. सीईसी विशेष काही करू शकली नाही. फक्त सीईसीने दाखवून दिले आहे, की कायद्याचे उल्लंघन झालेले आहे आणि पाटबंधारे जलसिंचन खात्याने वनखात्याकडे एक कोटी रुपये पर्यावरण संरक्षणासाठी द्यावेत."

संजीव चतुर्वेदींची साडेसाती मात्र अजून संपलेली नव्हती. राज्य सरकारशी वाकडं घेऊन त्यांनी जी कठोर भूमिका घेतली, त्यामुळे त्यांची बारा वेळा बदली झाली. त्यांच्याविरुद्ध अनेक एफआयआर नोंदवले गेले. दक्षता संघानं (व्हिजिलन्स ब्युरोनं) चौकशीची अनेक सत्रं घेतली. निलंबन झालं आणि आरोपपत्रही दाखल करण्यात आलं; पण राष्ट्रपतींनी २००८मध्ये स्वत: हस्तक्षेप केला. श्री.चतुर्वेदींवरचे सगळे आरोप बिनबुडाचे ठरवले. आणि निलंबनाचे आदेश रद्दबातल ठरवले. नागरिकांच्या अनेक गटांनी त्यांना पुरस्कार दिले. त्यांच्या कृतीचा सगळीकडे बोलबाला झाला. अन्यायाविरुद्ध आवाज उठवणारे, अशी मान्यता त्यांना मिळाली.

हन्सी-बुटाना कालव्याच्या बांधकामावर लाखो रुपये उधळले गेले; पण अजूनही कालवा कोरडाच आहे; कारण नदीचं पाणी कसं वाटून घ्यावं यावर पंजाब आणि हरयाणा या दोन राज्यांत वाद चालू आहे. पंजाब सरकारनं असा आरोप केला आहे, की किनाऱ्यांवर केलेल्या बांधकामांमुळे तिथल्या गावांमध्ये पूर येईल. प्रकरण सध्या हुडा सरकारने कोर्टात नेलं आहे.

सुप्रीम कोर्टात जोपर्यंत तोडगा निघत नाही तोपर्यंत कालव्याच्या बांधकामावर स्थगिती आणली आहे.

❐

खरी 'अवतार'कहाणी

कालाहंडी, २००७

ही अशी 'स्टोरी' आहे जी आंतरराष्ट्रीय हेडलाइन बनू शकेल. अगदी जेम्स कॅमेरॉनच्या २००७ मध्ये अत्यंत गाजलेल्या हॉलिवुड चित्रपट 'अवतार' शी याची तुलना होऊ शकेल. अर्थात त्यावेळी मला हे माहीत नव्हतं.

एप्रिल २००७मध्ये ओरिसामधलं नियमगिरी अरण्य वाचवायचं युद्ध नुकतंच सुरू झालं होतं आणि आम्ही कल्पनाही केली नव्हती की पर्यावरणासंबंधी आमच्या वेळची ही एक मोठ्यात मोठी कहाणी होणार आहे.

हाताच्या बोटांवर मोजण्याइतके सशस्त्र आदिवासी एका खाणकंपनीच्या विरुद्ध उभे ठाकले होते आणि ते तसे का राहिले याचं कारण शोधण्याकरता मी ओरिसामधल्या कालाहंडी या ठिकाणी चालले होते. नियमगिरीच्या डोंगराळ प्रदेशातल्या घनदाट जंगलात खाणकाम करून बॉक्साइट उपसण्याची योजना वेदांत अॅल्युमिनियम लिमिटेड या कंपनीची होती. लंडन स्टॉक एक्सचेंजमध्ये या कंपनीच्या शेअर्सचं लिस्टिंग होतं आणि कंपनीला कित्येक कोटी भांडवलाचं पाठबळ होतं. याच्या बदल्यात कंपनीनं इस्पितळं, रस्ते, शाळा हे सगळं आदिवासींना आपल्या नफ्यातून देण्याचं वचन दिलं होतं. फक्त वेदान्तच नव्हे तर भारतभर पसरलेला खाण-उत्खनन उद्योग, परवाने आणि लायसन्सेसची प्रक्रिया गतिमान करण्यासाठी अशा प्रकारचं प्रगतीचं मोहजाल उभं करून वारेमाप खनिजं उपसतो. मग या प्रक्रियेत किती जंगलं नष्ट होतात, किती जलस्रोत प्रदूषित होतात, किती मातीची धूप होते, खाणींच्या आसपास राहणाऱ्या लोकांसाठी शेती अशक्यप्राय होते, या सगळ्या गोष्टींची या खाणकंपन्या पर्वा करत नाहीत. मला आश्चर्य वाटतं की हे जर प्रगतीचे दूत असतील तर मग झारखंड, ओरिसा, छत्तीसगढ हे सगळे भाग पन्नास वर्षांनंतरही खनिजसमृद्ध असूनही अजून गरिबीत का पिचत आहेत ?

सुरुवातीला मला कुतूहल वाटत होतं की हाताच्या बोटांवर मोजण्याइतके आदिवासी एवढ्या मोठ्या कंपनीविरुद्ध, नवीन पटनाईक यांच्या सरकारविरुद्ध आणि सशक्त पोलीस खात्याविरुद्ध कसे काय उभे राहू शकतात? एका बाजूला

प्रचंड पैसा (४५०० कोटी) आणि दुसऱ्या बाजूला डोंगरिया कोंध जमातीचे आठ हजार लोक. या जमातीची ओळख सरकारी खात्यात 'विशेष अनारक्षित आदिवासी गट' अशी होती आणि म्हणूनच या गटाला घटनेनुसार जास्तीत जास्त संरक्षण मिळायला हवं. डोंगरिया जमात नियमगिरीची पूजा करतात; कारण त्यांचा देव असलेल्या नियमराजाचं ते निवासस्थान आहे. गेली कित्येक वर्षं या जमातीनं सभा आणि आंदोलनांचं आयोजन करून त्यांची जमीन आणि जंगलं ताब्यात घ्यायच्या प्रयत्नांना विरोध केला आहे.

नवी दिल्ली पासून कालाहंडी तात्त्विकदृष्ट्या आणि भौगोलिकदृष्ट्याही खूप लांब आहे. रायपूर या छत्तीसगडची राजधानी असलेल्या शहराकडे दिल्लीहून विमानानं जायचा आमचा कार्यक्रम होता. ओरिसामधल्या भवानीपटना या धूळभरल्या शहरात जायला रायपूरहून आठ तास कारनं जायला लागतात. मध्ये राज्याची सीमा पार करावी लागते. आम्ही तिघंजण होतो. मी, आमचे निर्माते राहुल दुआ आणि कॅमेरामन एन.एस. उमेश! रायपूर सोडल्यावर काही तासांनी आमच्या कारच्या चालकानं जाहीर केलं, की टायर पंक्चर आहे आणि आम्ही रस्त्याच्या एका बाजूला थांबलो. त्यामुळे तिथल्या उकाड्याला शह द्यायला आम्हाला थंडगार कलिंगडांचा अधाशीपणे आस्वाद घेता आला. थोडं पुढे गेल्यावर एक रस्त्याच्या बाजूला असलेला धाबा होता. तिथे एका कारकडे माझं लक्ष गेलं. दोन माणसं मागच्या टायर्सच्या पाठी उकिडवी बसली होती. ती उत्साहित होऊन एकमेकांशी बोलत होती. एक स्त्री शेजारी उभी होती. मला वाटलं तेही टायरचं पंक्चर काढत आहेत; पण जास्त जवळ गेल्यावर कळलं काहीतरी वेगळं आहे.

"क्या हुआ, भाईसाब?" मी विचारलं.

ड्रायव्हर मागे वळला आणि हसायला लागला.

"कुछ नही मॅडम, एक बिल्ली का बच्चा टायर के पीछे अटक गया है। अगर मै कार स्टार्ट करू तो इसका मटन बन जाएगा।"

मी खाली वाकले. खरंच ! खालून दोन डोळे माझ्याकडे बघत होते. सगळ्यांना ते नखं मारेल म्हणून भीती वाटत होती. वास्तविक, त्या मांजराच्या पिल्लाला बाहेर तर काढायचं होतं. मी माझा हात आत घातला आणि हळूच मागच्या चाकापासून त्याला सोडवलं. ते पिल्लू आपली नखं टायरमध्ये रुतवून खेचलं जायला विरोध करत होतं. निषेधाचं 'म्यिंऊ' जोरात करून ते बाहेर आलं. मी दिल्लीत असते तर त्याला घरी नेलं असतं; पण इथे ओरिसामधल्या या ग्रामीण भागात मी काय करू शकत होते ? ते दोघं कृतज्ञ वाटत होते. माझे आभार मानून ते आपल्या प्रवासाला निघून गेले.

मी तिथेच उभी राहिले. माझ्या हातात ते नुकतंच सोडवलेलं पिल्लू होतं.

आपल्या छोट्याशा पंजानं त्यानं मला पकडून ठेवलं होतं. राहुल आणि उमेशना निघायची घाई झाली होती. ते लांबूनच ओरडत होते.

"बहार ऽ ऽ, कम ऑन. आपली निघायची वेळ झाली आहे."

मी स्थानिक दुकानदाराकडे गेले. तो दुपारची वामकुक्षी करत होता. मी त्याला उठवलं. त्यानं कपाळावर आठ्या आणतच माझ्याकडे पाहिलं. मी त्याला त्या छोट्या प्राण्याकडे लक्ष द्यायला सांगितलं. आणि त्या छोट्याशा साहसानंतर आम्ही पुन्हा आमच्या मार्गाला लागलो.

रायपूर सोडल्यावर दहा तासांनी रात्री आम्ही भवानीपटन्याला पोहोचलो. दुसऱ्या दिवशीच्या शूटिंगच्या उत्सुकतेमुळे मी रात्रभर झोपू शकले नाही. आम्हाला नक्की काय पाहिजे, ते स्थानिकांना कळेल काय? आम्ही डोंगरिया कोंध लोकांची 'स्टोरी' सांगू शकू का? मी स्वत:लाच प्रश्न विचारत राहिले.

"बहार, दिल्ली किंवा मुंबईतल्या प्रेक्षकाला ही स्टोरी त्याच्याशी संबंधित वाटेल काय? त्याच्यासाठी बॉक्साइटची गरज ही आदिवासीच्या वृक्षप्रेमापेक्षा जास्त महत्त्वाची होती... जास्त वास्तव होती."

माझ्यापुढे हेच तर आव्हान होतं.

दुसऱ्या दिवशी पहाटेच आम्ही नियमगिरीला जाण्यासाठी तयार झालो. आम्ही परस्पर खाणीच्या ठिकाणी जाणार होतो. तेच आंदोलनाचं मुख्य केंद्रस्थान होतं. आम्हाला आधीच समज देण्यात आली होती, की खाण कंपनीचे स्थानिक समर्थक पत्रकारांना धमक्या देऊन घाबरवतात. आम्हाला सावध राहून त्या भागात फिरलं पाहिजे. खाणीसाठी निवडलेल्या लांजीगढमध्ये आमची कार शिरली, तेव्हा धापा टाकतच आम्ही समोरचं दृश्य पाहिलं. घनदाट हिरव्या शेतांच्या मधोमध आणि मोठमोठ्या आंब्यांच्या झाडांमध्ये वेदांतच्या तेल शुद्धीकरण करणाऱ्या युनिटची एक रुपेरी रंगाची राक्षसी फ्रेम तिथे होती. एखादी उडती तबकडी (यूएफओ) ओरिसाच्या गावात उतरली आहे, असं ते दृश्य दिसत होतं; पण मला मोकळ्या मनानं हे सगळं पाहायचं होतं, शक्य होतं की कंपनी इथे या भागाच्या भल्यासाठी काही करत होती. एक पत्रकार या नात्यानं मला कोणताही पूर्वग्रह ठेवायचा नव्हता.

आमचं पहिलं काम होतं ते रिफायनरीच्या (तेलशुद्धीकरण करणारी कंपनी) आसपास पसरलेल्या लोकांच्या मुलाखती घेणं... त्यांच्याकडे मानवी हक्कांचं उल्लंघन झाल्याच्या आणि खाण माफियांनी जबरदस्तीनं घडवून आणलेल्या खोट्या अटकांच्या अनेक घटना होत्या. आतापर्यंत आमच्याकडे फक्त अफवा होत्या आणि मला आरोपांना पुष्टी देणारे पुरावे जमवायचे होते. आदिवासींच्या वतीनं ज्यांनी जनहित याचिका सुप्रीम कोर्टात सादर केली होती ते श्री. सिद्धार्थ नाईक (जे आमचे दुभाषे आणि वकील दोन्ही होते) आम्हाला मदत करत होते. जसे आम्ही गावात

शिरलो आणि आमचे कॅमेरे उभे करू लागलो, माझ्या लक्षात आले की समोरच्या लोकांनी सुरू केलेलं बोलणं अचानक थांबवलं आहे; कारण काही मोटरबाइक्स-वाले तिथे आले होते. ते त्या विभागातले वाटत नव्हते. ते चांगल्या पोशाखात होते. त्यांनी चामड्याची जॅकेट्स घातली होती आणि चांगल्या दर्जाच्या करड्या रंगाच्या पॅन्ट्स घातल्या होत्या. आम्हाला सांगण्यात आलं, की ते भवानीपटण्याचे होते. त्यांनी थोडं अंतर राखून आमचा पाठलाग सुरू केला. तिथे फिरत असताना मी काही धातूचे बोर्ड्स पाहिले, ते काळ्या रंगानं विद्रूप केले होते. प्रत्येक गावाबाहेर ते बोर्ड्स होते. वेदान्त कंपनीची नाममुद्रा (Logo) आणि नाव काळं करण्यात आलं होतं. दोन्ही बाजूला किती मोठ्या प्रमाणात असंतोष आहे याचंच हे निदर्शक होतं.

आम्ही घराघरात फिरलो, बाइक्सवरून आमचा पाठलाग करणाऱ्यांकडे दुर्लक्ष करायचा आम्ही प्रयत्न करत होतो. मला एका विशेष महिलेला भेटायचं होतं. तिचं नाव काडो माझी. ती हल्लीच विधवा झाली होती. खाण माफियांनी तिच्या नवऱ्याचा खून केला आहे असा तिचा त्यांच्यावर आरोप होता. तिचा नवरा सुकु माझी हा कोंध या आदिवासी जमातीमधला एक तरुण होता आणि रिफायनरीच्या जवळच राहत होता. कंपनीचा निषेध करण्यात तो सक्रिय होता. तो रहस्यमय परिस्थितीत मृत्यू पावला होता आणि नक्की काय झालं ते मला जाणून घ्यायचं होतं; पण पहिल्यांदा आम्हाला त्या पाठलाग करणाऱ्यांपासून मुक्त व्हायचं होतं. प्रत्येक वळणावर मागे पाहिलं तर ते लपलेले असायचे. शेवटी मी माझा मायक्रोफोन हातात घट्ट धरला आणि उमेशला कॅमेरा घेऊन माझ्या पाठी यायला सांगितलं. राहुल फुस्कारला.

"बहार, आपण त्यांच्याशी अगदी बोललंच पाहिजे का ?"

"हो." मी कुजबुजले.

ते जर असे मागे येणार असतील तर कोणीच त्यांच्यापुढे सत्य बोलणार नाही. त्यांचं तिथे तसं असणं आदिवासींना घाबरवत होतं.

मी त्यांच्यापैकी एकाकडे गेले. करड्या रंगाचा सफारी सूट घातलेला आणि डोळ्यावर गॉगल घातलेला तो एक धिप्पाड माणूस होता. सुरुवातीला त्यानं पाठ फिरवली; पण मी त्याच्या मागे गेले. मी त्याला विचारलं, की तो माझ्याशी बोलेल का ? तो म्हणाला, की तो भवानीपटण्याचा एक मालवाहतूक करणारा होता. खाण कंपनीनं आपलं काम सुरू केल्यावर त्याच्या दहा मोटारी आणि पाच ट्रक्स नियमितपणे वापरले जात होते आणि तो मोठा नफा मिळवत होता. मी विचारलं की, आणखी कुठल्याही दुसऱ्या मार्गानं तो वेदान्तशी संबंधित होता का ? तो म्हणाला, की तो सीएसआर (Corporate Social Responsibility) टीममध्ये होता. स्थानिक लोक कंपनीच्या कामावर खूष आहेत, याची खात्री करून घेणं हे त्याचं काम होतं. माझ्या लक्षात आलं, की त्या झगमगीत मोटरबाइक्सवर कंपनीचं

नाव लिहिलेलं होत. तेव्हा अशा प्रकारे लोकांची मनं आणि हदयं जिकण्याची कंपनीची योजना होती. त्यांच्याशी बोलल्यानंतर त्या लोकांनी आमचा पाठलाग करणं थांबवलं. माझं धोरण यशस्वी झालं होतं. त्यांना एवढंच माहीत करून घ्यायचं होतं, की आम्ही कोण आहोत ? का आलो आहोत ? आणि आम्हाला जरासाही संशय नव्हता की ती माणसं त्यांच्या बॉसेसना ही माहिती देणार होती.

रिफायनरीच्या जवळच्या गावातच, मुख्य रस्त्याच्या थोडं बाजूला आम्हाला काडो माझी भेटली. सुरवातीला तिचा चेहरा दगडासारखा होता. आणि ती संशयानं आमच्याकडे पाहत होती. खाण कंपनीच्या विरुद्ध चाललेल्या आंदोलनला तिच्या नवऱ्याचा चेहरा लाभला होता. शेजारच्या गावात सभेसाठी गेलेला तिचा नवरा परत येत असताना मृत्युमुखी पडला होता. एवढंच आम्हाला माहीत आहे, असं ती म्हणाली. मी दुभाष्याला विनंती केली, की काडोला जर काय झालं ते माहीत असेल तर तिनं ते सांगावं. मी तिच्या झोपडीबाहेर बसले. नुकतीच जंगलातून आणलेल्या सरपणाची मोळी ती नीट तपासून पाहत होती. तिच्या छातीशी तिचं बाळ होतं. दुसरी एक तिथेच घुटमळणारी चार वर्षांची मुलगी उत्सुकतेनं पाहत होती. मग काडो माझीनं विचारलं की आम्हाला तिचा नवरा ज्या ठिकाणी मृतावस्थेत सापडला ते ठिकाण पाहायचं आहे का? रिफायनरीकडे जाणाऱ्या डांबरी रस्त्याच्या दिशेनं आम्ही निघालो. तिनं माझा दंड पकडला आणि अचानक त्या संध्याकाळी काय घडलं ते ती अभिनित करून दाखवू लागली. 'वेदान्त' कंपनीच्या विरुद्ध निषेध सभेसाठी लोकांनी हजर राहावं म्हणून पत्रकं वाटायला तिचा नवरा गेला होता. परत येत असताना बहुतेक त्याला एखाद्या ट्रकनं धडक दिली असावी. रस्त्यावर त्याचं प्रेत पडलेलं मिळालं होत.

'माझं बाळ त्या वेळी फक्त दोन महिन्यांचं होत.'' ती म्हणाली. ''मी घरात होते. ते मला बोलवायला आले तेव्हा म्हणाले की माझा नवरा मेलाय.''

''हा अपघातही असू शकतो का?'' मी विचारलं.

तिने शांतपणे माझ्याकडे पाहिलं. तिच्या तपकिरी डोळ्यांत संताप दिसू लागला.

''आमच्या गावात वेगानं जाणाऱ्या कारनं एखादं कोंबडं मारलं, एखाद्याचा बकरा किंवा गाय, बैल मारले, तरी चौकशी होते; पण माझा नवरा गेला तेव्हा पोलिसांनी कोणतीही इनक्वायरी केली नाही. माझ्या नवऱ्याच्या आयुष्याची काहीच किंमत नव्हती? मी पोलिसांना विचारलं आणि ते फक्त एवढंच म्हणाले, की हा अपघातच असणार.''

बस एवढंच ! ओरिसाच्या ग्रामीण भागातल्या एका एकट्या महिलेनं आपला नवरा गमावला होता. तो कसा गेला हे कोणालाच माहीत नव्हतं आणि कोणालाही त्याची पर्वा नव्हती.

दुसऱ्या दिवशी सकाळी आम्ही लांजीगढमधल्या स्थानिक पोलीस स्टेशनला भेट दिली. म्हटलं, शक्य आहे की पोलिसांनी इनक्वायरी केली असेल. शक्य आहे की त्यांनी हे प्रकरण अधिकृतपणे नोंदणी करून घेतलं असेल. काडो माझीनं जे मला सांगितलं ते वरकरणी खरं वाटलं तरी ते मी खरं मानलं नाही. आम्ही एका उपनिरीक्षकाला भेटलो. इतरांप्रमाणेच आमच्या तिथे असण्यानं तो नाराज होता. तो यात कोणाच्या बाजूला होता, त्याला दिलेलं काम नक्की काय होतं, या बाबतीत त्याची भूमिका स्पष्ट होती. त्यानं निःसंदिग्ध शब्दांत सांगितलं, की वेदान्त कंपनी आपलं खाणकाम कसं सुरू करेल आणि इथल्या लोकांचा त्याला अडथळा कसा येणार नाही हे पाहणं त्याचं काम होतं. सुक्रू माझीला काय झालं आणि त्याची फाईल मला बघायला मिळेल का, असं मी त्याला विचारलं. त्याच्या हाताखालचा मनुष्य फाईल शोधायला गेला तेव्हा त्यानं स्वतःचं मत दिलं,

"तुम्हाला माहितीए, हे आदिवासी नेहमी दारू प्यालेले असतात. शिवाय अडाणी...निरक्षर. तुम्हाला माहितीए, त्यांच्यापैकी काहीजण रात्रीसुद्धा काळे गॉगल्स डोळ्यांवर लावतात, आणि रस्त्यावरून चालतात. आता तुम्ही सांगा, रात्रीच्या वेळी गॉगल लावून फिरणाऱ्याला मूर्ख नाही म्हणायचं तर कोणाला?आता या सुक्रू माझीला काय झालं असेल ते मी सांगतो. तो प्यालेला असेल. रस्त्यावरून इतकी सगळी वाहनं येत-जात असतात. गेलं असेल एखादं वाहन त्याच्या अंगावरून !"

हे सांगताना तो मिष्किलपणे हसत होता. त्याचा पूर्वग्रह होता, की आदिवासी हे दारूडेच असतात. मी विचारलं, की एफआयआर फाईल झालाय का ? आणि पोलीस रेकॉर्डमध्ये सुक्रू माझीच्या मृत्यूबद्दल काय लिहिलंय ? त्यानं एक भलंमोठं लॉगबुक काढलं आणि उरिया भाषेतली नोंद मला दाखवली.

अपघाती मृत्यू!

शांतपणे आम्ही पोलीस स्टेशनच्या बाहेर निघून गेलो. काडो माझीचंच बरोबर होतं. शोध, चौकशी काहीही झालेलं नव्हतं.

पण, या कहाणीला आणखी एक नायक होता आणि तो म्हणजे ते आख्खं गाव. कंपनी आणि पोलीस यांच्यासारख्या शक्तिमान शत्रूंना अंगावर घ्यायला ते गाव समर्थ होतं.

दुसऱ्या दिवशी सकाळी आम्ही बंडागुडा गावात प्रवेश केला. वेदान्त रिफायनरीची सीमा निश्चित करणाऱ्या ३० फूट उंच भिंतीच्या पलीकडे हे गाव होतं. टोकाशी असलेले सुरक्षा रक्षक त्यांच्या दुर्बिणींमधून आमच्याकडे बघत होते. आमचे कॅमेरे बघून गर्दी जमू लागली. मी सुरक्षा रक्षकांकडे दुर्लक्ष करायचा प्रयत्न केला आणि समजून घ्यायचा प्रयत्न करून पाहिलं, की बंडागुडा गावातले विस्थापित आणि कंपनी यांच्यात वाद तरी कसला आहे.

या गावातल्या लोकांना त्यांच्या जमातीची असलेली जमीन कंपनीला हस्तांतरित करायची नव्हती. जवळ जवळ २६ हेक्टर जमीन रिफायनरी बांधण्यासाठी वेदान्त कंपनीला हवी होती. (काही वर्षांनी स्थापित झालेल्या श्री.एन.सी. सक्सेना यांच्या अध्यक्षतेखालच्या उच्चाधिकार समितीनं हे सत्य पडताळून पाहिलं होतं आणि बंडागुडाच्या लोकांनी केलेल्या आरोपांची छाननी करण्यासाठी ही कागदपत्रं पर्यावरण मंत्रालयाला पाठवण्यात आली होती.) मार्च २००६मध्ये म्हणजे आम्ही तिथे जाण्याच्या एक वर्ष आधी बंडागुडाचे लोक फॅक्टरीच्या प्रवेशद्वाराबाहेर कंपनीचा निषेध करत होते. त्या दिवशी काय झालं याच्या व्हिडिओ क्लिप्स मला दाखवण्यात आल्या. आम्ही ज्या पोलीस अधिकाऱ्याला भेटलो होतो तो व्हिडिओ क्लिपमध्ये दिसत होता. प्रवेशद्वाराच्या बाहेर ठाण मांडून बसलेल्या आदिवासी बायकांना तो धक्के मारून उठवत होता. त्यांच्या अंगावर ओरडत होता. थोड्या वेळात महिला पोलीस आल्या आणि आंदोलक स्त्रियांना घेरून उभ्या राहिल्या.

त्या उपनिरीक्षकानं जवळजवळ तीस पुरुषांची गावात धरपकड केली आणि त्यांना कस्टडीत ठेवण्यात आलं. ओरिसाचं २००६चं पुनर्स्थापना आणि पुनर्वसन याविषयीचं धोरण सक्तीच्या विस्थापनाला प्रतिबंध करणारं होतं. खरंतर मुख्यमंत्री नवीन पटनाईक यांनी पत्रकारसभेत असा दावा केला, की ओरिसाचं पुनर्वसनाचं धोरण खूपच पुरोगामी आहे. लोकांना त्यांची जमीन सोडायला लावणारे इतर अवैध मार्गही आहेतच. त्या उपनिरीक्षकानी त्याच्या इंटरव्ह्यूच्या दिवशी सुक्रू माझीच्या मृत्यूविषयी सांगितलंच होतं.

'हो ... आम्ही बत्तीस जणांना पुरीला पाठवलं आहे.''

पुरी हे राजधानी भुवनेश्वरच्या जवळ असलेलं एक धार्मिक शहर. लांजीगढापासून खूपच दूर आहे.

''त्यांना तिथे एवढ्या लांब का पाठवलं?''

तो उपनिरीक्षक हसला आणि म्हणाला,

''बंडागुडाला घेरून मग त्यांना आम्ही आत टाकलं. एक रात्र त्यांनी जेलमध्ये काढली. आता तुम्हाला माहितीए की आदिवासी बिचारे साधे असतात. त्यांनीच मागणी केली की त्यांना पुरीच्या देवळात न्यावं; कारण एक रात्र जेलमध्ये राहिल्यामुळे त्यांचा आत्मा अपवित्र झाला आहे. म्हणून आम्ही त्यांच्यासाठी एक बस भाड्यानं घेतली.ते सगळे पुरीला गेले. समुद्रकिनाऱ्यावर इकडे-तिकडे मनसोक्त भटकले. खूप मजा केली त्यांनी. ते म्हणाले की, त्यांना त्यांचं डोकं भादरून घ्यायचं आहे. तेही केलं आणि त्यांना परत आणलं.''

त्या दिवशी ज्या बंडागुडाच्या लोकांना अटक केली होती त्यांनी ही कथा खरी असल्याचं सांगितलं; पण ते पुरीला राजीखुशीनं गेले होते हे त्यांनी नाकारलं.

"वातावरणात एवढा तणाव असताना एवढ्या लांब स्वत:हून जाऊच कशाला? ... तेही डोकं भादरून घ्यायला ?"

म्हातारे, तरुण, अपंग... प्रत्येक माणूस त्यांच्या 'घेराव'चा बळी होता. कोणालाही त्यांनी सोडलं नाही. एका तरुणाचा डावा हात वेडावाकडा होता. तो म्हणाला,

"माझेही हात बांधले होते आणि आम्हाला जेलमध्ये गुडघ्यांवर बसायला सांगितलं; पण आमचा गुन्हा काय ते कोणीही सांगत नव्हतं. आम्हाला एवढ्या लांब का आणलंय तेही सांगायला कोणी तयार नव्हतं. काय करत होतो आम्ही? फक्त आमच्या जमिनीसाठी लढत होतो ना?"

दोन स्त्रिया पुढे झाल्या आणि त्यांची जमीन कशी घेतली ते सांगू लागल्या. त्या त्यांच्या हातांनी खाणाखुणा करून प्रात्यक्षिकच दाखवू लागल्या,

"त्यांच्याकडे लाठ्या होत्या. आम्हाला जोरात ढकललं त्यांनी. आमचे कपडे पकडले आणि जनावरासारखं फिरवलं."

एका बाईनं तर 'कसं ढकललं' हे दाखवायला मलाच एवढं जोरात ढकललं, आणि मग जोराजोरात ओरडत तिनं स्वत:ची साडीच खेचून ओढली. हे सांगायला की त्यांनी साड्या ओढून त्यांना विवस्त्रही केलं होतं. ती प्रात्यक्षिकं बघून मला कसंसंच होत होतं. तरीही उमेश त्याचा कॅमेरा रोल करतच होता; पण बायका थांबायला तयार नव्हत्या. मला जाणवलं की कोणीतरी पहिल्यांदाच त्यांची बाजू ऐकत होतं.

मला गहिवरून आलं होतं. मी एका झोपडीच्या बाहेर असलेल्या लाकडी ओंडक्यावर बसले. राहुलला मी विनवलं की बाकीच्या बायकांच्या मुलाखती तू घे. मला खरंच खूप बरं वाटलं की तो शांत होता आणि त्यानं माझं काम पुढे सुरू ठेवलं. माझ्या या पत्रकारितेच्या पेशामध्ये मी वेगवेगळ्या भावनांमधून गेले आहे. राग .... वैफल्य .... दु:ख ... पण त्या दिवशी त्या क्षणी त्या दोन बायकांनी त्यांच्या अब्रूवर कसा घाला घातला जात होता याचं जे प्रात्यक्षिक दाखवल त्यानं मी अस्वस्थ झाले होते.

त्या बायका म्हणाल्या, की दुसऱ्या दिवशी त्यांना पुन्हा घेरून कस्टडीत नेण्यात आलं. त्यांच्यापैकी बऱ्याच जणींनी नवऱ्यांना भेटण्याची परवानगी मागितली; पण त्यांना ती नाकारण्यात आली. पुरीहून परत आल्यावर त्यांना दिसलं, की वेदान्त रिफायनरीच्या भोवती कम्पाउंड वॉल (संरक्षक भिंत) घालण्यात आली होती. बंडागुडाच्या लोकांचा असा आरोप आहे की त्यांची कुरणं आणि जमातीची जमीन ही रिफायनरीनं त्यांच्या परवानगीशिवाय बळकावली आहे. वेदान्तनं गावातल्या जंगलांवर अतिक्रमण केल्याचं प्रकरण हे सुप्रीम कोर्टाच्या सेन्ट्रल एम्पॉवरमेन्ट

कमिटीनं घेतलं आहे. वेदान्तचं म्हणणं आहे की त्यांनी सव्वीस हेक्टर जंगलाची जमीन व्यापली आहे आणि ते लोकांना कुरणांपासून वंचित करणार नाहीत.

पण, सगळीकडे भीतीचं वातावरण निर्माण केल्यानंतर आदिवासी आपली गुरंढोरं काय रिफायनरीत चरायला नेणार होते ? गाईगुरांची कुरणं गेली ती गेलीच. आत्तापर्यंत बंडागुडामधला एकही माणूस 'त्या' कुरणाच्या जागेत आपली गुरं चरायला नेऊ शकला नाही. सकाळी उठल्यावर त्यांना दिसते ती कंपनीची राक्षसी भिंत.

आमचं पुढचं भेटीचं ठिकाण म्हणजे सभोवताली असलेला डोंगराळ भाग. आम्हाला अजून तिथल्या डोंगरिया कोंध लोकांना भेटायचं होतं. लांजीगढचे धुळीनं भरलेले रस्ते सोडून आता आम्ही डोंगरांकडे निघालो. सगळीकडे गर्द हिरवंगार होतं. झुळझुळ वाहणाऱ्या झऱ्यांचं हळुवार गुंजन आम्ही ऐकत होतो. जंगलातच ठिकठिकाणी या झऱ्यांचं उगमस्थान होतं. दुष्काळप्रवण कालाहंडीला हे झरे हाच पाण्यासाठी आधार होता. आम्ही आमची कार पायथ्याशी सोडली आणि डोंगर चढत निघालो. रस्त्यात आम्ही काही काँक्रीटची अर्धवट बांधकामं केलेली घरं सोडून दिलेली पाहिली. आम्हाला सांगितलं, की ही वेदान्त कंपनी डोंगरिया कोंध लोकांसाठी एक कॉलनी बांधणार होती. ती ही घरं होती. कदाचित वेदान्तला असं वाटलं की जंगलातल्या गावठी झोपड्यांमधून या डोंगरिया कोंध आदिवासींना सिमेंट काँक्रीट स्लॅब्ज असलेल्या घरांच्या मोहात पाडलं तर ते येतील; पण ते तेवढं सोपं नव्हतं. एकही कुटुंब तिथे गेलं नाही.

थोडं आणखी पुढे गेल्यावर आम्हाला मानवी आवाजांची गडबड आणि ढोलकीचा आवाज ऐकू आला. जंगलात आतमध्ये एक मोकळं मैदान होतं आणि तिथे ही सगळी गजबज होती. शेकडो स्त्रिया जमल्या होत्या. त्यांनी लांब शुभ्र शाली स्वत:भोवती गुंडाळल्या होत्या. शालींवर सुंदर, नाजूक नक्षीकाम (एम्ब्रॉयडरी) होतं. त्यांनी आपले काळेभोर केस एका बाजूला बांधले होते. त्या केसांवर डझनभर केसांच्या पिना लावलेल्या होत्या. हिरव्या आणि तपकिरी रंगाच्या जंगलातल्या झाडीत अनेक रंगांची उधळणच होती तिथे! तो बाजाराचा दिवस होता.

जमिनीवर धान्याच्या पोत्यांच्या रांगाच रांगा होत्या. प्लास्टिकची भांडी, हेअर-क्लिप्स आणि स्थानिकांनीच बनवलेले खाद्यपदार्थ मांडलेले होते. बाजाराचा दिवस म्हणजे खूपच 'बिझी' दिवस होता. बऱ्याचशा बायका दिवसभर पायपीट करून एवढ्या लांब आल्या होत्या. त्या हसत होत्या, गप्पा मारत होत्या, वस्तूंचे भाव कमी-जास्त करत होत्या; पण मी नोटा हाताळणारे हात नाही पाहिले. मला समजलं, की बाहेर जरी पैशाचं अर्थशास्त्र असलं तरी इथे अजून बार्टर पद्धतच (एक वस्तू देऊन दुसरी घेणे) चालू होती. बायकांच्या खरेदी-विक्रीच्या व्यवहारांना ऊत

आला होता. किमती आणि प्रमाण याबाबतीत बायका आपापलं म्हणणं ठासून मांडत होत्या.

मात्र लांब ... झाडांच्या खाली बसून पुरुष गप्पा मारत होते आणि मोहाची दारू पीत मोठमोठ्यानं गाणी म्हणत होते.

रंगांची ती उधळण आणि बाजारातलं ते उत्साही वातावरण बघून राहुल आणि उमेश उत्तेजित झालेले दिसत होते. ते वेगानं जेवढं कॅमेऱ्यात येईल तेवढं घेत होते. आम्हाला तिघांनाही हा बदल स्वागतार्ह वाटत होता; कारण गेले दोन दिवस आम्ही पोलिसी अत्याचाराच्या घटना रेकॉर्ड करण्याच्या मागे होतो. आम्ही ते मार्केट, त्या बायका, तो ढोलक्याचा पार्श्वभूमीवर असलेला दणदणाट सगळ्याचं चित्रीकरण केलं... ते करत असताना मी हे सावधपणे जाणून होते की पोलिसांप्रमाणे आणि कंपनीप्रमाणे आमच्या प्रवृत्तीला अनुसरून डोंगरिया कोंध जमातीला एका ठरावीक प्रकारामध्ये गुंफायचं नाही. या जमातीसाठी जगणं सोपं नव्हतं. ते डोंगराळ भागात विखुरलेले होते. शाळा आणि इस्पितळं यांच्याशी त्यांचा संबंध यथातथाच होता. वैद्यकीय मदत केंद्रावर पोहोचण्याआधीच माणूस मलेरियानं मरणं इथे नेहमीचंच होतं. अर्थात डोंगरिया कोंधना विकासाची आवश्यकता होती हे खरं होतं. त्यांच्या जंगलातल्या जीवनाचं उदात्तीकरण करणं हे आमचं ध्येय नव्हतंच. ही जमात जो संघर्ष करत होती तो त्यांच्यावर ज्या प्रकारचा विकास लादला जात होता त्याविरुद्ध होता. त्यांनाही विकासाचा हक्क हवाच होता; पण तो त्यांच्या स्वत:च्याच गातीनं! डोंगरिया कोंध जमातीतल्या लोकांचे आणखी इंटरव्ह्यू घेण्याच्या बाबतीत मी आग्रही होते; पण खरेदी-विक्रीमध्ये त्या बायका एवढ्या गुंतलेल्या होत्या की त्यांना आमच्याशी बोलण्यात काहीही स्वारस्य नव्हतं. त्यांची बोली भाषा उरिया भाषेपेक्षा वेगळी होती; पण आमचा दुभाष्या आम्हाला मदत करत होता. आम्ही एका स्त्रीची मुलाखत घेतली. ती सौम्य चेहऱ्याची होती. ती पांढरी साडी नेसली होती. गोल सोन्याच्या रिंग्ज तिनं दोन्ही नाकपुड्यांमध्ये घातल्या होत्या आणि जवळजवळ १६ इअररिंग्ज तिनं दोन्ही कानांत घातले होते. वेदान्त हे नुसतं नाव घेतल्यावर संतापाची एक लहरच तिथे पसरली. तिथेच खाली बसून ती म्हणाली,

'ना ना-आम्हाला वेदान्त नको आहे. त्यांना निघून जायला सांग. वेदान्तकडे आम्हाला द्यायला काहीही नाही. आमचा नियमराजा आम्हाला सगळं काही देतो.''

त्यानंतर मी एका म्हाताऱ्या माणसाचा इंटरव्ह्यू घेतला. वयामुळे आणि कित्येक वर्षं उन्हात राबल्यामुळे त्याचा चेहरा रापला होता. त्याचे पांढरे केस मानेवर रुळत होते. टोकाशी ते असे उभे होते की त्यामुळे त्याला एक रानटी रूप आलं होतं. मी पुन्हा वेदान्तचा उल्लेख केला तर त्यानं ओरडायलाच सुरुवात केली.

'आमचा राजा नियामगिरी आहे. आम्हाला फळं, पानं, आमच्या गुरांना चारा

तोच देतो. नियामगिरी नाही म्हणजे जीवन नाही. डोंगरियाच नाहीत.'' मग तो अत्यंत जोरात ओरडला, अगदी पिसाटल्यासारखा,

''आम्हाला वेदान्त नकोय. त्यांना सांगा निघून जायला.''

दुपारच्या त्या उन्हात डोंगरिया कोंध लोकांच चित्रीकरण करायला आम्हाला आणखी काही तास लागले. आम्ही थकलो होतो आणि आमच्या कारकडे परत गेलो. आम्ही डोंगराच्या पायथ्याशी आलो. वेदान्तची इमारत तिथून जवळ होती. रिफायनरीच्या अगदी समोरच आम्ही एक मोठ्ठा खड्डा पाहिला. वीस फूट तरी खोल खड्डा होता तो. तिथली लाल माती उपसण्यात आली होती. आम्हाला सांगितलं, की हा असा हौद होता की ज्यात बॉक्साइटचं उप-उत्पादन असलेला लाल चिखल साचवला जाईल. खालच्या बाजूला आम्ही पाहिलं, मोठमोठी झाडं तोडली होती; कारण तिथे त्यांना असे हौद बनवायचे होते. पूर्वी इथे काय होतं त्याच्या खुणा दिसत होत्या.

''बहार, मला इथे तू उतरायला हवी आहेस. उत्खननाच्या जागेवर काही दुवे इथे शूट करता येतील.'' राहुल म्हणाला.

खरंतर मी खूप दमले होते; पण मी कबूल झाले; पण मी ते सुरू करायच्या आधी एक देखणी करड्या रंगाची जीप आमच्या दिशेने आली. एक माणूस ओरडला,

''शूटिंग थांबवा. प्लीज, आम्हाला सांगा तुम्ही कोण आहात? तुम्ही आमच्या जमिनीवर बेकायदेशीर अतिक्रमण करत आहात.''

त्या माणसानं आम्हाला त्याचा परियच करून दिला. तो वेदान्तमधला माणूस होता. आम्ही विचारलं, की तो आम्हाला इंटरव्ह्यू देईल का?

''मला इंटरव्ह्यू द्यायचे अधिकार नाहीत; पण तुम्ही आतमध्ये येऊन आमचे कॉर्पोरेट हेड मि.झुत्शी यांच्याशी का बोलत नाही ?'' तो म्हणाला.

मग आम्हाला त्या लाल चिखलाच्या खड्ड्याचं चित्रीकरण सोडून द्यायला लागलं.

आम्ही त्या माणसाच्या मागे वेदान्त फॅक्टरीत गेलो. ज्या ठिकाणी एकेकाळी बंडागुडाच्या लोकांच्या गुरांची कुरणं होती त्या ठिकाणी आता वेदान्त कंपनीचं गेट आणि इमारत होती. आमच्या कारनं गेटमधून प्रवेश केला.

आत एक वेगळीच दुनिया होती.

आतली हिरवळ व्यवस्थित निगा राखलेली होती. जिकडे-तिकडे स्टीलचे पाइप्स आणि मोठमोठ्या इमारती होत्या. परिसर अव्यवस्थित असला, तरी छोट्या पिवळ्या रंगाच्या हॅट्स घातलेली माणसं काम करत होती. जवळून सुसाटत जाणाऱ्या मोटारींचा त्यांच्यावर परिणाम होत नव्हता. ते वर्ष २००७ होतं आणि

वेदान्त प्रकरण अजूनही सुप्रीम कोर्टात होतं. जोपर्यंत कंपनी स्पष्टीकरण देत नाही की आवश्यक परवान्याशिवाय त्यांनी रिफायनरीचं काम सुरू का केलं, तोपर्यंत कोर्टानं कंपनीला काम थांबवायला सांगितलं होतं. नियामगिरीमधून बॉक्साइट उपसायला वनखात्याची संमतीही अजून मिळालेली नव्हती आणि तांत्रिकदृष्ट्या वेदान्त कोणत्याही प्रकारचं बांधकाम अगदी जंगल नसलेल्या भागातही सुरूही करू शकत नव्हती; पण वेदान्तला एवढा विश्वास होता, की त्यांना सगळ्या प्रकारच्या परवानग्या मिळतील, अगदी जंगलमय भागातही. या विश्वासापोटी त्यांनी रिफायनरी बांधूनसुद्धा टाकली होती आणि नंतर कोर्टात, वेदान्तनं आपली बाजू अशी मांडली, की आम्ही शेकडो कोटी रुपये रिफायनरी बांधण्यासाठी गुंतवलेले आहेत, म्हणून त्यांना उत्खनन करायची परवानगी द्यायला हवी. हे फारच हुषार निवेदन होतं आणि जो देश नऊ टक्के ग्रोथ रेटसाठी भुकेलेला आहे त्या देशात ते चालून गेलं. संपूर्ण भारतभर खाण कंपन्यांचा हा नेहमीचाच परिपाठ होता की आधी बांधून टाकायचं आणि मग हिरव्या परवान्यांसाठी अर्ज करायचा, हे गृहीत धरून की परवाने नाकारले जाणार नाहीत.

आम्हाला एका वातानुकूलित कार्यालयात पाठवण्यात आलं. मी पटकन एका आरशात पाहिलं. आम्ही नर्व्हस होतो तरी मला हसू फुटलं. राहुल, उमेश आणि मी वाटमाऱ्यासारखे किंवा लुटारूंसारखे दिसत होतो. नवी दिल्लीतल्या आदरणीय पत्रकारांसारखे नक्कीच दिसत नव्हतो. आमचे कपडे चिखलामुळे घाणेरडे झाले होते. आमचे केस आणि कपड्यांत लाल रंगाच्या वाळूतल्या काड्या चिकटलेल्या होत्या. वेदान्तच्या त्या आलिशान ऑफिसमध्ये सगळं कसं शांत, निळं आणि शुभ्र होतं. आम्ही मात्र तिथे शोभण्यासारखे नव्हतो.

एका लांबलचक शुभ्र टेबलाच्या मागे बसलेल्या तीन धेंडांनी आमचं स्वागत केलं. तसे ते आम्हाला पाहून विशेष खुश वाटले नाहीत. मला वाटलं की तीन चुकलेल्या विद्यार्थ्यांना वाईट वागणुकीमुळे तीन कडक शिक्षकांच्या पुढे उभं केलं आहे. आम्ही आमची बिझनेस कार्ड्स एकमेकांना दिली. आम्हाला स्पष्टपणे सांगण्यात आलं, की आम्ही त्यांच्या मुंबईतल्या मुख्यालयातल्या प्रमुखाची परवानगीसाठी भेट ठरवायला हवी होती आणि मग यायचं होतं. तरीही आता आम्ही इथे होतोच म्हणून बराच मस्का मारल्यानंतर त्यांच्यातल्या फ्रेंच दाढी राखणाऱ्या भारदस्त व्यक्तिमत्त्वाच्या गृहस्थानं इंटरव्ह्यू देण्याचं कबूल केलं. त्यांनी स्वतःचा परिचय मि.झुत्शी असा करून दिला.

“तुम्ही इथल्या स्थानिक लोकांची हृदयं आणि मनं कशी जिंकणार आहात? विशेषतः एवढा विरोध असताना?” मी विचारलं.

मी अंदाज केला तसंच यांनी उत्तर दिलं.

या प्रकल्पामुळे विस्थापित झालेल्या १०० कुटुंबांसाठी आम्ही पुनर्वसन कॉलनी बांधली आहे. आम्ही तुम्हाला तिथे नेऊ शकतो. आम्ही त्यांच्यासाठी बांधलेली घरं तुम्ही पाहा. चिखलाच्या झोपड्यांमधून आम्ही त्यांना सिमेंटच्या घरात नेलं आहे. त्यांच्यातलं कसब जोपासत आहोत. आमच्या कंपनीत त्यांना नोकऱ्या मिळतील. स्थानिकांना नवीन घरं, शाळा, आरोग्य केंद्र, पौष्टिकअन्न, दुपारचं जेवण मिळेल.''

पण मग मानवी हक्कांच्या उल्लंघनाचं काय ? माझ्या डोळ्यांसमोर गेल्या काही दिवसांत पाहिलेले अनेक प्रसंग तरळत होते. 'त्या सगळ्या ज्यांचे हितसंबंध गुंतलेत त्या लोकांनी पसरवलेल्या खोट्या गोष्टी आहेत.' झुत्शी म्हणाले.

ते पुढे म्हणाले,

''बंडागुडाच्या लोकांविषयी मला काही माहिती नाही आणि प्रकरण न्यायप्रविष्ट असल्यामुळे मी काहीही बोलू शकत नाही.''

त्या तुसड्या उत्तरानंतर आम्ही तिथे थांबलो नाही. आम्हाला त्यांच्या माणसांबरोबर प्रवेशद्वारांपर्यंत सोडण्यात आलं.

आम्ही भुवनेश्वरला परत येताना मी मुख्यमंत्री नवीन पटनाईक यांच्याशी कालाहंडीत जे काही चाललंय त्याविषयी बोलले. त्यांचा प्रतिसाद सावध होता. मी त्यांना बंडागुडामध्ये काय पाहिलं ते सांगितलं. त्यांनी कोरड्या चेहऱ्यानं माझ्याकडे पाहिलं आणि आम्हाला एक ठरावीक साच्याचं उत्तर दिलं.

''आम्ही अशा प्रकारची एकही घटना ऐकलेली नाही. ओरिसाचं पुनर्वसनाचं धोरण सगळ्यात उत्तम आहे. आम्ही आदिवासींना खात्रीपूर्वक योग्य मोबदला देऊ.''

राज्य सरकारच्या त्या कोरड्या उत्तरामुळे आम्हाला हे स्पष्ट झालं की डोंगरिया कोंध जमातीची लढाई ही एक मामुली अडचण आहे आणि या धोरण आखणाऱ्या लोकांना तो प्रकल्प पूर्ण व्हायला हवाय.

आता मुद्दा असा आहे की काही गैरसमज हे दूर झाले पाहिजेत. डोंगरिया कोंध जमातीचे हक्क विरुद्ध वेदान्तचे खाणकाम करण्याचा हक्क हा एका गंभीर चर्चेचा विषय आहे. विशेषत:, पर्यावरणवाद्यांवर असा आरोप केला जातो की ते विकास थांबवतात. मी माझं विश्लेषण तीन शीर्षकांतर्गत करते. पर्यावरण, अर्थकारण आणि कायदा

पहिला पर्यावरणाचा प्रश्न! या प्रश्नाकडे पूर्ण लक्ष क्वचितच दिलं जातं. डोंगरिया लोक हे सगळ्यात जास्त महत्त्व 'काळ्या आईला' म्हणजेच या पृथ्वीमातेला देतात. तिला डोंगरियांची निर्माती आणि संरक्षक मानलं जातं; पण या डोंगरिया कोंध जमातीला जंगलाचं जे प्रेम आहे ते भाबडं आहे का? त्याचा आर्थिक विकासाशी संबंध नाही का ? नियामगिरी मधलं खाणकाम जर होऊ दिलं तर काय नुकसान होणार आहे ते पाहूया. इथे राहणाऱ्या मूळ आदिवासींचं ४० ते ५० टक्के वार्षिक

उत्पन्न हे जंगलातल्या ज्या छोट्या छोट्या गोष्टी ते विकतात, त्यामधून त्यांना मिळतं. ओरिसामधल्या पर्यावरण संरक्षण गटानं (Environment Protection Group) नियामगिरीच्या डोंगराळ प्रदेशातील जैवविविधता आणि पर्यावरण महत्त्व या विषयावर जो रिपोर्ट तयार केला आहे तो असा आहे -

'दोन मोठ्या नद्या (वामसाधरा आणि नागवली) या नियामगिरी हिल्समधून उगम पावतात. १०० पेक्षा अधिक झरे (ज्यामध्ये नियामगिरी हिल्समधल्या २५ मोठ्या झऱ्यांचाही समावेश आहे) हे बारमाही आहेत. या नद्या आणि नाले हे आंध्र प्रदेश आणि ओरिसामधल्या लक्षावाधी लोकांना पिण्यासाठी आणि शेतीसाठी पाणी पुरवठा करत असतात.'

आदिवासींना ही भीती वाटते, की या पठारांवर जर उत्खनन केलं तर डोंगरांची पाणी साठवण्याची क्षमता मोठ्या प्रमाणावर कमी होईल. ज्याचा परिणाम नद्यांवर आणि झऱ्यांवर होईल. लाल चिखल आणि खाणीतले इतर प्रदूषित पदार्थ स्थानिक झऱ्यांमध्ये आणि नद्यांमध्ये सोडल्यामुळे पाणी मोठ्या प्रमाणावर प्रदूषित होईल.

आता जैवविविधता कशी धोक्यात येईल ते पाहूया. नियामगिरीच जंगल हे वीसपेक्षा जास्त भू-जलचरांच्या जाती, पालींच्या १९ प्रजाती आणि २२ सापांच्या प्रजातींचं घर आहे. सोनेरी पाल (Golden Gecko Calodactylodes Aureus) या नामशेष होत जाणाऱ्या प्रजातीचं ते आश्रयस्थान आहे. एका वन्यजीव शास्त्रज्ञानं म्हटलं आहे, की बॉक्साइटसाठी ही जंगलतोड करण्यापेक्षा आदिवासींना खरं तर बक्षीस दिलं पाहिजे, की त्यांनी ही जंगलं आणि जैवविविधता शतकानुशतकं सांभाळली. दुसर एक संशोधन सांगतं, की १००पेक्षा जास्त वनस्पतींच्या जाती हत्तींचं अन्न आहे. दहा प्रजाती सांबरांचं, पाच प्रजाती या भुंकणाऱ्या हरणांचं, ५० प्रजाती या राक्षसी खारींचं आणि सात प्रजाती या अस्वलांचं अन्न आहे. जंगल आणि विविध जातींच्या वनस्पती या फक्त आदिवासींनाच नव्हे तर शेकडो वन्यजीवांना जगायचं साधन पुरवतात.

जेव्हा भारतीय वन्यजीवन विद्यापीठाला (Wildlife Institute of India) नियामगिरी हिल्सवर खाणकामाच्या होणाऱ्या परिणामाविषयीचं मत विचारलं तेव्हा त्यांनी सावधगिरीचा इशारा दिला, की खाणकामामुळे पर्यावरणाच्या या भागातील वैशिष्ट्यांमध्ये कधीही दुरुस्त करता न येण्याजोगे बदल होतील. मी त्यांचे सगळे रिपोर्ट्स वेदान्तनं ईआयएला सादर केलेल्या रिपोर्टशी ताडून पाहिले. इआयए रिपोर्ट हे असं मुख्य दस्तावेज आहे ज्याच्या आधारावर पर्यावरण मंत्रालय प्रकल्पाला संमती देतं. अर्थात हे नेहमीचंच आहे की प्रकल्प सादर करणाऱ्या कंपन्याना प्रकल्प व्हायला हवा असतो आणि मग कंपन्या जैवविविधतेचं, पर्यावरणाचं जे नुकसान होतं त्याला कमी महत्त्व देऊन ईआयएला रिपोर्ट सादर करतात.

पण, तरीही वेदान्तनं सुचवलेले नुकसान भरपाईचे उपाय (जे वेदान्तनं ईआयए -ला सादर केले) आता पाहू या.

- स्थानिक लोकांमध्ये प्राण्यांचं संरक्षण कसं करावं या विषयी जागरूकता निर्माण करणे.
- जवळपासच्या गावांमध्ये वन्यजीव संरक्षण समित्या या प्राण्यांची शिकार आणि धरपकड रोखण्यासाठी स्थापन करणे.

प्रकल्पाच्या जवळपास दाट हिरव्या पट्ट्याची जोपासना करणं. फळझाडं लावणं. त्यामुळे अवि फौनासारखे सुंदर पक्षी आकर्षित होतील आणि त्या भागाचं सौंदर्य, शास्त्रीय मूल्य वाढेल.

ई.आय.ए.रिपोर्टला स्थानिक लोकांना किंवा डोंगरिया कोंध जमातीलाच पूर्णपणे दोषी धरायचं आहे. तो हे गृहीत धरतो की वन्यजीवाला भीती आहे ती लोकांकडून आणि म्हणून लोकांचं ज्ञान आणखी वाढवलं पाहिजे. रिपोर्ट हेसुद्धा म्हणतो, की फळझाडांचा हिरवा पट्टा हा घनदाट जंगलांना पुरेसा पर्याय होईल; पण तेही शक्य नाही; कारण जंगल हे वनस्पतींच्या २०० प्रजातींचं आणि शेकडो सस्तन, सरपटणाऱ्या आणि भूजलचर प्राण्यांचं घर आहे. अर्थात ते रिपोर्टमध्ये कुठेही असं म्हणत नाहीत, की खाणकामामुळे जंगलं कापली जातील, शेकडो झाडं मुळापासून उपटली जातील. लाल चिखल मातीची धूप करेल, वनजीवन धोक्यात येऊन प्राण्यांच्या काही प्रजाती नामशेष होऊ शकतील. आणि जंगल कायमचं नष्ट होईल. या अलिप्त प्रवृत्तीमुळेच 'वेदान्त' अडचणीत आली आणि कंपनीनं स्वतःच आपण पर्यावरणाच्या बाबतीत पुरेस गंभीर नाही हे सिद्ध केलं. वेदान्तनं त्यांच्या स्वतःच्याच ईआयए रिपोर्टमध्ये हे स्पष्ट केलं की नियामगिरीच्या नाजूक पर्यावरणाचं संरक्षण करणं हे त्यांच्या हिताचं नव्हतं.

आता आपण या प्रकल्पाचं अर्थकारण पाहू. व्यापारी कंपन्यांचं म्हणणं असतं, की कंपनी आदिवासी कल्याण तर करणार आहेच. शिवाय, देशाला बॉक्साइटची गरज आहेच. तेव्हा आपल्या देशाच्या आर्थिक विकासासाठी लोकांनी स्वतःहून पुढे येऊन आपल्या जमिनी सोडून द्यायला हव्यात. आणि याच मुद्द्यावर विकास प्रकल्पांना विरोध होत आहे. वेदान्तचा असा दावा आहे, की त्यांनी १०० विस्थापित कुटुंबांकरिता पुनर्वसन वसाहत बांधली; पण वस्तुस्थितीचं काय?वस्तुस्थिती अशी आहे, की खूप मोठ्या संख्येनं लोक आर्थिकदृष्ट्या विस्थापित झाले आहेत; कारण उत्खननाच्या परिसरातलं हवा आणि पाणी या प्रकल्पामुळे मोठ्या प्रमाणावर प्रदूषित झालं आहे. जेवढ्या लोकांना नुकसानभरपाई मिळते त्याच्यापेक्षा प्रकल्पाचा दुष्परिणाम भोगणारे लोक संख्येनं कितीतरी पटीनं जास्त असतात.

पण, आपण अर्थकारणावर बोलतोय तर जरा आकडे बघूया. पर्यावरण संरक्षण

गट, ओरिसा (Environment Protection Group Odisha सूत्र : वेदान्त ॲल्युमिनियम रिफायनरी प्रोजेक्ट आणि बॉक्साइट खाण प्रकल्प नियामगिरी, पर्यावरण आणि सामाजिक मूल्य आणि ओरिसातल्या लोकांना मिळणारे फायदे)च्या कुंदनकुमार यांनी या प्रकल्पामुळे जी सामाजिक आणि पर्यावरण विषयक किंमत मोजावी लागते त्याचं विस्तृत विश्लेषण केलं आहे. विश्लेषण हेच दाखवतं की नियामगिरीत बॉक्साइट उत्खननासाठी सुमारे ६६० हेक्टर जमिनीत जंगलतोड झाली. जी जंगलं या बॉक्साइट खाणीकरता नष्ट झाली, त्यांची किंमत आहे सुमारे ४४८ कोटी रुपये. रिपोर्ट नंतर मोजतो प्रकल्पातून उत्सर्जित केला जाणारा कार्बन : ॲल्युमिना रिफायनरी वर्षाला २,५०,००० टन कार्बन-डाय-ऑक्साइडचं उत्पादन करते. आणि या कार्बनचं मूल्य अगदी जास्तीत जास्त उदारपणे तेवीस वर्षांच्या प्रकल्प-पूर्ती चक्राच्या हिशेबानं मोजलं तरी अंदाजे ६५३ कोटी रुपये होतं. जर आपण या संस्थांची बेरीज केली, जंगलाच्या पर्यावरणाची किंमत आणि कार्बन डाय-ऑक्साइडचं उत्सर्जन विचारात घेतलं तर सहजपणे ज्याचं प्रमाण ठरवता येईल अशी पर्यावरणाची अंदाजित किंमत होते. रु. ११०१ कोटी (४४८ + ६५३ कोटी). अप्रत्यक्षपणे ही किंमत लांजिगढचे आदिवासीच भरतात.

वर उल्लेख केलेल्या पर्यावरणाच्या किमतीमध्ये या जंगलाच्या अतुलनीय जैवविविधतेची आणि नियामगिरीच्या प्राणी-वैभवाची किंमत अंतर्भूत नाही; कारण ती मोजता येण्यासारखीच नाही. आणि स्थानिक आदिवासींनी मोजलेली त्यांची सांस्कृतिक किंमत? देवाची किंमत होऊ शकेल का? याशिवाय जंगलामुळे त्यांना असलेली संधीची किंमत (Opportunity Cost) आणि वेदान्त ॲल्युमिनियम फॅक्टरीसाठी टेल नदीतून उपसल्या जाणाऱ्या ३०,००० घनमीटर पाण्याची किंमत? ती तरी कुठे अंतर्भूत आहे.?

मूल्य-नफा विश्लेषणात या सगळ्या पर्यावरणीय, सामाजिक आणि सांस्कृतिक मूल्याकडे लक्ष देण्यात आलेलं नाही. 'वेदान्त' च्या या प्रकरणात, प्रसारमाध्यमांना कंपनी नेहमीच सांगत आली, की पर्यावरणवादी विकास थांबवतात; कारण भारताला बॉक्साइटची गरज असतानाही ते प्रकल्पाला विरोध करतात. कळीचा मुद्दा हा आहे की हा विकास कोण घडवत आहे? वेदान्तचं म्हणणं आहे की डोंगरिया कोंध लोकांना त्यांच्या जंगलातून केलेल्या या बॉक्साइट उत्खननाचा फायदा होईल. हे विधान या पायावर आधारित आहे, की या प्रदेशात खाणीमुळे विकास होईल; पण मी या प्रकरणाच्या सुरुवातीलाच विचारलं आहे, की तसं जर आहे तर तीन खनिजसमृद्ध राज्यं झारखंड, ओरिसा आणि चंदीगड हे मानवी प्रगतीच्या बाबतीत कमीत कमी विकसित का आहेत? मी पाहिलंय, की हे 'विकास'वाले या प्रश्नापुढे निरुत्तर होतात.

शेवटी कायद्याचाही प्रश्न आहेच. स्थानिक लोकांचा हा आरोप आहे, की आवश्यक ती वनखात्याची संमती न घेताच वेदान्तनं रिफायनरी बांधली आहे. बंडागुडाच्या या 'स्टोरी'मध्ये हे स्पष्ट होतं, की राज्य सरकारचं आणि कंपनीचं या बाबतीत संगनमत आहे आणि जमिनीचं हस्तांतरण लवकरात लवकर व्हावं असं सरकारलाही वाटतं. या सगळ्या गोष्टींमुळे हे स्पष्ट होतं, की आदिवासींचा राज्य सरकार आणि कंपनी यांच्याशी हा संघर्ष का आहे?

या निर्णयाला कोणताही पूर्वाधार नव्हता. पर्यावरण मंत्रालयानं एवढी कठोर भूमिका घ्यायची ही पाहिलीच वेळ होती. असा आरोप केला जातो, की २००८ मध्ये काँग्रेस पक्षाच्या सर्वोच्च कार्यालयातून आलेल्या दडपणामुळे श्री.जयराम रमेश यांनी हा निर्णय जाहीर केला. कॉंग्रेसचे सरचिटणीस श्री.राहुल गांधी यांनी २००८ मध्ये नियामगिरीला भेट दिली होती आणि वचन दिलं होतं, की मी 'तुमचा दिल्लीमधला सैनिक' आहे. आणि थोड्याच दिवसांत रमेश यांनी ठामपणे नियामगिरीतल्या उत्खननाला नकार दिला. राहुल गांधी खास विमानानं नियामगिरीत उतरले आणि त्यांनी डोंगरिया कोंध लोकांबरोबर विजयोत्सव साजरा केला. जेव्हा तरुण राहुल गांधींचे आदिवासींबरोबर विजयोत्सव साजरा करत असल्याचे फोटो मी टेलिव्हिजनवर पाहिले, तेव्हा मला भीती वाटली की पर्यावरणवाद्यांच्या व्यापक, उग्र चळवळीला शह देण्यासाठी केंद्र सरकार आणि ओरिसा सरकार यांच्यामधला हा उंदीर-मांजराचा खेळ तर नाही? असं म्हटलं जात होतं की नियामगिरी प्रकरणामुळे काँग्रेसला ओरिसामधल्या आदिवासींची मत मिळतील. वेदान्तनं पर्यावरण मंत्रालयाच्या आदेशाला सर्वोच्च न्यायालयात आव्हान दिलं; कारण काही झालं तरी कित्येक कोटी रुपयांचा प्रश्न होता. २०१३मध्ये सर्वोच्च न्यायालयानं डोंगरिया कोंध जमातीचा संघर्ष विचारात घेतला आणि निर्णय दिला की,

'नियामगिरी आणि आसपासच्या ग्रामसभांनी जर संमती दिली तरच 'वेदान्त' कंपनी बॉक्साइटचं उत्खनन करू शकेल.'

डोंगरिया कोंध आदिवासींच्या या संघर्षाची इतिहासाच्या पानामध्ये नोंद होईल आणि हाताच्या बोटांवर मोजता येण्यासारख्या आदिवासींनी जर त्यांची ताकद उभी केली तर ते डोंगरही हलवू शकतात, हे सिद्ध झालं.

अर्थात तो डोंगर वाचावा यासाठी.

❐

दाट धुक्यामध्ये कॉर्बेट मधली रामगंगा नदी ओलांडणारा हत्ती

फोटोग्राफ त्रिदिप मंडल

फोटोग्राफ त्रिदिप मंडल

गंगोत्री राष्ट्रीय उद्यानाच्या प्रवेशद्वारातुन दिसणारं एक विहंगम दृश्य.
गंगेचे 'गोमुख' हे उगमस्थान इथून फक्त २० किलोमीटर अंतरावर (पायी) आहे.

फोटोग्राफ त्रिदिप मंडल

३० किलोमीटर लांब आणि ४ किलोमीटर रुंद असलेली गंगोत्री ही हिमनदी.
छायाचित्रकार फरूक खान आणि निर्माते त्रिदिप मंडल हे या प्रचंड हिमनगाची छायाचित्रे घेत आहेत.

गोमुखाचे पदभ्रमण सुरुवातीला सोपं वाटतं, पण ते नंतर कसं फसवं होत जातं ते जमिनीला पडलेल्या अरुंद भेगांमधून आणि वाहत्या नाल्यांमधून चालताना समजतं.

फोटोग्राफ बहार दत्त

चौदा हजार फूट उंचीवरच्या स्पिटीव्हॅलीमध्ये चित्रीकरण करताना. मी वरकरणी हसत असले तरी मला श्वासोच्छ्वास करताना खूप त्रास होत होता.

फोटोग्राफ जुही चौधरी

फोटोग्राफ राजेश भारद्वाज

उत्तर ध्रुवाजवळच्या अतिथंड प्रदेशात मला उबदार वाटावं आणि मी हिमवाहनातून पुढे जात राहावं म्हणून परिधान केलेल्या या पोशाखात मला एखाद्या अंतराळवीरासारखं वाटत होतं

सरिस्का राष्ट्रीय उद्यानात नुकत्याच पुनर्वसित केलेल्या एका वाघाचा अरण्यरक्षकांच्या साथीनं पाठलाग करताना. वाघाच्या अंगावर बसवलेल्या रेडिओ कॉलरमधून सूचना तर मिळत होत्या पण तो एकदाही दृष्टोत्पत्तीस येत नव्हता एवढे हे प्राणी निसटण्यात वाकबगार असतात.. सतत अठ्ठेचाळीस तास आम्ही त्याच्या मागावर होतो.

फोटोग्राफ त्रिदिप मंडल

पश्चिम घाटामध्ये 'पॅराग्लायडिंग' आणि 'विहंगमावलोकना'साठी सिद्ध होताना

फोटोग्राफ फारूक खान

कच्छ्च्या रणामधल्या मिठागरांमध्ये

फोटोग्राफ प्रियंका चतुर्वेदी

कच्छ्च्या रणात चित्रीकरण करताना

फोटोग्राफ अरुल प्रकासम

वाराणसीमधल्या बोटीत.
गंगेच्या उगमापासून समुद्रापर्यंतच्या प्रवासात

फोटोग्राफ विजय बेदी

हिमालयामध्ये सर्रास वाटेल तशी धरणं बांधणं आपल्याला प्रमुख अरण्यांच्या विनाशाकडे नेत आहे.

फोटोग्राफ बहार दत्त

उत्तर ध्रुवाच्या टोकावर ७८°५५'उ' आणि ११°५६'पू' या ठिकाणी असलेली न्यू अलेसंड ही एक वसाहत. हवामानशास्त्राच्या अभ्यासासाठी भारतासह एकूण दहा देशांची संशोधनस्थानकं इथे आहेत.

फोटोग्राफ राजेश भारद्वाज

ध्रुवीय पर्यावरणावर जागतिक तापमानवाढीचा काय परिणाम होतो याचं न्यू अलेसंद येथे शास्त्रज्ञ दस्तावेजीकरण करत आहेत.

फोटोग्राफ प्रदीप मंडल

आसामातल्या गिब्बन वन्यजीवन अभयारण्याबाहेर स्थानिकांबरोबर चित्रीकरण करताना.

फोटोग्राफ बहार दत्त

कॅमेरा पर्सन अरुल प्रकासम पाण्यात शिरणाऱ्या एका सुसरीच्या मागे.

फोटोग्राफ राजेश भारद्वाज

उत्तर ध्रुवावरील हिमवाहनावर.

फोटोग्राफ बहार दत्त

न्यू अलेसंद, नॉर्वे येथील झेपलिन केंद्रात शास्त्रज्ञ किम हॉलमन आणि कॅमेरापर्सन राजेश भारद्वाज

२००९ मध्ये चंबळ वन्यजीवन अभयारण्यात १०० पेक्षा जास्त सुसरी कुठल्यातरी रहस्यमय रोगामुळे मरण पावल्या.

फोटोग्राफ असल प्रकासम

नदीतील कासव, जे एके काळी गंगेत भरपूर आढळत होते, आता स्वतंत्रपणे प्रजनित करून नदीत सोडले जातात. कारणं दोन. एक म्हणजे प्रजातीचे संवर्धन आणि दुसरं पाणी स्वच्छ ठेवणं.

फोटोग्राफ असल प्रकासम

प्रजाती धोक्यात असलेल्या कासवांना मोठ्या असलेल्या सुंदरबनातील जलाशयात स्थलांतरित करण्यासाठी मदतीचा हात देताना. येथे त्यांचं स्वतंत्रपणे प्रजनन केलं जातं.

फोटोग्राफ बहार दत्त

त्रिपुरामध्ये आढळणारा 'चष्मिस्ट वानर'

फोटोग्राफ विजय बेदी

ईशान्य भारतात आढळणारा नष्टप्राय होऊ घातलेल्या प्रजातीचा सुवर्ण वानर. (गोल्डन लंगूर)

गारुड्यांकडे असलेला 'सेंड बोआ' हा दुर्मिळ प्रजातीचा साप हाताळताना.

फोटोग्राफ बहार दत्त

शंभर गारुड्यांची वाद्यवृंदाची तयारी सुरु आहे. हे गारुडी फक्त वाद्यांचा वापर करतात. सापांचा नव्हे.

फोटोग्राफ दिलीप चेट्टी

लांब हातांचा हुलॉक जातीचा नर वानर (वर) हा काळा असतो. पण मादी (उजव्या बाजूला) सोनेरी आणि तपकिरी असते स्थानिक आदिवासी यांना 'दुःखी माकडं' म्हणतात.

सुंदरबनातील कोळंबीच्या शेतीमधील धोके चित्रित करताना स्वतःचं डोकं पाण्याच्या वर ठेवण्याच्या प्रयात्नात

फोटोग्राफ जुही चौधरी

२००९ मध्ये चंबळ वन्यजीवन अभयारण्यात १०० पेक्षा अधिक सुसरींना एका रहस्यमय व्याधीची बाधा झाली आणि मूत्रपिंड निकामी झाल्यामुळे त्यांचा मृत्यू झाला.

भयानक मधमाशांपासून संरक्षण करण्यासाठी पश्चिम बंगालमधल्या सुंदरबनात घालावा लागलेला नखशिखांत शरीर झाकणारा पोशाख.

फोटोग्राफ फारूक खान

चंबळ वन्यजीवन अभयारण्याजवळ सुसरींच्या प्रजनन केंद्रात चित्रीकरण करताना

फोटोग्राफ विजय बेदी

फोटोग्राफ गोपी सुंदर

उत्तर प्रदेशातील सारस क्रेन पक्ष्यांच्या जोडीचं मैथुननृत्य

फोटोग्राफ विजय बेदी

जैवविविधतेसाठी अनुकूल असलेल्या पश्चिम घाटाला खाणउद्योग, रस्ते आणि जलविद्युत प्रकल्पांपासून धोका आहे.

फोटोग्राफ अभिषेक सक्सेना

चर्मोद्योग गंगेला कसं प्रदूषित करत आहे याचा अहवाल देत असताना. हवा अत्यंत हानिकारक गॅसेसनी भरलेली असताना मला तर नीट श्वास घ्यायलाही जमत नव्हतं.

कोळसा आणि चुनखडी यांचा बेकायदा खाण-उद्योग मेघालयात सर्रास वाढलाय.

२००३ मध्ये शोधलेला जांभळा बेडूक. जलस्थलचर आणि सरपटणाऱ्या प्राण्यांविषयी आपल्याला खरंच किती कमी माहिती आहे

हरयाणामधील शेतांमध्ये भटकणारे नीलगाईसारखे प्राणी आणि शेतकरी यांच्यातून विस्तव जात नसे.

फोटोग्राफ जुही चौधरी

जागतिक वन्यजीवन न्यासाचे शास्त्रज्ञ परीक्षित गौतम, सुसरींना गंगेच्या प्रवाहात सोडण्याच्या बेतात असताना. नदीच्या या भागातून मगरी गायब झाल्या होत्या.

फोटोग्राफ विजय बेदी

फोटोग्राफ विजय बेदी

सिंहीण आपल्या छाव्याचं सिंहापासून रक्षण करण्यासाठी गुरगुरते आहे. आशियामधल्या सिंहांसाठी गीर हेच एकमेव 'घर' आहे

फोटोग्राफ विजय बेदी

पट्टेरी तरसांसारख्या प्राण्याचं भवितव्य काही सोपं नाही कारण ते मुख्यतः मानव बहुसंख्य असलेल्या प्रदेशातच रहात आले आहेत.

पूर्व हिमालयामधले जलविद्युत प्रकल्प लाल पांडांसारख्या कमी माहिती उपलब्ध असलेल्या प्राण्यांचे परिसर गिळून टाकतील.

जंगलांमधून रस्ते काढायची विकासाची नवीन लाट, या हत्तींसारख्या प्राण्यांच्या प्रजाती नष्ट करण्याच्या दिशेनं जात आहे .

चकमक...गोव्याच्या खाण माफियांशी

कोटिगाव, गोवा २००८

माझ्या डोळ्यांसमोर एक अजगर सरपटत होता. मी जमिनीवर लोटांगण घालून त्याच्यावर माझी नजर केंद्रित करत होते; कारण मला त्याचं छायाचित्रण करायचं होतं. समोर सरपटत जाणाऱ्या सर्पांचं चित्रीकरण करणं सोपं नसतं. एक बरं होतं, की हा थुंकत जाणारा कोब्रा नव्हता. मी स्वत:लाच समजावलं. अजगर हे धामण (Ptyas Mucosa) पेक्षा शांत असतात. धामण विषारी आणि चळवळ्या असतात. विशेषत: जेव्हा तुम्ही त्यांना हाताळता तेव्हा. अर्थात मी सर्पांच्या स्वप्नातही एवढी जवळ गेले नसते; पण माझ्या मागे एक सर्प हाताळण्यात वाकबगार असलेला मनुष्य उभा होता, म्हणूनच मी गेले; पण गोव्यातल्या उन्हात आणि शांत वातावरणात मी अजगरांच्या पाठी का धावत होते? गोव्याला भेट देण्याचा आमचा उद्देश सर्वसाधारण पर्यटकांसारखा नव्हता. मला हे दाखवून द्यायचं होतं, की जो गोवा हिप्पीज् आणि समुद्र किनाऱ्यांसाठी ओळखला जात होता त्यात वन्य प्राणी आणि जंगलंसुद्धा आहेत.

जैवविविधतेनं समृद्ध असणाऱ्या गोव्यातल्या जंगलांची तुलना नॅशनल जिऑग्राफिकनं १९९१मध्ये एका लेखात केली होती. राज्याच्या जंगलांपैकी ६० टक्के जंगलं ही संरक्षित अभयारण्यांमध्ये विभागलेली आहेत, जवळजवळ सगळी जंगलं सह्याद्री पर्वतरांगेतल्या पश्चिम घाटातल्या उंचसखल डोंगराळ भागात आहेत, जो भाग जगाच्या जैवविविधतेनं समृद्ध भागांपैकी एक आहे. ज्यामध्ये सस्तन प्राण्यांच्या ५० प्रजाती आहेत आणि सर्पांच्या तेवीस प्रजाती आहेत. आम्ही कोटिगाव वन्यप्राणी अभयारण्याच्या जवळ होतो आणि तरुण निसर्गप्रेमी सर्पतज्ज्ञ राहुल अलवारेस आमच्या बरोबर होते. मी आणि आमचा छायाचित्रकार विमल त्या सरपटणाऱ्या अजगराच्या जरा जास्तच जवळ गेलो. राहुलनं सावध केलं. 'बहार, सावध.' मी कित्येक वर्षं गारुडी जमातीबरोबर काम केलं होतं आणि तरीही मी अजगराला घाबरत होते. मी स्वत:लाच धीर दिला. अजगर आपलं शरीर फुगवत होता आणि रागानं फूत्कारत होता. आणि पहिल्यांदाच वन्य प्राण्यांचं चित्रीकरण करणारा विमल

घामाघूम होत होता.

तो खडकाळ भागातला भारतीय अजगर होता (Python molurus). राहुलला अजगरापासून वाचवण्यासाठी एक फोन आला, त्याला प्रतिसाद म्हणून आम्ही त्या घरात आलो होतो. गोव्यात मानवी वस्तीत शिरलेल्या सापांना वाचवणं हे राहुलनं स्वत:हून घेतलेलं एक काम आहे. त्या सर्पांना सोडवून तो त्यांना त्यांच्या नैसर्गिक वातावरणात सोडतो. त्याकरता त्याला वनखात्यानं विशेष परवानगी दिली आहे. प्रत्येक सोडवलेल्या आणि पुन्हा जंगलात सोडलेल्या सापाचं रेकॉर्ड त्यानं ठेवलं होतं. त्याच्या कामावर प्रशासनाचं बारीक लक्ष होतं. सर्पांना पुन्हा जंगलात सोडलं जातं की नाही याची खात्री करणं महत्त्वाचं होतं. त्या दिवशी बिनबाह्यांचा लष्करी शर्ट, जाड काळा चष्मा आणि फ्रेंच दाढी या पोशाखातला अलवारेस हा एखाद्या सर्पविमोचकापेक्षा, एक चिकणा फॅशन डिझायनरच वाटत होत; पण तो तसा दिसत असला तरी अलवारेस त्याच्या सर्पाच्या बाबतीत गंभीर होता.

आम्ही आमच्या जीपमध्ये परत आलो आणि माझ्या नाकाला काही जाणवलं.

"अरे!... हा वास कसला?" मी विचारलं.

"ओह.... त्या अजगरानं सूसू केली असणार."

राहुल सहजपणे म्हणाला. एका हातानं तो आपल्या सेलफोनवरचा स्क्रीन फिरवत होता.

"तुला माहितीए? जर तू गेल्या महिन्यात आली असतीस तर तुला मी खूप वेगळाच दिसलो असतो. बघ."

जरा पुढे झुकून त्यानं मला त्याचा एक सेलफोनवरचा फोटो दाखवला. नारिंगी रंगानं दाढी रंगवलेल्या एक उत्साही चष्मिष्ट तरुणाचा तो फोटो होता.

"शी.... कसा दिसतोएस!" मी उद्‌गारले आणि हसायलाच लागले.

राहुल नाराज झाला; कारण त्यानं गुपचूप केलेल्या त्या फॅशनची मी स्तुती करावी अशी त्याची इच्छा होती; पण एक पर्यावरणवादी सैनिक पर्यावरणाविषयी न बोलता दुसरं काही बोलतोय हे पाहून मला खूप बरं वाटलं. नाहीतर बरेचसे कार्यकर्ते एवढे गंभीर असतात. ते असे वागतात की सगळ्या जगाचं ओझं यांच्याच खांद्यावर आहे. राहुल त्याचं काम कुठलाही ताण येऊ न देता हसतखेळत करत होता.

राहुलनं तो सर्प घनदाट अरण्यात सोडला आणि त्याला त्याच्या घरी सोडण्यासाठी आम्ही गाडीत बसलो. राहुलचं कुटुंब एक अपवादात्मक असं पर्यावरणवादी कुटुंब आहे. त्याचे वडील क्लॉड अलवारेस पर्यावरणावर बारीक नजर ठेवणारी 'गोवा फाउंडेशन' ही संस्था चालवतात. गोव्यातलं बेकायदेशीर खाणकाम या विषयावरचा क्लॉड अलवारेस यांचा विस्तृत अहवाल वाचूनच मी गोव्याला यायला प्रेरित झाले

होते. पर्यावरणाचे कायदे मोडण्यावरून क्लॉडन आज कित्येक वर्षं खाण कंपन्या, कॉर्पोरेट्स् आणि अगदी राजकारण्यांशीही पंगा घेतला होता. त्याची बायको नॉर्मा ही पर्यावरणाचा बचाव उत्साहानं करणारी एक सुप्रसिद्ध वकील आहे. गोव्यामधल्या भटक्या कुत्र्यांची कत्तल आणि बैलांची क्रूर झुंज लावून होणारा खेळ थांबवण्यास तीच कारणीभूत होती. अलवारेस कुटुंबाचं ते निगर्वी घर पॅरा या गोव्यातल्या एका गावात होतं. ते घर म्हणजे कुत्रे, मांजर आणि बदकांचं एक प्राणिसंग्रहालयच होतं. आम्ही नंतर क्लॉड यांच्याबरोबर काही प्रसंग चित्रित करणारच होतो. ते आम्हाला अशा काही ठिकाणी नेणार होते, जिथे लोखंड उपसायचं काम आवश्यक परवाने न घेताच केलं जात होतं.

गोवा हे पर्यटनाच्या बाबतीत यशस्वी होतं; पण गुन्हेगारीच्या बाबतीतही ते कुप्रसिद्ध होतं. विशेषतः, कुमारवयीन आणि ब्रिटिश नागरिक असलेल्या स्कार्लेटचा २००८ मध्ये खून झाला होता. निसर्गसुंदर आणि सुखद हवामानाच्या गोव्यावर आणखीही काही डाग होते. हे डाग गोव्याच्या जमिनीवर होते आणि प्रसारमाध्यमांचं त्यांच्याकडे दुर्लक्ष झालं होतं. गोव्याच्या भुकेलेल्या खाण उद्योगानं प्राचीन जंगलावर बलात्कार चालवला होता. मला हे दाखवून द्यायचं होतं की जरी आम्ही निसर्गसुंदर गोवा लोकांना दाखवत असलो, तरी इथे बेकायदेशीर आणि सर्रास उत्खननं इथली जुनी जंगलं नष्ट करत आहेत. माझ्या गोव्यातल्या मर्यादित वास्तव्यात मला असे आयुष्यभराचे धडे मिळणार होते, जे कोणत्याही पत्रकारितेच्या शाळेत शिकवले जात नाहीत. या गोवा एपिसोडच्या आधी मी प्रसारमाध्यमांच्या शक्तीवर अगदी निरागसपणे विश्वास ठेवत होते. मला वाटत होतं की जर आपण भ्रष्टाचार उघड केला, सत्यावर ठाम राहून ते भक्कमपणे मांडलं तर राज्य सरकारी संस्था आपल्याला संरक्षण देतील; पण मी फार भयानक पद्धतीनं खोटी पडले होते.

गोव्यातलं उत्खनन हे एक गंभीर दुःखाचं कारण आहे. २००७मध्ये गोवा फाउंडेशनने केलेल्या अभ्यासानुसार सुमारे सत्तर खाणींना पर्यावरण आणि वनखात्यानं (Ministry of Environment & Forests) कोणत्याही ठिकाणाला प्रत्यक्ष भेट न देताच संमती दिली आहे. हे परवाने दोन वर्षांसाठी आहेत. या कंपन्यांनी एक जल-भूगर्भशास्त्रीय दृष्टीकोनातून असलेलं प्रमाणपत्र सादर करायचं आहे, की त्यांच्या कामामुळे जमिनीच्या खालून जाणाऱ्या जलप्रवाहांवर कोणाताही दुष्परिणाम होणार नाही. काही जणांना खाणकामासाठी अभयारण्यांमध्येसुद्धा परवानगी मिळाली होती. उदाहरणार्थ, नेत्रावली वन्यजीव अभयारण्यामधल्या भाडेपट्टा करारावर असलेल्या तीन खाणींना पर्यावरण आणि वनमंत्रालयाच्या तज्ज्ञांनी २००७मध्ये संमती दिली होती. या अभयारण्याला नेत्रावली या झुआरी नदीच्या एका महत्त्वाच्या उपनदीचं नाव दिलं होतं. दक्षिण गोव्यातल्या लोकांना ताजं, शुद्ध पाणी देणारी ही नदी होती.

आणि हे सत्य खाणीला संमती देताना दुर्लक्षित करण्यात आलं. याशिवाय ग्रेट पाइड हॉर्नबिल (Buceros Bicornis), भारतीय चित्ते (Panthera Pardus Fusca) आणि खारी (Ratufa Indica) यांचंही इथली जंगलं हे घर आहे.

पण, गोव्याच्या लोकांनी या खाणरूपी शापाशी दोन हात करायला आता सुरुवात केली आहे. दुसऱ्या दिवशी सकाळी दक्षिण गोव्यामधल्या क्यूपेम जिल्हातल्या कोलंब गावाकडे दाट हिरव्यागार शेतांकडे निघालो. आम्हाला कळलं की दहा-बारा बायकांनी कच्चं लोखंड वाहून नेणाऱ्या काही ट्रक्सना घेराव घातला आहे. आणि पुढे गेलो तर साडी नेसलेल्या काही बायका ओरडत होत्या. मुठी आवळून हात वर करत होत्या. काही तर ट्रक्सच्या पुढ्यातच ठिय्या मारून बसल्या होत्या. ट्रक्सना त्यांनी असं अडवलं होतं, की ते पुढे जाऊच शकत नव्हते. ट्रक्सची रांग मागच्या बाजूला वाढतच जात होती. ट्रकवाले आणि बायका यांच्यातलं ते वाक्‌युद्ध होतं. बायका अचल होत्या. तिथून उठायला म्हणून तयार नव्हत्या. आणि ट्रक्सना तिथून जाऊच देत नव्हत्या. हे सगळं काही तास चाललं. मग ट्रक ड्रायव्हर्सनी भांडण सोडलं आणि जवळच्या रस्त्यावरच्या सावलीतल्या टपरीवर ते चहा घेत उभे राहिले; पण त्या बायका अजिबात ढेपाळत नव्हत्या. एका बाईनं माझं लक्ष वेधून घेतलं. ती ड्युमेंट डिसूझा होती. पांढऱ्या आणि गुलाबी पोशाखात होती आणि कोकणी भाषेत घोषणा देत होती. त्या पुरुषांना ती पुरून उरत होती. तिच्या आवाजातली ती ताकद मला थक्क करून गेली. तिच्यापेक्षा डबल असणाऱ्या धिप्पाड ट्रक ड्रायव्हर्सशी ती न घाबरता भांडत होती.

ड्युमेंट डिसूझा एवढी का संतापली होती? मला सांगण्यात आलं, की त्या तीन खाणी त्या भागांत असल्यामुळे रोज कमीत कमी शंभर ट्रक्स तिच्या शेतांमधून आणि गावातून नागमोडी वळणं घेत जा-ये करत होते. रस्त्यांना मोठमोठे खड्डे पाडत होते. धुळीच्या वावटळी उठवत होते. गोव्यामध्ये एका दिवशी १५,००० ट्रक्स चालवले जात. नफा कमावण्यासाठी ट्रकमालक ट्रक्स नको तेवढे भरतात. त्यांच्यावर कोणाचं लक्ष नसतं. वास्तविक, त्यांना फक्त दहा टन न्यायची परवानगी असताना ते किती तरी जास्त भरतात. सरासरी २० ते २२ टन एका ट्रकमध्ये एका वेळेला भरलं जातं. हा ट्रक्समुळे होणारा त्रास तर आहेच; पण त्याशिवाय तिथे होणाऱ्या तीन खाणींमुळे निर्माण झालेल्या अनेक समस्यांमुळे शेतीच्या उत्पन्नावर आणि भूजलावर दुष्परिणाम झाल्यामुळे श्वासोच्छ्वासाचे रोग उद्‌भवतात.

मी ड्युमंटला विचारलं, की ती माझ्याशी बोलेल का? तिनं ट्रक ड्रायव्हरला एक जोरदार शिवी हासडली. माझ्याकडे वळली आणि हळू आवाजात म्हणाली,

''अर्थात, मी बोलेन तुझ्याशी; पण आपण माझ्या घरी जाऊया...मग बोलूया.''

दोन्ही बाजूंना झाडं असलेल्या धुळीच्या रस्त्यावरून मार्ग काढत आम्ही तिच्या

घरी आलो.

तिच्या घरावर एक लाल उतरतं छप्पर होतं आणि घराबाहेर नीटनेटकं अंगण होतं. अंगणात गुरांना खायला घालायचा गहू सुकायला ठेवला होता. ड्युमेंटनं मला तिच्या युद्धातल्या जखमा दाखवल्या. तिच्या हातांवर आणि मनगटांवर खूपच जखमा होत्या, ज्या पोलिसांशी सामना करताना झाल्या होत्या. बांगड्या पिचून या जखमा झाल्या होत्या. ती म्हणाली, की तिला अटकसुद्धा झाली होती आणि रात्रभर लॉक-अपमध्ये काढून ती आली होती. ड्युमेंटची खाणीजवळ थोडीशी शेतजमीन होती. तिच्या शेतातून २० पोती भाताचं उत्पन्न मिळत असे; पण कच्च्या लोखंडासाठी केलेल्या उत्खननामुळे सगळं शेत धुळीनं भरल्यामुळे, तिला जेमतेम सात पोती मिळाली. ५० टक्क्यांपेक्षाही कमी उत्पन्न आलं. आम्ही ठरवलं, की तिच्याबरोबर तिच्या शेतात फिरूया, म्हणजे तिच्या समस्या आपल्याला अधिक चांगल्या समजतील.

दुपारच्या वेळी ऊन रणरणत असताना ट्रॉयपॉड, वेगळ्या घेतलेल्या बॅटरीज्, १५ किलो ग्रॅम वजनाचा मोठा कॅमेरा एवढी सगळी अवजड सामग्री घेऊन फिरणं हे काय दिव्य असतं ते आउटडोअर शूटिंग करणाऱ्यांनाच माहीत. शेतं, उंच उंच नारळाची झाडं, यामधून आम्ही फिरलो. बरोबर ड्युमेंट, तिचे दोन मुलगे, एक नऊ वर्षाचा आणि दुसरा सात. त्या मुलांना तर खूप गंमत वाटत होती. ते आमच्या पुढे पुढे धावत होते. मी घामाघूम झाले होते. घामानं माझा टी शर्ट चिंब झाला होता. आम्ही सगळेच घामाघूम झालो होतो. काहीतरी थंडगार प्यावं असं वाटत होतं. ड्युमेंटनं लांबून एका माणसाला बोलावलं. तो शेतकरी होता. ती त्याच्याशी कोकणी बोलत होती. त्यानं फक्त एक कपडा कमरेभोवती गुंडाळला होता. तो सहजपणे त्या एका नारळाच्या उंच झाडावर चढला आणि कोयत्यानं काही नारळ काढून आम्हा तहानलेल्या प्रवाशांवर फेकले. आम्ही ते नारळपाणी घटाघटा प्यालो. ते आश्चर्य वाटण्याएवढं थंडगार होतं. वरच्या बाजूला तिची शेतं होती आणि त्यांच्याही वर आकाशात लाल धुळीचे लोट उठलेले मला दिसले. त्याच्याही पुढे त्या लाल डोंगराला घेरून पुन्हा दाट हिरवं जंगल होतं. हे जंगल वन खात्याच्या मालकीचं होतं आणि या जंगलात उत्खननाला बंदी होती. आता मला समजलं की ड्युमेंट एवढी का संतापली होती. वनखातं, स्थानिक लोक आणि खाण कंपनी यांच्यातल्या संबंधात एवढे ताणतणाव आहेत, त्याचं चित्र माझ्यासमोर स्पष्ट झालं. पावसाळ्यात खाणीमधला कचरा तिच्या शेतजमिनींवरून वाहत जातो आणि त्यामुळे मातीची धूप होते, तेही तिनं दाखवलं.

पुढच्या काही दिवसांत गोव्यामध्ये मी आणखी काही शेतकऱ्यांशी, महिलांशी आणि मुलांशीही बोलले. ते सगळे खाणींच्या विरोधात आंदोलन करत होते. खरोखर

जमिनीत खनिजांचा साठा असणं म्हणजे शापच आहे; कारण लाल विष जमिनीचं सत्त्व शोषून घेतं, जंगलं नष्ट करतं, तुमची फुफ्फुसं कमजोर बनवतं आणि श्वासोच्छ्वासाला अडथळे आणतं. मोठमोठी मशीन्स झाडं उपटतात. लाल धुळीचे लोट उठतात आणि पानफुलं, रस्ते, घरं व्यापतात. जणू जमिनीतून ठिकठिकाणी रक्त वाहतंय. 'रक्तानं भरलेला हिरा'म्हणजेच 'ब्लड डायमंड' असं का म्हणतात ते आता उलगडलं. हे विष एका रात्रीत माणसं मारत नाही आणि करोडो रुपयांच्या यात उलाढाली होतात. म्हणून आपण आर्थिकदृष्ट्या स्वीकारार्ह कृती समजतो; पण होणाऱ्या नुकसानाचं आपल्याला काहीच वाटत नाही. गोवा राज्य प्रदूषण नियंत्रण प्राधिकरणानं (Goa State Pollution Control Board) केलेल्या अभ्यासात समजलं, की सात महत्त्वाच्या खाण क्षेत्रांत एक ठराविक प्रकारचा निषिद्ध पदार्थ हा अडीच आणि दहा मायक्रॉन्सचा असतो. तो या दाट लोकवस्तीच्या भागात संमत पातळीच्या कितीतरी जास्त असतो. प्रधिकरणाच्या हेसुद्धा लक्षात आलं आहे, की खाणीच्या ठिकाणापासून ते लोखंड निर्यात करण्यासाठी ज्या नदीवरच्या जहाजांमध्ये भरलं जातं तिथपर्यंतच्या वाहतुकीमुळेही रस्त्यात प्रदूषण निर्माण होत होतं.

खाण उद्योग हा गोव्यातला मोठा व्यवसाय आहे. काही खूप मोठ्या व्यापारी कंपन्यांच्या मालकीच्या खाणी इथे आहेत. काही तर पोर्तुगीजांच्या काळापासून इथे आहेत आणि त्या कंपन्या मानतात, की त्यांचा व्यवसाय हा शाप नसून वरदान आहे. गोवा राज्य चीन आणि जपानला जे कच्चं लोखंड निर्यात करतं, त्यामुळे राज्याला खूप मोठ्याा प्रमाणावर परकीय चलन मिळतं आणि राज्याच्या अर्थकारणाचा ही इंडस्ट्रीं हा पाठीचा कणा आहे, असा कंपन्यांचा दावा आहे. खाणींच्या आजूबाजूला राहणारे लोक मात्र असा दावा करतात की आमच्या पाठी मोडणारा प्रकार आहे हा.

मी काजूच्य शेतकऱ्यांनाही भेटले. ते म्हणाले, की जेव्हापासून या खाणी सुरू झाल्या तेव्हापासून जी धूळ वातावरणात पसरते ती आमच्या पिकांवरही बसते आणि त्यामुळे काजूचं उत्पादन मोठ्या प्रमाणवर घटलं आहे. मी सामान्य लोकांना भेटले. त्यांना श्वासोच्छ्वासाचे रोग जडलेत आणि लोखंड वाहणारे ट्रक्स घराजवळून जात असतात तेव्हा ते घराबाहेरही येत नाहीत. खाणी सुरू झाल्यापासून सुकलेल्या विहीरीसुद्धा मला लोकांनी दाखवल्या. सतत चेहऱ्यावर प्रदूषित वाळू उडवणाऱ्या लाल धुळीच्या परिघात राहायला कोणाला आवडेल.

खाणींवर अधिकारवृत्तीनं लक्ष ठेवलं जात नाही, ही इथली समस्या आहे. खाणी फक्त भाडेकरारावर कंपन्यांना ज्या जागा दिल्या आहेत, तिथेच असायला हव्यात. आजूबाजूच्या जंगलामध्ये नव्हे; पण या गोष्टीवर लक्ष ठेवलं जात नाही. खाणींनी उत्सर्जित केलेली धूळ या जंगलातही फेकून दिली जाते. क्लॉड अलवारेसच्या म्हणण्याप्रमाणे लक्षावधी टन्स उत्सर्जित धूळ ही आसपासच्या गावांमध्ये आणि

जंगलामध्ये कचऱ्याप्रमाणे फेकून दिली जाते; कारण कंपन्यांना माहीत असतं की आपण कधीच पकडले जाणार नाही. या लाल धुळीच्या ढिगांचे आता डोंगर झाले आहेत. दुसऱ्या कोणत्याही देशात खाणींना या प्रदूषणासाठी दंड ठोठावण्यात आला असता; पण इथे कोणाचंच कडक लक्ष नाही. कोणाचा दरारा नाही. स्थानिक लोक अनारोग्य ही किंमत मोजतात आणि म्हणूनच या खाणींना कंटाळलेल्या स्थानिक ग्रामीण लोकांच्या भावनांच्या उद्रेकाची परिणती त्यांच्या रस्त्यावर येण्यात होते.

सूर्यास्ताच्या सुमारास आम्ही हॉटेलवर परत आलो. रात्री समुद्रकिनाऱ्यावर जेवण घेतलं. जेवण घेत असताना आम्ही पाहिलं की काही चंगळवादी धटिंगणांचा एक ग्रुप नेटबॉल खेळत होत, तेव्हा पहिल्यांदा मला जाणवलं की मी त्या गोव्यात होते, जिथे लोक सुट्टीत मजा करण्यासाठी येतात. किनाऱ्यांवर बागडण्यासाठी येतात. मी मात्र या बेकायदेशीर खाणींमध्ये पुरती गुंतले होते. मी सभोवार पाहिलं. समुद्राच्या लाटा किती आनंदानं किनाऱ्याकडे येत होत्या. प्रत्येक टेबलावर छोट्या मेणबत्त्या मंदपणे तेवत होत्या. सगळीकडे आनंद पसरला होता. बॉन्होमी आणि गोअन संगीताचे सूर साथीला होते. सुट्टीसाठी अगदी सर्वोत्तम वातावरण होतं तिथे.टायगर प्रॉन्स (कोलंबी) घ्यावी की पारंपरिक गोअन फिश करी घ्यावी यावर त्रिदीप आणि विमल वाद घालत होते. शेवटी दोन्ही घ्यायचं त्यांनी ठरवलं . मी साधं डाळभात घेतलं. प्रवासात शाकाहारी जेवण प्रेमानं खायला घालणारी फार कमी ठिकाणं मी पाहिली आहेत. जणू शाकाहारी असणं हा गुन्हा आहे, असं समजून तो स्वयंपाकी तुम्हाला पीडत असतो. असो. खाद्यपदार्थ ही माझ्यासाठी खूप महत्त्वाची गोष्ट नव्हती. दुसऱ्या दिवसाच्या चित्रीकरणाचा क्रम काय असावा हे ठरवण्यात मी गुंतले होते. क्लॉड अलवारेसबरोबर जाणं हा उद्याचा कार्यक्रम होता. ते आम्हाला दाखवणार होते, की खाणी कशा बेकायदेशीरपणे काम करत आहेत.

दुसऱ्या दिवशी आम्ही क्लॉड यांना आमच्याबरोबर घेतलं आणि मॉलेम राष्ट्रीय उद्यानाकडे निघालो. मॉलेम लांब होतं; पण रस्ता नयनरम्य होता. एक पांढरंशुभ्र जुनं चर्च आणि त्याच्यापुढे घनदाट हिरवंगार जंगल! तीन तासांनी आम्ही खाणीच्या ठिकाणी पोहोचलो. सुप्रीम कोर्टाचा आदेश धुडकावून लावून सर्रास खाणकाम चालू होतं, डोंगरावरची काही अंतरावरच्या डोंगरावरची माती उपसून एकामागोमाग एक ट्रक तो लाल चिखल वाहून नेत होता. जणू एखादा राक्षसी कीटक तो आख्खा डोंगर खात होता. ही खाण एका बगीच्याला लागूनच होती. सुप्रीम कोर्टाकडे या खाणीसाठी अर्ज करण्यात आला होता; पण हिरवा कंदील मिळण्याआधीच काम चालू झालं होतं.

बगीच्याच्या उजव्या बाजूला बगीच्याची सीमा अधोरेखित करणारी जी भिंत होती त्याच ठिकाणी लाल धुळीचा, विशेषत: उत्सर्जित कचऱ्याचा प्रचंड मोठा ढीग

होता आणि हीच विशेष काळजी करण्यासारखी गोष्ट होती. खाण कंपनीला या कचऱ्याची विल्हेवाट लावण्यासाठी काही पैसे खर्च केले पाहिजेत याची पर्वाच नव्हती. सोयीस्करपणे जंगलाच्या आतल्या भागात या कचऱ्याचा ढीग रचला जात होता. मॉलेम राष्ट्रीय उद्यान आणि वन्य प्राणी अभयारण्य हे कित्येक जंगली जनावरांचं घर होतं. हे जंगल पश्चिम घाटाला थेट जोडणार होतं. मला असं सांगण्यात आलं होतं, की ही खाण काँग्रेसमधून बाहेर पडलेल्या राष्ट्रवादी काँग्रेसच्या एका प्रमुख पुढाऱ्याच्या मालकीची होती. या पुढाऱ्याला महाराष्ट्र आणि गोवा या दोन राज्यांत खूप महत्त्वाचं स्थान होतं. आम्ही एका धोकादायक रस्त्यानं निघालो होतो. आमच्या पायाखालची जमीन काट्याकुट्यांची होती.

आम्हाला आता एकच मार्ग होता, तो म्हणजे खाणीचे आणि डोंगरावर कच्च्या लोखंडानं भरलेले ट्रक्स कसे चढत आहेत याचं पूर्ण दृश्य उभं करणारे शॉट्स मिळवणं. खाणमालक सावध होण्याआधी आम्हाला हे चित्रीकरण करायचं होतं. आम्ही तिथे होणाऱ्या उत्खननाचं पूर्ण दृश्य तर मिळवलं होतं; पण आमच्याकडे लक्ष गेलंच.

एक चार फूटही उंच नसलेला बुटका, डोळ्यांवर काळा गॉगल घातलेला जाडगेला माणूस आमच्या दिशेनं ओरडत आला.

''कोण आहात तुम्ही? आणि कोणाच्या परवानगीनं तुम्ही शूटिंग करताय?''

तो खाणीचा मॅनेजर होता. त्यानं आम्हाला घाबरवायचा प्रयत्न केला, की आम्हाला अतिक्रमण केल्याचा आरोप ठेवून 'बंद' करून टाकेल. मी हळूच विमलला सांगितलं, की कॅमेरा 'रोलिंग' राहू दे. मला हे जाणवलं होतं, की आम्हाला त्रास झाला तर हीच फिल्म पुरावा म्हणून आम्हाला वापरता येणार आहे. मी त्या 'सभ्य' गृहस्थाला म्हटलं,

''सर, तुम्ही जर काही बेकायदेशीर करत नाही असं तुम्हाला वाटतंय तर मग कॅमेऱ्यावर का येत नाही?''

त्या माणसानं तोंड फिरवलं आणि सेल फोनवरून तो कोणाला तरी फोन करू लागला. मी त्याला पुन्हा विनंती केली,

''सर, प्लीज आमच्याशी बोला! आम्हाला तुमचा दृष्टिकोन समजून घ्यायचा आहे. तुम्हाला या ठिकाणी खाणकाम करायची परवानगी मिळाली आहे का? तुमच्याकडे ती असेल तर आमच्याशी कॅमेऱ्यावर बोला.''

तो माणूस (ज्यानं स्वत:चा परिचय मि. वैद्य असा दिला होता) आता आणखी ओरडायला लागला,

''चालते व्हा. जस्ट गेट आउट!''

मी थोडी मागे हटले; पण शांत राहिले. आम्ही आधीच काही शॉट्स घेतले

होते. मी विमलला शूटिंग थांबवायला सांगितलं आणि आम्ही आमच्या कारच्या दिशेनं निघालो. रस्त्यात आम्ही आणखी एक नासधुसीचा पुरावा बघितला. एक हजार चौरस मीटरचा एक जमिनीचा तुकडा चक्क भाजला जात होता. आम्ही काळी आणि करड्या रंगाची राख आणि कापलेल्या झाडांचे खुंट पाहिले. क्लॉडनं आम्हाला भोवतालच्या झाडांची उंची दाखवली. त्यामुळे समजत होतं की, हे जंगल आधी किती दाट असलं पाहिजे. म्हणजे भाडेपट्टीच्या कराराअंतर्गत आणखी क्षेत्र यावं म्हणून खाण कंपनी झाडांची राख करत होती. त्यांनी जर जंगल सपाट केलं तर, खाणीसाठी परवानगी मिळवणं त्यांना सोपं जाणार होतं; पण हेच जंगल जर घनदाट असेल तर त्यांना ते कठीण जाणार होतं. आम्ही पटापट काही शॉट्स घेतले आणि ठरवलं की पणजीमधल्या आपल्या हॉटेलमध्ये आता परत जाऊ या.

परत जात असताना मोठमोठ्यानं हॉर्न वाजवत पिवळ्या रंगाचा एक मोठा डम्पर ट्रक आमच्या मागून पुढे आला आणि आमच्या समोरच रस्ता अडवून थांबला. त्यांना काय करायचं होतं, ते आमच्या लक्षात आलं. आम्ही अडकलो होतो. मी कारमधून बाहेर पडले आणि ट्रककडे निघाले. एक लाल टी शर्ट आणि जीन्स घातलेला, गळ्याभोवती लाल मफलर गुंडाळलेला धटिंगण माणूस त्या ट्रकमधून मान बाहेर काढून बघायला लागला. एखाद्या बॉलिवुड चित्रपटातला तो एखादा गुंड वाटत होता. त्रिदीप आणि विमलही बाहेर आले. मी ओरडले,

''हा रस्ता सार्वजनिक आहे. हा अडवण्याचा तुम्हाला काहीही अधिकार नाही.''
तो आमच्यावरच ओरडला,

''ते फोटो घेण्याआधी तुम्ही विचार करायला पाहिजे होता. चला, ते फोटो आम्हाला द्या आणि निघून जा.''

अर्थात, आम्ही त्याला फोटो दिले नाहीत; पण क्लॉडनी ओळखलं होतं, की परिस्थिती हाताबाहेर जात आहे. त्यांनी गोव्याच्या चीफ सेक्रेटरीला फोन लावला आणि पोलिसांची मदत मागितली. मीसुद्धा माझ्या दिल्लीतल्या कार्यालयाला फोन लावला. मला वाटलं की त्यांना या परिस्थितीविषयी सावध केलेलं चांगलं. आम्ही शहरापासून निदान दोन तासांच्या अंतरावर होतो आणि काहीही विपरीत घडू शकलं असतं. पुढची दहा मिनिटं खूपच तणावात गेली. आणखी काही माणसं आली आणि ती त्रिदीप आणि विमलला भिडली. त्यांनी कॅमेरा खेचायचा प्रयत्न केला तेव्हा झटापट झाली . मी मदतीकरिता ओरडत होते. त्रिदीपही ओरडू लागला,

''माझ्या कॅमेऱ्याचं नुकसान केलंय त्यांनी ...आणि मायक्रोफोनचंही.''

त्या माणसांनी कॉर्डलेस मायक्रोफोनही खेचून घेतला. आम्ही हाच मायक्रोफोन इंटरव्ह्यूजसाठी वापरायचो.

आमची मती कुंठित झाली होती. विमल त्याचा कॅमेरा तपासून पाहत होता.

आम्ही आमच्या सामुग्रीचं काय काय नुकसान झालंय ते पाहत होतो. एक टाटा सुमो गाडी भरधाव आली. मी विमलची कॉलर धरून त्याला एका बाजूला ढकललं.

क्लॉड ओरडले, ''बहार ....सावध -लूक आउट...'' माझं हदय धडधडत होतं. मी घाबरले होते; पण संतापलेही होते. मी सांगू शकत नाही की त्या माणसाला मला नुसतं घाबरवायचं होतं की खरोखर ठार मारायचं होतं.

शेवटी आम्ही ते फुटेज त्यांना देऊन टाकलं. खाणीतले दोघं-तिघं कामगार तिथे गोळा झाले आणि आमच्या बाजूला येऊन उभे राहिले होते. ते मूक बघे होते. मि. वैद्यसुद्धा तिथे ओरडतच आले. चीफ सेक्रेटरींना केलेल्या कॉलचा उपयोग झाला असावा; पण पोलीस बॉलिवुड स्टाइलनं सगळं होऊन गेल्यावरच आले. तिथे चार पोलीस अधिकारी आले होते. त्यांनी आमचं म्हणणं ऐकलं आणि मग मि. वैद्य यांचंसुद्धा!

मी भोळी ! मला वाटलं, पोलीस आमच्या बाजूला आहेत. मला अधिकृत तक्रार नोंदवायची होती. पोलीस अधिकाऱ्यानं आम्हाला त्याच्या मागोमाग पोलीस स्टेशनला यायला सांगितलं. मला वाटलं, 'चला त्रास संपला.' मला जाणवलं नाही की तो तर आता सुरू होत होता. पोलीस स्टेशनमध्ये मि. वैद्य पुन्हा दिसले; पण त्यांच्याबरोबर त्यांचे वकील होते. त्यांना आमच्या विरुद्ध अतिक्रमणाची तक्रार नोंदवायची होती. मला वाटलं होतं, की त्या अधिकाऱ्यानं चित्रीकरणाचं फुटेज बघितलं तर तो या लोकांना अटक करेल; पण हा हिंदी चित्रपट नव्हता आणि आम्हाला वाचवायला कोणीही 'हिरो 'आला नव्हता. पुढचे काही तास आम्ही पोलीस स्टेशनमध्ये पोलिसांबरोबर वाद घालत बसलो होतो. पोलीस अधिकाऱ्यानं फुटेज बघितलं; पण मि. वैद्य यांचं म्हणणं शांतपणे ऐकलं. ते कोकणीत बोलत असल्यानं मला नीटसं कळत नव्हतं. अधिकाऱ्यानं आम्हाला सांगितलं, की आम्हाला टेप्स ठेवून जायला लागेल. नाहीतर तो आमच्यावर अतिक्रमणाची केस घालेल. वैद्य आमच्याकडे बघून दात काढून हसत होता. मला धक्का बसला होता. मी भयंकर खट्टू झाले होते. आम्ही संकटात होतो आणि स्पष्ट झालं होतं, की पोलीस काही आम्हाला मदत करणार नाहीत.

मी पाहत होते. संपूर्ण व्यवस्था आमच्या विरुद्ध होती. का कोणास ठाऊक; पण मला माझ्या आईची आठवण झाली. शोध पत्रकारितेमध्ये कित्येक वर्षं काम करताना तिनं व्यवस्थेच्या विरुद्ध अनेक खटले ओढवून घेतले. तिनं संकटांना कसं तोंड दिलं असेल ? ती घाबरली असेल ? विशेषत:, हे आठवून की तिच्या दोन मुली तिची घरी वाट पाहात असतील? मला आठवतंय् ... रात्रीबेरात्री फोन यायचे. तिला धमकावलं जायचं. स्वत:च्या, आमच्या सुरक्षिततेच्या काळजीनं ती रात्ररात्र जागत असे; पण कधी आपल्या 'स्टोरी' वर परिणाम नाही होऊ दिला तिनं. हे

सगळं आठवून मी माझं धैर्य एकवटलं आणि एक योजना ठरवली.

मी माझ्या एका मित्राला, कर्ण कौशिक याला फोन केला. कर्ण क्राइम रिपोर्टर होता आणि त्याचा पोलिसांशी नेहमी संबंध येत असे. त्यांनी मला सल्ला दिला, की 'टेप्स' पोलिसांकडे आहेत तर त्यांच्याकडेच राहू दे (आणि तो कुजबुजला 'रिकाम्या टेप्स'), पोलिसांना तुला संरक्षण द्यायला सांग आणि तिथून बाहेर ये.

आम्ही तसंच केलं; पण मि. क्लॉडना त्यांच्या घरी सोडण्यापूर्वी आम्ही स्थानिक वनखात्यात गेलो. आमच्यावर हल्ला झाला तरीही मी माझी 'स्टोरी' सादर करणारच होते. मला माहीत होतं की उपलब्ध चित्रीकरण पुरेसं नव्हतं. मला एक अधिकृत पत्र पाहिजे होतं. आम्ही एका तरुण विभागीय वन अधिकाऱ्याला भेटलो, ज्याच्या अधिकार क्षेत्रात खाणीभोवतालच्या जंगलाचं संरक्षण करणं होतं. आज जे काही घडलं त्यामुळे व्यवस्थेवरचा माझा विश्वास उडत चालला होता; पण या तरुण माणसामुळे तो पुन्हा आला. त्यानं खाण कंपनीला वन खात्यानं दिलेल्या पत्राची प्रत दिली. त्यानं त्या कंपनीला नऊ हेक्टर जंगल जाळणं आणि आवश्यक परवान्याशिवाय उत्खनन करणं या दोन गोष्टींसाठी 'कारणे दाखवा' नोटीस दिली होती. या पत्रामुळे माझी स्टोरी सीलबंद झाली; कारण आमच्या चित्रीकरणाच्या फुटेजला अधिकृत बळकटी मिळत होती. एव्हाना बातमी पसरलीच, की खाण माफियांनी दिल्लीच्या प्रसारमाध्यमाच्या टीमवर हल्ला केला. गोव्यातल्या प्रिंट आणि टेलिव्हिजन पत्रकारांकडून मला फोन आले, की ते मला मदत करायला तयार आहेत आणि दुसऱ्या दिवशीच्या सगळ्या वर्तमानपत्रांत या घटनेविषयी बातमी येईल. आम्ही हॉटेलवर पोहोचलो, तेव्हा खूप त्रासलो होते आणि थकलोही होतो. कपड्यांवर चिखलाचे थर साचले होते. घसा बसला होता. डोक्याला लागलं होतं. आख्खी रात्र मी बसून होते. आणि आज जे काही घडलं त्याच्या प्रतिमा डोळ्यांपुढे सारख्या तरळत होत्या. अंगावर धावून येणारी सुमो कार वारंवार दिसत होती.

परत आल्यावर मी सुप्रीम कोर्टाच्या केंद्रीय विशेषाधिकार समिती (Central Empowerment Committee-CEC)कडे तक्रार दाखल केली. मी त्यांना फोटो आणि टेप्स दाखवल्या. समितीच्या अध्यक्षांनी शांतपणे त्या व्हिजुअल्स पाहिल्या आणि त्यांच्या स्टेनोला(लघुलिपिकाला)बोलावून एक पत्र डिक्टेट केलं.

'संबंधित प्रकरणामध्ये मी या पत्राद्वारे वर निर्देश केलेल्या खाणीच्या चौकशीचा हुकूम देत आहे आणि गोवा राज्य सरकारलाही या प्रकरणात लक्ष घालण्याचा आणि एक महिन्याच्या आत उत्तर देण्याचा आदेश देत आहे.'

दोन महिन्यांनी प्रकरण सुनावणीस आलं. मी सीईसीमध्ये हजर होते. ज्या वन अधिकाऱ्यानं 'कारणे दाखवा' नोटीस दिली होती तोही तिथे हजर होता. सीईसीन पुढील सूचना मिळेपर्यंत खाण बंद ठेवण्याचा हुकूम दिला. त्याच रात्री ८ वाजताच्या

बातमीपत्रात आम्ही ही 'स्टोरी' या बेकायदेशीर खाणीच्या व्हिज्युअल्ससह आणि सीईसीच्या पत्रासह (खाण बंद करण्याचा आदेश असलेल्या) 'ब्रेकिंग न्यूज' म्हणून दाखवली.

मी या 'स्टोरी' ची हिरॉइन होते आणि सहज 'स्टोरी' पासून रुबाबात दूर जाऊ शकत होते; पण वस्तुस्थिती अशी आहे, की माझे अनेक सहकारी, अगदी माझे संपादकसुद्धा असं म्हणतात, की पर्यावरण कायदे बोजड, अनावश्यक आणि नेहमी आपल्या देशाच्या प्रगतीच्या वेगात अडथळे आणणारे आहेत. खाण उद्योगाचं समर्थन करणाऱ्या लॉबीचं म्हणणंही असंच आहे, की आपली खनिज संपत्ती उपसून काढली पाहिजे; कारण त्यामुळे हजारो लोकांना रोजगार मिळतो, देशाच्या अगदी दूरच्या भागात शाळा उघडल्या जातात. खाणउद्योगाला मिळणारा नफा या दूरच्या भागातच विकासाकरता ओतला जातो.

जेव्हा मी अशा प्रकारच्या विधानांना सामोरी जाते तेव्हा मला असं वाटतं, या अशी विधानं करणाऱ्यांना प्रत्यक्ष खाणीच्या ठिकाणी पाठवून तिथे जे काही घडतं ते वास्तव समजण्यासाठी एखादा 'क्रॅश कोर्स' द्यावा. माझी इच्छा आहे की ज्यांना दैनंदिन जीवनातच खूप काही सहन करावं लागतं, अशा ड्युमेंटसारख्या सामान्य माणसांच्या घरी न्यायला पाहिजे. आपण काही उपलब्ध आकड्यांवर धावता दृष्टिक्षेप जरी टाकला तरी खाण उद्योगाच्या अवाजवी दाव्यांचा पर्दाफाश होईल.

- खाण उद्योगाच्या उत्पन्नाचा प्रत्येक टक्का (जो भारताच्या एकूण देशी उत्पादनामध्ये अंतर्भूत आहे) तो देशाचे सगळे विकास प्रकल्प जेवढ्या लोकांना विस्थापित करतात त्याच्यापेक्षा तिप्पट किंवा चौपट लोकांना विस्थापित करतो.
- १९९१ ते २००४ या काळात देशाच्या खनिज उत्पादनात चौपट वाढ झाली; पण त्याच काळात रोजगारनिर्मिती ३० टक्क्यांनी घटली.
- २००३-०४ या वर्षात खाण विभागाची उलाढाल ८३० कोटी रुपये होती; पण गोवा राज्याला त्याबद्दल मिळणारा महसूल फक्त१७ कोटी रुपये होता. म्हणजे खाणीमधून गोवा राज्याला मिळणारा महसूल एकूण महसुलाच्या एक टक्क्याहूनही कमी होता.

मग यावर उपाय तरी काय?

पहिलं म्हणजे आणखी वास्तवदर्शी मूल्य-नफा विश्लेषण करायला हवं., उपजीविकेचं साधन म्हणून शेतीचं महत्त्व कमी होत आहे आणि या तथाकथित रोजगारनिर्मितीत आपण जीवनाचा दर्जाच खाली आणत आहोत, याचा विचार या विश्लेषणात व्हायला हवा. प्रकल्पाला संमती देताना आपण अर्थशास्त्रीय परिभाषेतच या गोष्टींची मोजणी केली पाहिजे.

दुसरं म्हणजे आपल्या जंगलांमधल्या नैसर्गिक संपत्तीचा दर्जा खालावणं, हवेचं, नद्यांचं आणि झऱ्यांचं प्रदूषण होणं ही किंमत आपण खाणउद्योग अंगीकारून मोजत आहोत. जोपर्यंत आपण या पर्यावरणामुळे होणाऱ्या नुकसानीला आर्थिक रूप देत नाही तोपर्यंत हे नुकसान बिनमहत्त्वाचंच वाटत राहणार. आपण हे प्रकल्पाच्य किमतीत अंतर्भूत करूया आणि ती किंमत प्रदूषण करणाऱ्यांना भरू दे.

आणि शेवटी आर्थिक विश्लेषणात जर या वस्तुस्थितीचा विचार केला तर खाणउद्योग खूपच खर्चिक होईल आणि तो तसा होऊ दे (खाण उद्योग करणाऱ्या व्यापारी कंपन्यांचा याला विरोध होईल.)

या गोव्याच्याच प्रकरणात, उदाहरणार्थ, क्लॉड अलवारेस यांचं संशोधन सांगतं की खाण उद्योग एकूण देशांतर्गत उत्पादनाच्या (GDP) फक्त चार टक्केच भाग उचलतो. हा फरक का बरं असावा? याचं कारण असं आहे, की खाणीपासून सरकारला मिळणारा महसूल (निदान २००९ पर्यंत म्हणजे महसुलाची पुनर्बांधणी लागू होण्याआधी) खूप कमी होता. सरकार, खरंतर, त्या भागात परतीच्या उत्पन्नाची अपेक्षा न ठेवता खाण-उद्योगाला खूप आर्थिक सवलती देतं. अलीकडच्या काळात खाण उद्योगात काही महत्त्वाचे बदल संसदेत बिल आणून करण्यात आले. नवीन बिल अशी शिफारस करतं की खाण उद्योगानं आपल्या नफ्याचा काही टक्के भाग स्थानिकांना आणि विस्थापितांना द्यायला हवा. जरी या बिलानं भरपूर वादविवादाला जन्म दिला असला तरी खाणीच्या प्रदेशात राहणाऱ्या लोकांना नफ्याचा काही टक्के तरी भाग देण्याचा प्रस्ताव म्हणजे छोटं का होईना, पण एक महत्त्वाचं आणि योग्य पाऊल आहे. आमच्या ऑक्टोबर २०१२मधल्या वृत्तचित्रांत आम्ही हे सगळंच मांडलं आहे.

गेल्या बारा वर्षांत बेकायदेशीर उत्खनन करून देशाच्या महसुलाचं ३५,००० कोटी रुपयांचं जे नुकसान झालंय ,ते विचारात घेऊन संबंधित कोर्टानं एक अत्यंत महत्त्वाचा, दूरगामी परिणाम साधणारा ऐतिहासिक आदेश जारी केला आहे आणि तो म्हणजे -

गोव्यात खाण उद्योगावर बंदी आणली आहे.

❐

ओरंग उटानांची शेवटची तडफड

सुमात्रा, इंडोनशिया २००९

हे प्रकरण आहे मोठ्या वानरांचं; पण आफ्रिकेमधल्या चिम्पाझींचं किंवा रुपेरी पाठीच्या प्रचंड जाड्या वानरांचं नव्हे, तर गडद नारिंगी रंगाची लोकरी त्वचा असलेल्या आशिया खंडातल्या नरवानरांचं (ज्यांना ओरंग उटान Orang Utan या नावानं ओळखलं जातं.) तज्ज्ञांचं म्हणणं आहे, की येत्या दशकभरामध्ये नरवानरांची ही प्रजाती नामशेष होण्याच्या मार्गावर आहे, आणि त्याचं कारण आहे खोबरेल तेलाच्या जागतिक व्यापारासाठी नरवानरांची नैसर्गिक निवासस्थानं नष्ट होणं !

थॉमस फ्राइडमन म्हणतात, की आपण अशा जगात राहतोय, जे दिवसेंदिवस सपाट होत आहे. हे वन्यजीवन संरक्षणालाही लागू आहे. आपण जे पदार्थ स्थानिक पातळीवर वापरतो त्यामुळे दुसऱ्या कुठल्यातरी देशातल्या नामशेष होऊ घातलेल्या एखाद्या प्रजातीच्या अस्तित्वाचा प्रश्न उभा राहतो. म्हणजे बघा, हे जग किती छोटं झालं. आपल्याला भारतीयांना हे माहीत नाही की खोबरेल तेलासारख्या एका निरुपद्रवी पदार्थाच्या आपल्या स्वयंपाकघरातील वाढत्या मागणीमुळे इंडोनेशियमधली जंगलं कमी कमी होताहेत आणि या जंगलातच ओरंग उटान रहातात. अर्थात, फक्त भारतीयच याला जबाबदार आहेत असं नव्हे; पण खोबरेल तेल सर्वांत जास्त आयात करणारा देश भारतच असल्यामुळे यामध्ये भारतच सगळ्यात महत्त्वाची भूमिका बजावतोय हे खरं आहे.

'हवामानात होणारे बदल' या विषयावर कोपनहेगन येथे संयुक्त राष्ट्रांनी सप्टेंबर २००९मध्ये एका परिषदेचं आयोजन केलं होतं. या परिषदेत सामील झालेल्या एनजीओज्ना (बिनसरकारी संस्थांना) सगळ्या जगाचं लक्ष एका महत्त्वाच्या समस्येकडे वेधून घ्यायचं होतं. ती महत्त्वाची समस्या म्हणजे जंगलतोड ! जंगलांचा होणारा नाश आणि होणारी दलदल, ज्यात वनस्पतीही कुजून जातात. 'ग्रीनपीस' या आंतरराष्ट्रीय पर्यावरण गटाचा मला एक ई-मेल आला. त्यांनी असं आवाहन केलं की इंडोनेशियाला भेट देऊन त्या सुंदर देशावर खोबरेल तेलाकरता कसे घाव घातले जात आहेत, त्याविषयी एक नवीन, ताजा अहवाल मी सादर करावा.

इंडोनेशिया हे जगातलं तिसऱ्या नंबरचं कार्बन प्रदूषक राष्ट्र आहे. बेकायदेशीर वृक्षतोड, अनैतिक जमीनसफाई आणि झाडं जाळणं यामुळे या देशात दरवर्षी एक दशलक्ष हेक्टर्स जंगलाचा नाश होतो. ९० टक्के ओरंग उटान इंडोनेशियामध्ये सुमात्रा आणि बोर्निओ बेटांमध्ये रहातात आणि उरलेले दहा टक्के मलेशियामध्ये साबाह आणि सारावाक इथे राहतात, असं मला 'ग्रीनपीस' च्या आशिष फर्नांडिसनं कळवलं. मी आशिषबरोबर तीन वर्षांपूर्वी एका 'स्टोरी'वर काम केलं होतं. ओरिसाच्या किनाऱ्यावरच्या ऑलिव्ह रिडले कासवांच्या प्रचंड संख्येत झालेल्या प्रजननावर आम्ही संशोधन केलं होतं. मला माहीत होतं की आशिष मला इंडोनेशियासाठी लक्षात ठेवेल. 'तुला हे काम आवडेल का?' त्यानं मला हा प्रश्न ई-मेलमध्ये विचारला होता.

काय प्रश्न होता!

दलाई लामांना तिबेट हवं का, असं विचारण्यासारखा हा प्रश्न होता.

'हो अर्थात् ! मला यात इंटरेस्ट होताच.' मी कळवलं.

आणि आमची तयारी सुरू झाली. ओरंग उटानना या जगातून संपवण्यासाठी जो आंतरराष्ट्रीय व्यापार चालला होता त्याविरुद्ध मोहीम काढायची होती आम्हाला. तीन आठवडे कितीतरी ई-मेल्स आणि फोन केल्यानंतर आम्ही मार्गाला लागलो. योजना अशी होती - सुमात्रा बेटावरच्या मेझन या शहरात विमानानं जायचं. मग तिथून कारनं जंगलात प्रवेश करायचा. कुठे ओरंग उटान दिसतो का ते पाहायचं. मग तिथून विमानानं बेटाच्या मध्यावर पेकानबरुला जायचं. तिथे जाऊन आम्हाला दाखवायचं होतं, की जंगलं खोबरेल तेलाकरिता कशी साफ केली जातात. खोबरेल तेलाच्या कंपन्यांच्या दादागिरीचा अहवाल देण्यासाठी ग्रीनपीसनं आपला मुक्काम या ठिकाणी ठेवला होता.

आमच्याकडे सहा दिवस होते. या सहा दिवसांत आम्हाला समस्येची कल्पना देणारी एक डॉक्युमेंटरी बनवून कोपनहेगनच्या परिषदेमध्ये निर्वनीकरण कमी करण्यासाठी चर्चा घडवायची होती आणि इंडोनेशियाला जंगलांचा नाश थांबवण्यासाठी प्रवृत्त करायचं होतं. तिथे असणारं भौगोलिक रूप आणि इतर अनेक प्रश्न पाहता हे आव्हान खूप कठीण होतं. इथून निघण्यापूर्वी जेव्हा मी दिल्लीमध्ये माझी बॅग भरली, त्यावेळी मला कल्पनाही नव्हती की काम वाटलं होतं त्यापेक्षाही खूप कठीण होतं.

आशिषनं लिहिलं होतं, की आम्हाला हिंदुस्थान टाइम्सच्या पत्रकार कुमकुम दासगुप्ता यांच्याबरोबर जायचं होत आणि इतर देशांतले काही पत्रकारही आमंत्रित करण्यात आले होते. या सगळ्याच पत्रकारांना पेकानबरु इथे न्यायचा कार्यक्रम ठरला होता; पण मला एक वेगळीच कल्पना सुचली. मी आशिषला सांगितलं, की आपण एका वेगळ्या मार्गानं जाऊ आणि 'ग्रीनपीस'ची माणसं पेकानबरुला जिथे

उतरली असतील तिथे त्यांना काही दिवसांनी सामील होऊ. मला त्या जंगलात पहिलं ओरंग उटानांचं चित्रीकरण करायचं होतं. माझं म्हणणं असं होतं, आमचं माध्यम हे दृक्‌श्राव्य माध्यम होतं आणि जोपर्यंत आम्ही आमच्या दर्शकांना ओरंग उटान हा वानर प्रत्यक्ष दाखवत नाही, तोपर्यंत तो वाचला पाहिजे, अशी प्रेरणा कशी होईल ? आशिषला मुद्दा पटला आणि त्यानं ओरंग उटान शोधण्यासाठी जंगलातून कसं फिरायचं याचा विस्तृत कार्यक्रम आखला. मला त्यावेळी कल्पनाही नव्हती की ही वेगळी वाट काढायची. माझी योजना आम्हाला भविष्यात एका खूप मोठ्या त्रासापासून वाचवणार आहे.

आम्ही विमानानं बँकॉकला गेलो आणि तिथून दुसऱ्या विमानानं जकार्ताला. विमानात एकमेकांच्या कानात कुजबुजणारी, मधुचंद्राला निघालेली जोडपी होती आणि विनामूल्य असलेल्या मदिरासेवनामुळे उंच आवाजात बोलणारे व्यापारीही होते. प्रत्येक जण आनंदात आणि उत्साहात होता. मी रात्रीच्या या फ्लाइटमध्ये जास्तीत जास्त झोप मिळावी म्हणून प्रयत्न करत होते; कारण दुसऱ्या दिवशी पोहोचल्यावर लगेच चित्रीकरण सुरू करायचं होतं. माझा चित्रीकरणकार फरुख आणि मी, दोघांच्याही डोळ्यांवर प्रचंड झोप होती. तरीही आम्ही जकार्ताच्या सकाळच्या सूर्यप्रकाशात स्वत:ला ढकलून दिलं. विमानतळाच्या बाहेरच आम्हाला आशिष भेटला आणि आम्ही उत्तर इंडोनेशियामधल्या मेडान या शहराकडे जाणाऱ्या विमानात बसलो. हे शहर किनाऱ्याजवळ होतं. आम्ही मेडानला रात्रभर रहाणार होतो आणि दुसऱ्या दिवशी भल्या पहाटे गुनुंग ल्यूझर राष्ट्रीय उद्यानाकडे कारनं निघणार होतो.

गुनुंगमध्ये आशिषनं आम्हाला एका लाकडी पुलावरून नदीच्या पलीकडे नेलं. तिथे आम्ही जंगलातल्याच एका लॉजवर राहणार होतो. हे राष्ट्रीय उद्यान सात हजार चौरस किमी क्षेत्र व्यापून आहे आणि 'जागतिक वारसा' म्हणून जाहीर झालेलं आहे. पर्यावरण व्यवस्था जपली जावी म्हणून प्रयत्न करणाऱ्या मि. माउंट ल्यूझर यांचं नाव या राष्ट्रीय उद्यानाला देण्यात आलं आहे. १९७३मध्ये एका स्वीस संस्थेनं ओरंग उटानांसाठी बुकिट लावांग इथे एक पुनर्वसन केंद्र काढलं होतं. कैदेतून सोडवलेल्या ओरंग उटानांचं पुनवर्सन करणं हा यामागे हेतू होता. केंद्रामधले वनसंरक्षक, ओरंग उटानांनी जंगलात कसं राहायचं याचं त्यांना प्रशिक्षण देत होते. त्यांना काही दिवस वेगळं ठेवल्यानंतर, नैसर्गिक पर्यावरणाची सवय होण्यासाठी आणखी काही दिवस इतर ओरंग उटानांबरोबर अर्धवट जंगली वातावरणात ठेवलं जाई आणि मग शेवटी जंगलात सोडलं जाई. तरीही वनसंरक्षक त्यांच्यावर लक्ष ठेवून असत आणि त्याच्याशी पूरक अन्न, अन्न पुरवण्याच्या चबुतऱ्यावर ठेवलं जाई. अर्थात हे सगळं ते पूर्णपणे स्वयंपूर्ण होईपर्यंत.

मी असं समजत होते, की पुनर्वसन केंद्रात काही प्राणी तरी असतील, ज्यांचं आम्ही सहजपणे चित्रीकरण करू शकू; पण आमचा निसर्ग-मार्गदर्शक उमरनं तर आम्हाला आश्चर्याचा धक्काच दिला. तो म्हणाला, की सध्या पुनवर्सन केंद्रात एकही ओरंग उटान नाही. मी तर वैतागलेच. म्हणजे आता त्या घनदाट जंगलामध्ये एखादा तरी ओरंग उटान चित्रीकरण करण्यासाठी दिसतो का ते शोधत जंगलात भटकणं क्रमप्राप्त होतं आणि एकतरी मिळेल का याविषयी मी साशंक होते. कदाचित नाहीसुद्धा मिळणार. माझ्या डोळ्यांसमोर ते दृश्य दिसत होतं. दिल्लीच्या आमच्या ऑफिसमध्ये शिक्षा झालेल्या विद्यार्थ्यांसारखे खाली मान घालून आम्ही आमच्या निर्मात्यासमोर उभे आहोत. खवळलेला निर्माता विचारतोय. 'तुम्हाला असं म्हणायचंय की त्या प्राण्याचा एकही शॉट तुम्हाला मिळाला नाही?' आणि आम्ही लज्जित होऊन कशीबशी मान हलवत आहोत.

पण, वन्यजीवनाचं चित्रण करणाऱ्यांना हा धोका पत्करावाच लागतो. विशेषत:, तुमचं बजेट कमीच असतं आणि जंगलात थोडेच दिवस राहायचं असतं. निर्मात्याला हे सांगणं खूप कठीण असतं, की बाबा रे, हे जंगलातले प्राणी काय मॉडेलसारखे तुम्हाला पोझ द्यायला येऊन बसत नाहीत. आम्ही दिवसभर फिरलो खरे; पण आम्हाला एकही शॉट मिळू शकला नाही. मला आठवतंय, भारतामध्ये दुसऱ्या एका 'स्टोरी' वर काम करत असताना, अठ्ठेचाळीस तास आम्ही वाघांचं चित्रण करण्यासाठी झगडत होतो. आम्हाला त्याचा श्वासोच्छ्वास ऐकू येत असे. पाऊलखुणा दिसत असत; पण झाडी एवढी दाट होती की एकही शॉट मिळाला नाही. तो रेडिओकॉलर्ड वाघ (माग लागण्यासाठी इलेक्ट्रॉनिक चीप लावलेला वाघ) असूनही आम्हाला एकदाही दिसला नाही. हात हलवत परत गेल्यावर याचं स्पष्टीकरण देताना मला नाकीनऊ आले.

वन्य प्राण्यांची दृश्यं खूप कमी मिळतात, तेव्हा त्याचं स्पष्टीकरण नॅशनल जिऑग्राफिकल किंवा डिस्कव्हरी चॅनलमध्ये वाढलेल्या लोकांना द्यायचं, म्हणजे मोठं कठीण काम असतं. त्यांना वाटत असतं, जणू हे वन्य प्राणी स्वत:हून एकमेकांशी मस्ती करतात; कारण त्यांना कॅमेऱ्यासमोर यायचं असतं. वन्यजीवनविषयक गोष्टींचे अहवाल देणं म्हणजे मोठं आव्हान असतं. म्हणूनच कदाचित असल्या धाडसी मोहिमांमध्ये पैसे गुंतवायला फारच थोड्या वाहिन्या तयार असतात. पत्रकारांना खूपच कमी बजेट दिलं जातं. तुम्ही एखाद्या वाघाला किंवा वानराला असा एसएमएस पाठवू शकत नाही की बाबा रे ..इंटरव्ह्यूसाठी स्वत: ये आणि असा समोर बस बघू.

पण, तक्रार करण्यासाठी आमच्याकडे वेळ नव्हता. आम्ही आमच्या शबनम पिशव्या खांद्यावर घेतल्या आणि समोरच्या डोंगरावर चढण्यासाठी सिद्ध झालो.

उमरनं विश्वास दिला, की आपल्याला वानर दिसतील. आम्हाला दिलेला कोणत्यातरी फळाचा, गरम आणि पांचट रस आम्ही घशाखाली ढकलला आणि कॅमेरा रोल करायला तयार झालो. मी जमिनीवरून समोरच्या डोंगराकडे पाहत प्रार्थना केली, 'हे प्रिय परमेश्वरा, हे नारिंगी वानर दिसण्यासाठी आमच्यावर कृपा कर.'

जसे आम्ही या जंगलात चढण चढायला सुरुवात केली. आम्हाला मोठमोठी झाडं दिसायला लागली. पर्जन्यवनामध्ये दबा धरून आम्ही पुढे सरकत होतो. आणि आम्हाला तो दिसला.

त्या जंगलातला आमचा पहिला वन्य मित्र! एक सर्प ! एका झाडाच्या बुंध्याजवळ मोठं डोकं असलेला तो एक मोठा सर्प होता. त्याच्या काळ्या शरीरावर पिवळे पट्टे होते. एका झाडाच्या ढोलीमध्ये तो त्याची सकाळची झोप काढत पहुडलेला होता. त्याला डिस्टर्ब करायचं नाही, हे ठरवून मी सुरक्षित अंतर ठेवून होते. उडी मारून त्याच्याशी कुस्ती करायला मी काही स्टीव्ह इर्विन नव्हते. मी फरुकला सांगितलं, की समोरच्या बाजूला जाऊन कॅमेरा रोल कर. म्हणजे मग तो सर्प माझ्या पुढ्यातच असल्यासारखी मी त्याच्या जवळच वाकून या प्रजातीविषयी कॅमेऱ्याच्या रेंजमध्ये येऊन वर्णन करू शकत होते. आम्ही नक्की कुठे होतो तेही मी दर्शकांना सांगू शकत होते. आम्ही जंगलातल्या समृद्ध जैवविविधतेचा शोध घेत कसे फिरतो याचंही हे दृश्य निदर्शक होतं. मी वाकले तरी तो सर्प पेंगत होता. त्याचे पिवळे पट्टे सूर्यप्रकाशात चमकत होते. त्यावेळी मी विसरून गेले होते, की टेलिव्हिजन शोमधला हा साप एक स्टार असणार होता.

उमर म्हणाला, की हे राष्ट्रीय उद्यान पृथ्वीवरचं जणू एक असं अंतिम ठिकाण आहे जिथे हत्ती, गेंडे, वाघ, चित्ते, ओरंग-उटान असे अनेक वन्य प्राणी एकाच नैसर्गिक पर्यावरणात सापडू शकतात. यात १२७ सस्तन प्राण्यांच्या, ३२० पक्ष्यांच्या, १९४ सरपटणाऱ्या आणि भूजलचरांच्या आणि ८५०० विविध वनस्पतींच्या प्रजाती आहेत. काही वनस्पती समुद्रकिनाऱ्यावरच्या दलदलीच्या किंवा पाणथळ जमिनीवरच्या, तर काही डोंगराळ भागातल्या पर्यावरणात वाढणाऱ्याही आहेत. मला सांगितलं गेलं होतं, की सखल भागात रानटी आंबे, केळी आणि फणस हेच या वानरांचं मुख्य अन्न असतं.

आम्ही डोंगर चढून वर गेलो. आम्ही ठरवलेल्या मार्गापासून आम्ही लांब कुठेतरी होतो. दाट झाडीतून मार्ग काढत आम्ही चाललो होतो. रस्त्यात काटेकुटे आणि वेली होत्या. चालताना त्या वेली आमच्या मानेभोवती लपेटल्या जात होत्या. त्यामुळे आमचा वेग कमी होत होता. उमर पायात साध्या स्लीपर्स घालून चालत होता; पण मी माझे भारी ट्रेकिंग बूट असूनही अडखळत होते. मला घामही यायला लागला होता; पण फरुखची परिस्थिती माझ्याहूनही वाईट होती. बिचाऱ्याला

पाठीवर १५ किलोचा कॅमेरा घ्यावा लागत होता.

वर चढत असताना, थोडं पुढे गेल्यावर उमर आम्हाला ओरंग उटान वानर कीटक कसे खातात त्याचं प्रात्यक्षिक एका झाडाच्या फांदीवर बसून दाखवत होता. नरवानरतज्ज्ञ जेन गुडाल हिनं १९६०मध्ये एक महत्त्वाचा शोध लावला, ज्यामुळे वानरांकडे पाहायचा आपला, दृष्टिकोन बदलला. गुडाल हिनं दाखवलं, की चिम्पाझीज साधनं वापरू शकतात. चिम्पाझींच्या साधन वापराचं उदाहरण म्हणजे एक मोठी काठी घेऊन कीटकांचे खड्डे खणणं आणि नंतर छोटी फांदी घेऊन त्या काठीनं कीटक बाहेर काढणं. उमरनं एक अगदी बारीक काठी घेऊन ती एका पडलेल्या झाडाला पडलेल्या भोकात आत आत घातली. जेव्हा त्यानं ती काठी बाहेर काढली तेव्हा त्या काठीला वाळवी लगडली होती. उमरनं आम्हाला माहिती दिली, की ओरंगउटान कित्येक टन फळं खातात; पण ते पानं, बिया, कंदमुळंही खातात. आणि कधी कधी ते वाळवी आणि इतर कीटकही खातात.

चार तास आम्ही जंगलात भटकत होतो. मी ओरंग-उटानांची माहिती बरीच मिळवली होती; पण अजून एकही पाहिलेला नव्हता. माझा चेहरा एखाद्या टॉमॅटोसारखा लाल झाला होता. मी घामाघूम झाले होते. जसजसे आम्ही वर जात होतो, माझ्या छातीतली धडधड वाढली होती. एक बरं होतं, माझा अस्थमा अजून शांत होता. आणि श्वासोच्छ्वासाला काही अडचण नव्हती. हृदयाचा प्रत्येक ठोका मला विचारत होता, 'कुठे आहेत ते ओरंग-उटान?'

ओरंग-उटानमुळे नाही पण आता भोजन करायचं हे जाहीर झाल्यामुळे मला उत्साह आला. उमर आणि त्याच्या दोन मदतनिसांनी आम्हाला वाढलं. केळीच्या पानात लपेटलेला ओलसर भात आणि काही फळं ! त्या मदतनिसांपैकी एकजण होता टुक्कु ! टुक्कुनं मोठीमोठी केळीची पानं तोडली आणि जमिनीवर एवढी व्यवस्थित पसरली, जणू त्यावर इंग्लंडचा राजा बसणार होता. मला आणि उमरलाही घामाच्या धारा लागल्या होत्या. माझ्या फेडेड जीन्सवर एवढा चिखल लागला होता, जणू कोणीतरी मला जंगलातून ढकलत आणलं होतं आणि चिखलानं भरलेल्या डबक्यातून बुचकळून काढलं होतं; पण मला पर्वा नव्हती. लिचीसारखी दिसणारी राम्ब्युटन नावाची फळं आम्ही खाल्ली. उमर म्हणाला, की ओरंग उटानांचं राम्ब्युटन हे आवडतं खाद्य आहे.

लवकरच दुपार झाली. आम्ही सगळेच थकलो होतो. आमच्या अवतीभोवती तीनशे वर्षं जुने मोठमोठे वृक्ष होते. कल्पना करा, की किती मोठ्या प्रमाणावर ते वातावरणातला कर्बद्विप्राणिलवायू (कार्बन-डाय- ऑक्साइड) शोषून घेत असतील. तज्ज्ञ म्हणतात, 'प्रत्येक झाड अंदाजे सरासरी एक टन वायू शोषतं. आता पुन्हा कल्पना करा, की हजारो हेक्टर्स पसरलेलं हे राष्ट्रीय उद्यान या बाबतीत किती मोठी

भूमिका बजावत होतं. म्हणूनच जगभरातल्या पर्यावरणवाद्यांचं वनसंरक्षणाचं धोरण हे मुख्यत्वे हवामान बदलाची समस्या सोडवण्यासाठी आहे.

दुपारचं जेवण झालं. सुस्तपणे आम्ही पुन्हा डोंगर चढू लागलो. कॅमेऱ्याच्या जड बॅटरीज् माझ्या खांद्यावरच्या शबनम झोळीमध्ये होत्या. त्यामुळे माझ्या खांद्याला रग लागली होती. माझे गुडघे लटपटत होते. माझ्या आशेला (आणि श्वासालाही) घसरण लागायला सुरुवात झाली होती.

एवढ्यात उमर कानात कुजबुजला,

"काही ऐकलंस?"

आणि दूर कुठे तरी, नदीच्या प्रवाहाच्या आवाजात, रातकिड्यांच्या आणि पक्ष्यांच्या किलबिलाटात मिसळलेला आणखी एक आवाज मला जाणवला.

तो ओरंग उटानचा आवाज होता.

उमरनं जाहीर केलं, 'वानर पुढेच आहे.' आणि तो आशिषबरोबर पुढे निघाला. फरुखनं आपल्या कॅमेऱ्यावरची पकड घट्ट केली आणि त्यांच्या पाठी निघाला. मी धापा टाकत होते; पण मी उडीच मारली. मी माझ्या वेदना विसरले.

आशिष आणि फरुखच्या मागे शिखराकडे निघाले. दोघंही आपल्या माना वर काढून ओरंग उटानला शोधत होते. आशिषनं आमच्या डोक्यावरच्या एका झाडाकडे बोट दाखवलं. तो उत्तेजित होता.

'बहार...वर बघ.' तो कुजबुजला.

आणि त्या जादुई क्षणी मी शेवटी त्याला पाहिलं. पहिल्यांदा वरच्या शिखरावर, नारिंगी आकृति दिसली; पण मग माझी नजर सूर्यप्रकाशाला सरावली. आधी मी एक हात पाहिला... मग पाय... आणि मग शेवटी एक चेहरा. आता मी आशियामधल्या नामशेष होणाऱ्या नरवानराच्या प्रजातीपासून फक्त दहा फुटांवर होते. ते आमच्या वरच्या दिशेला अजागळपणे फळं खात बसले होते. खाताना काही फळं जमिनीवर पडत होती. दोन माद्या होत्या आणि एक नर ! मादी सुंदर होती.

माझ्याकडे भावपूर्ण नजरेनं पाहत होती. शिथिलपणे ती त्या तेवढ्या भागात फिरत होती. आम्ही जवळ जवळ तासभर त्यांचं चित्रीकरण करत होतो. ते खात होते, एकमेकांशी खेळत होते. मधूनच त्यांच्या हातातली फळं वरून आमच्या डोक्यावर पडत होती. आम्हाला तो परमेश्वराचा कृपाप्रसाद आहे असंच वाटत होतं. एका क्षणी तर ते वरून आमच्या एवढे जवळ आले, विशेषत:, ती मादी माझ्यापासून अगदीच जवळ होती. फरुखनं ओरंग उटानाबरोबर माझा फोटो काढावा असं सुचवलं. ती फांदीला लटकली होती. आमच्या अस्तित्वाची तिला जाणीवच नव्हती. अगदी मी तिच्याविषयीच बोलत होते. तो एक जादुई क्षण होता. एखाद्या फिल्मस्टारच्या चाहत्याला त्या फिल्मस्टारला प्रत्यक्ष भेटल्यावर जसा आनंद होतो,

तसा मला झाला. मी तिचे चमकणारे लाल केस, तिचे काळेभोर बटणासारखे डोळे, यांचं निरीक्षण केलं. तिची पापणी लवली तेव्हा तर वाटलं की तिनं करड्या रंगाची 'आय शॅडो' लावली आहे. मी पाहिलेले ते आत्तापर्यंतचे सगळ्यात सुंदर डोळे होते.

त्या वयस्क ओरंग उटानाला पाहिलं, तेव्हा मला एक कधीतरी ऐकलेलं जुनं आख्यान आठवलं, की वय झाल्यावर माणसानं (इथे वानरानं) उगाचच धावपळ करू नये. एखाद्या फांदीवरून फळ तोडण्यासारखे छोटे छोटे आनंद मिळवावेत. आणि शांतपणे जीवनाचा आस्वाद घ्यावा. मी खाली बसले. ते तीन प्राणी सावकाश पण रुबाबात दाट जंगलातल्या छताखाली फिरत होते. आशिषनं मला आठवण करून दिली ती त्यांना असलेल्या धोक्याची! त्यांचा प्रचंड आकार आणि हालचालीमधील शिथिलता यामुळे नैसर्गिक वातावरणातले नाट्यपूर्ण बदल ही प्रजाती स्वीकारू शकली नाही.

जेव्हा जंगलांची जमीन ही खोबरेल तेलासाठी मिळवली जाते तेव्हा पहिलं काय होत असेल तर वृक्षतोड!लाकडांचा कचरा जाळला जातो. ओरंग उटानांचा नैसर्गिक आवासच नष्ट केला जातो. ज्या कंपन्यांनी जंगल 'साफ'करण्याची जबाबदारी घेतलेली असते, त्या कंपन्या शिकाऱ्यांना नोकऱ्या देऊन ओरंग उटानांची कत्तल घडवतात. काही ओरंग उटान जंगलातल्या वणव्यात जळून जातात. काही झाडांवरून मटणासाठी पाडले जातात. बऱ्याच वेळा त्यांची अनाथ झालेली पिल्लं स्थानिक प्राणिसंग्रहालयांना किंवा पाळीव प्राणी म्हणून विकली जातात. किंवा ती आंतरराष्ट्रीय काळ्या बाजारात बेकायदेशीरपणे सोडली जातात. जोपर्यंत त्यांना मध्यपूर्वेत किंवा युरोपात मालक मिळत नाहीत, तोपर्यंत त्यांचं भवितव्य मधल्या दलालांच्या हातात असतं. जागतिक वन्यजीवन संघानं (WWF) केलेल्या अभ्यासात असं निष्पन्न झालं आहे, की खोबरेल तेलासाठी मिळवलेल्या या जमिनीवर इतर वन्यजीवांचं जीवनही ढवळून निघतं. ८० ते १०० टक्के स्थानिक फुलं आणि पक्षी मरून जातात.

गुनुंग ल्यूझर राष्ट्रीय उद्यानाच्या आसपासची जास्तीत जास्त जमीन खोबरेल तेल आणि कागद उद्योगासाठी घेतली जात आहे. २०२०पर्यंत, इंडोनेशियामध्ये लागवडीखाली आणली जाणारी जमीन १६.५ दशलक्ष हेक्टर म्हणजेच सध्याच्या तिप्पट असणार आहे. इंग्लंड आणि वेल्स एकत्र केल्यावर जेवढा होईल तेवढा हा भूभाग असेल. आता ९० टक्के ओरंग उटानांची निवासस्थानं नाहीशी झाली आहेत. गेल्या १५ वर्षांत काही ओरंग उटानांची संख्या अर्ध्यावर आली आहे. आणि जे ६०,००० ओरंग उटान आता उरले आहेत त्यापैकी पाच हजार ओरंग उटान दरवर्षी कमी होतात.

आता उरलेल्या जंगलभ्रमंतीसाठी आमचा ग्रुप चांगलाच सरावला होता; पण

ओरंग उटानांना असलेला धोका जेव्हा आम्हाला जाणवला तेव्हा ते भेटण्याच्या आनंदावर पाणी पडलं. संध्याकाळी साधारण ६ वाजता वनरक्षकांकडे आम्ही आमच्या आगमनाची नोंद केली आणि एका लाकडी होडीतून नदीपलीकडे गेलो. तिथून थोड्याच अंतरावर आमचं लाकडी झोपडं होते. रात्री काजवे आणि रातकिडे यांच्या किरकिरीतसुद्धा आशिषचा सेल फोन घणघणला आणि आम्ही धाडकन वास्तवात आलो. इतरांची क्षमा मागून आशिष फोनवर बोलत एका बाजूला गेला तेव्हाच मला जाणवलं काहीतरी विपरीत घडलं आहे.

दुसऱ्या दिवशी सकाळीच आम्ही आमच्या बॅग्ज भरल्या; कारण आम्हाला ग्रीनपीसच्या कॅम्पसाइटवर पेकानबरुला जायचं होतं. आशिषनं आम्हाला काय झालं होत ते सांगितलं. तो ग्रीनपीसच्या मुख्य कार्यालयाशी रात्रभर संपर्कात होता. आणि बातमी चांगली नव्हती.

स्थानिक खोबरेल तेल कंपनीनं इंडोनेशियन पोलिसांकडे 'ग्रीनपीस' च्या विरुद्ध तक्रार केली होती. आणि त्यामुळे 'ग्रीनपीस'ला त्याचा त्रास होत होता.

'ग्रीनपीस'च्या कार्यकर्त्यांना अटक करण्यात आली होती. याशिवाय 'हिंदुस्थान टाइम्स' साठी आमच्याबरोबरच या स्टोरीचा पाठपुरावा करणाऱ्या भारतीय पत्रकार कुमकुम दासगुप्ता यांना आणि रायमोन्डो बुलट्रिनी या एक्स्प्रेस इटालियन वर्तमानपत्राच्या वार्ताहराला कोठडीत डांबण्यात आलं होतं. त्यांना एका कॅम्पसाइटकडे जात असतानाच अडवण्यात आलं होतं. तिथेच पोलिसांनी त्यांना अटक केली होती. दुसऱ्याच दिवशी ही एक आंतरराष्ट्रीय बातमी झाली आणि जाकार्तामधल्या वर्तमानपत्रांनीही प्रसिद्धी दिली. प्रसारमाध्यमाच्या हक्कांचं संरक्षण करणारी आंतरराष्ट्रीय बिनसरकारी संस्था 'रिपोर्टर्स विदाउट बॉर्डर्स' (सीमा नसलेले वार्ताहर)ने यात लक्ष घातलं आणि जाहीर केलं, की या संस्थेला या अटकेमुळे अतिशय दुःख झालं असून, संस्था तीव्र नापसंती व्यक्त करते. संस्थेनं इंडोनेशियन पोलिसांवर शक्तिमान कागद कंपन्यांच्या वतीनं काम करत असल्याचा आरोप केला.

इंडोनेशियन सरकारनं ही जी कारवाई केली त्यामुळे आमची मात्र पंचाईत झाली. आम्हाला कळेना, की आधी ठरवल्याप्रमाणे 'ग्रीनपीस'च्या ठिकाणावर जावं की दुसरीकडे कुठेतरी.

"हे बघा, कुठे जायचं ते तुमचं तुम्ही ठरवा." आशिष म्हणाला, "तुम्ही अजूनही 'ग्रीनपीस' च्या कॅम्पवर जाऊ शकता; पण मी तुम्हाला सावध करतो, की तिथे गेलात तर तुम्हाला अटक होऊ शकते; कारण इंडोनेशियन पोलिसांनी हे स्पष्टपणे जाहीर केलंय, की ते 'ग्रीनपीस'ला कामच करू देणार नाहीत. ते तुमच्या टेप्स घेऊन ठेवतील आणि तुम्हाला देशाबाहेर काढतील. अर्थात, त्यामुळे उद्याच्या ठळक बातम्यांमध्ये तुम्हाला स्थान मिळेल; पण तुम्हाला ठरवायचंय, की तुम्हाला

तुमची अटक हीच 'स्टोरी' बनवायची आहे का?'

मी यावर विचार केला. हो! ते आम्हाला अटक करू शकत होते. आम्हाला त्यांच्या देशाबाहेर जायला सांगितलं असतं आणि माझी ओरंग उटानांची 'स्टोरी' तिथेच संपून गेली असती.

अटक झालेले पत्रकार म्हणून आम्ही जगाचं लक्ष वेधून घेतलं असतं. दोन देशांच्या भांडणाचा आम्ही विषय झालो असतो.

पण, आम्ही यासाठी आलो नव्हतो इथे. मी संतापले होते; कारण आम्हाला घाबरवून आमचं तोंड बांधण्याचा हा प्रकार होता. एका बाजूनं मला वाटत होतं, की ग्रीनपीसच्या ठिकाणी घुसावं आणि अटक होण्याचा धोका पत्करावा; पण आम्ही दुसऱ्या देशात होतो आणि मला खात्री नव्हती की या 'हिरोगिरीनं' काही साधता येईल. शिवाय, माझ्याकडे ओरंग उटानांची कशी दैना होतेय् याची 'स्टोरी' होतीच आणि पोलिसांनी रचलेल्या सापळ्यात स्वत:हून पायानं चालत जाण्यासारखा मूर्खपणा दुसरा नव्हता. अटक करून घेण्यात कोणतंही शौर्य नव्हतं. मी आशिषला कळवलं - 'नाही'; कारण आम्ही कॅम्पच्या बाजूला जाणार नव्हतो. त्याऐवजी आम्ही त्या प्रदेशातल्या अशा भागात जाणार होतो, जिथे जंगलांचं प्रचंड शोषण केवळ खोबरेल तेल आणि कागद उद्योगासाठी करण्यात येत होतं. ओरंग उटानांच्या अमानुष विनाशाची 'स्टोरी' जगाला सांगणं आवश्यक होतं; म्हणून त्यावरच आम्ही आमचं लक्ष केंद्रित केलं.

मग आम्ही आमच्या 'ब' कार्यक्रमाला चिकटून राहायचं ठरवलं. दुसऱ्या दिवशी तांबडं फुटलं तेव्हा आम्ही बोटीवर होतो आणि इंडोनेशियामधल्या प्रसिद्ध दलदलीच्या प्रदेशाकडे निघालो. हा दलदलीचा प्रदेश खोबरेल तेलासाठी परिवर्तित केला जात होता. रस्त्यातच, नदीवरून बोटीत जात असतानाच आम्ही लांब नजर टाकली तर आम्हाला करड्या आणि काळ्या रंगाचा प्रदेश दिसत होता. हा प्रदेश हल्लीच लागवडीसाठी 'साफ' केलेला होता. जंगलं आणि सखल भाग नष्ट करून त्या जमिनीचं परिवर्तन खोबरेल तेल आणि कागदाचं उत्पादन करण्यासाठी सक्षम जमिनीत केलेलं होतं. आमचा संपूर्ण दिवस या भागाचं चित्रीकरण करण्यात गेला. समृद्ध जंगलात भटकत केलेल्या चित्रीकरणापेक्षा हे चित्रीकरण खूप निराशाजनक होतं; पण नष्ट केलेल्या जंगलाचं चित्रण ही आमच्या 'स्टोरी' तली महत्त्वाची गोष्ट होती. मी तिथल्या जमातप्रमुखांना आणि शेतकऱ्यांना भेटले. मला हे शोधून काढायचं होतं, की जंगल वाचवण्यासाठी एखादी मोहीम तिथे कार्यरत आहे की तिथल्या लोकांनाही हेच हवं आहे. एका जमात प्रमुखाला असं वाटत होतं, की तसं समजणं हेही चूक आहे, ते आता त्याला उमगलं होतं; कारण सखल भाग आणि त्याला जोडून असलेल्या जंगलामुळे लोकांना सरपण, अन्न आणि इतरही गोष्टी

मिळत होत्या. जंगलं गेली तसे हे फायदेही गेले.

आम्ही त्या दलदलीच्या प्रदेशात पायी चालत फिरलो. आमच्या पायांना घट्ट, काळा चिखल लागत होता. त्यामुळे आमचा वेग मंदावला होता. दलदल असलेली जंगलं म्हणजे समशीतोष्ण कटिबंधातली ओलसर जंगलं. अशा ठिकाणी मातीवर पाणी साचतं आणि त्यामुळे पाचोळा आणि लाकडाचं विघटनच होत नाही आणि असं बराच काळ राहिलं की तिथे आम्लधर्मीय चिखलाचा जाड थर जमतो. ग्रीनपीसच्या टीमनं आम्हाला माहिती दिली, की देशातल्या या सखल, दलदलीच्या प्रदेशाची प्रत खालावणं आणि जमीन जाळणं यामुळे दरवर्षी १.८ अब्ज टन वायू बाहेर फेकला जातो, जो हवामान बदलाला कारणीभूत ठरत असतो. संयुक्त राष्ट्रांच्या २००२मधल्या पर्यावरण अहवालात नमूद केलं आहे, की दलदलीचे भूभाग म्हणजे जगातले सगळ्यात मोठे कर्ब (कार्बन) साठे आहेत. जगातल्या जमिनीचा फक्त तीन टक्के भाग व्यापणारे हे प्रदेश ऐहिक जीवावरणामधल्या कर्बसाठ्यांचा विचार केला तर जगातले तिसऱ्या ते पाचव्या क्रमांकाचे ठरतात. यामध्ये माती आणि वनस्पतींचा अंतर्भाव आहे. २००८मधल्या पाणथळ भागांच्या आंतरराष्ट्रीय अभ्यासाप्रमाणे इंडोनेशिया हा कमी प्रतीच्या पाणथळ जंगलांमधून उत्सर्जित होणाऱ्या कर्बयुक्त वायूचा विचार केल्यास जगातल्या पहिल्या नंबरचा देश आहे. खरं तर इंडोनेशियाच्या स्वत:च्या हवामान बदल समितीनं खोबरेल तेल विभाग हा 'नैसर्गिक जंगलांचा ऱ्हास करणारा आणि पाणथळ भागांचा दर्जा खालवणारा' विभाग म्हणून निर्देशित झाला आहे. संयुक्त राष्ट्रांच्या हवामानबदल परिषदा जगात ठिकठिकाणी होत असतात. त्यांनी आणि आंतरराष्ट्रीय प्रसार-माध्यमांनी जमवलेले आकडे पाहूनच इंडोनेशियाच्या सरकारला खरंतर ओशाळवाणं होत असतं.

सूर्य आता प्रखर झाला होता. जेवणाला आधीच उशीर झाला होता. आम्ही रस्त्याच्या बाजूला असलेल्या उपाहारगृहाशी कार थांबवली. विणलेल्या बांबूच्या भिंती असलेली ती एक ओबडधोबड झोपडी होती. वेटर आणि आचारी नारळपाणी घेऊन हजर झाला. शाकाहारी माणसांसाठी इथलं अन्न ही एक आनंददायक गोष्ट आहे. मधल्या टेबलावर नूडल्स (शेवया)च्या सूपचं मोठ्ठं भांडं होतं. छोट्या छोट्या बाउल्समध्ये गाजराचे तुकडे, मशरूम्स, ब्रोकोली हे ठेवलेलं होतं. आम्ही आमच्या चॉपस्टिक्सनी ते काढून घेतले. सूपच्या त्या भांड्याभोवती आणखी काही बाउल्समध्ये डीप्स आणि सॉसेस वेगवेगळ्या प्रकारची ठेवलेली होती. मांसाहारी लोकांसाठी चिकन आणि नदीच्या पाण्यातले ताजे मासे होते. माझी ब्रोकोलीनं लगडलेली चॉपस्टिक उंचावत मी म्हटलं, ''चला, आपल्या अडचणींनी भरलेल्या या शूटिंगचा शेवट तर चांगला होतोय. एन्जॉय!''

अठ्ठेचाळीस तासांनी आम्ही दिल्लीला जाणाऱ्या विमानात होतो. नेहमीप्रमाणे जेव्हा मी एखादी स्टोरी संपवून परत जात असते तेव्हा स्वत:शीच वाद घालत असते. स्थानिकांना जर खोबरेल तेलच हवं असेल तर ? तिथल्या खोबरेल तेलाच्या उद्योगांचं म्हणणं हेच होतं आणि खोबरेल तेलासाठी असलेल्या लागवडीमुळे या विकसनशील देशात रोजगारनिर्मिती होते आणि आर्थिक सुबत्ता येते, असं जे त्यांचं म्हणणं होतं त्याचं काय?

पर्यावरणविषयक प्रत्येक समस्या ही गुंतागुंतीचीच असते. जेव्हा तुम्ही एक नैसर्गिक साधन वापरता तेव्हा स्वाभाविकच दुसऱ्या नैसर्गिक साधनावर त्याचा दबाव हा येतोच. सोयाबीन किंवा सूर्यफुलाचं तेल काढणं हे पर्जन्यवनांना कमी नुकसानकारक असेल; पण त्यांनाही लागवडीसाठी जमीन लागतेच. अशाच प्रकारचा वाद जीवशास्त्रीय इंधनांच्या बाबतीतही होऊ शकतो. उदाहरणार्थ, गेल्या दशकात शेतकी उद्योगांनी मका आणि इतर धान्यापासून मिळणाऱ्या इंधनाचा वापर जीवाश्मापासून (fossil) मिळणाऱ्या इंधनाऐवजी करावा, असं प्रतिपादन केलं आहे. कारण हवामानातला बदल हेच आहे; पण जीवशास्त्रीय इंधनपुरस्कार करणाऱ्या गटांनी याचा विचार केलेला नाही. जगभरातल्या शेतकऱ्यांनी जुनी प्राचीन जंगलं 'साफ' करावीत की धान्यांच्या पिकांसाठी असलेली जमीनच त्यासाठी वापरावी? हवामान बदलाची समस्या त्यामुळे जास्तच जटिल झाली आहे; कारण दिवसेंदिवस अधिकाधिक निर्वनीकरण होत आहे. पुन्हा भुकेचा प्रश्नही वाढतोय; कारण ज्या जमिनीत धान्य पिकवायचं ती जमीन जीवशास्त्रीय इंधनाकरता वापरली जात आहे.

म्हणूनच एक पर्यावरणतज्ज्ञ म्हणून कोणती निवड करायची याविषयी खूप सतर्क राहायला हवं आहे. ओरांग उटानांना धोका आहे म्हणून आम्ही सगळ्यांनी आपल्या अन्नात खोबरेल तेल वापरणं बंद करावं का? मी तज्ज्ञांनी दिलेल्या इतर पर्यायांचा विचार करू लागले. एक पर्याय म्हणजे उद्योगधंद्यांनीच आपल्या उत्पादनांवर जाहीर करावं, की असं प्रमाणपत्र देण्यात येत आहे, की हे खोबरेल तेल कोणत्याही समशीतोष्ण प्रदेशातल्या जंगलामधून किंवा ओरंग उटानांच्या नैसर्गिक आवासातून उत्पादित करण्यात येत नाही. खोबरेल तेल उद्योगानं असंही सूचित केलं आहे, की 'खोबरेल तेलाचं उत्पादन पर्जन्यवनं नष्ट करून केलं जात नाही,' असंही प्रमाणपत्र देण्यात यावं; पण या प्रक्रियेमध्ये एक समस्याही आहे. २००४ मध्ये झालेल्या परिषदेमध्ये जागतिक वन्यजीवन संघाने (WWF- World Wildlife Federation) योग्य दिशेनं जाण्यासाठी आणि उद्योगधंद्यांना पूरक असलेले उपाय सुचवण्यासाठी सर्वांनी एकत्र यावं, एका टेबलावर यावं, असा मार्ग सुचवला आहे.

तुम्ही विचारू शकता, की एक भारतीय म्हणून आम्ही काय करू शकतो ? सुरुवात करायची तर अशी करावी, की वर सांगितल्याप्रमाणे प्रमाणपत्र देणाऱ्या

कंपन्यांचंच उत्पादन खरेदी करावं. यूकेमध्ये, ब्रिटिश ग्राहकांच्या आणि 'ग्रीनपीस' च्या आक्रमक मोहिमेमुळे नेस्ले या चॉकलेट कंपनीला सिनार मास ग्रुपच्या गोल्डन ॲग्री रिसोर्सेसमधून खरेदी केलेल्या खोबरेल तेलाचा वापर बंद करावा लागला. 'ग्रीनपीस'नं हे शोधून काढलं होतं, की ही कंपनी पर्जन्यवनं साफ करून खोबरेल तेलाच्या लागवडीसाठी ती जमीन वापरत होती आणि चांगली गोष्ट म्हणजे २०१०मध्ये आंतरराष्ट्रीय दबावामुळे गोल्डन ॲग्री रिसोर्सेसनं नैसर्गिक जंगलं खोबरेल तेल उत्पादनांसाठी 'साफ' करणं थांबवलं.

शेवटी खरी शक्ती आपल्यातच असते आणि आपण खात असलेल्या अन्नाची निवड ही आशियातल्या सगळ्यात जास्त नष्टप्राय होत जाणाऱ्या वानरांच्या प्रजातीला आणखी एक दिवस तरी वाचवू शकते .

किती आश्वासक आहे हे!

❒

गंगा वाचवा मोहीम आणि चॉम्पस्कीचा अंत

पूर्वशब्द

२०१३मध्ये उत्तराखंड या डोंगराळ राज्यात पुरानं हाहाकार माजवला. शहरं भुई-सपाट झाली आणि हजारो माणसं वाहून गेली. गंगा नदी संतप्त झाली. तिनं आणि तिच्या उपनद्यांनी तिच्या खोऱ्यातल्या समस्त जीवनाला वेढलं. २०१३च्या या सार्वत्रिक विनाशाच्या काही वर्षं आधी मी गंगा नदीला भेटी दिल्या होत्या. 'गंगा वाचवा'' या विषयावर मी एक माहितीपट बनवत होते. २५२५ किलोमीटर लांबीच्या नदी किनाऱ्याचा इंचइंच मी पादाक्रांत केला. पहिल्यांदा आम्ही गंगेच्या उगमाकडे म्हणजेच गंगोत्रीकडे गेलो. मग तिथून हवामान बदलाच्या दृष्टिकोनातून गंगानिर्मित मैदानांमध्ये परिभ्रमण केलं आणि पश्चिम बंगालमध्ये जिथे ती सागराला मिळते तिथे तिला निरोप दिला. त्यावेळी हवामानबदल आणि प्रदूषण याविषयी चांगली सखोल माहिती देण्यात आली होती; पण त्याचवेळी हिमालयाच्या वरच्या भागात संभवणारे नवीन धोके आम्हाला जाणवले. नदीच्या उगमस्थानामधून नदी जिथे जिथे वाहत होती त्या १०० किलोमीटर परिसरात हे धोके होते. नदीच्या आणि तिच्या उपनद्यांच्या या ७० टक्के परिसरात एक प्रचंड जलप्रकल्प उभा राहत होता. २००९ ते २०१२ या काळात मी या भागात अनेक 'धाडी' टाकल्या आणि कित्येक इंटरव्ह्यू घेतले. अगदी एखाद्या साधूपासून ते पर्यावरणवाद्यापर्यंत!अगदी सामान्य स्त्रियांचेही! इथे काहीतरी भयंकर उत्पात होईल हा अंदाज मी व्यक्त केला होता. मोठ्या प्रमाणावर होणाऱ्या बांधकामामुळेच हा अंदाज होता. जलशक्तीवर आधारलेल्या या धरणांच्या बांधकामामध्ये असंख्य कालवे काढणं, मोठ्या प्रमाणावरचं निर्वनीकरण आणि नदीच्या प्रवाहाची दिशा वळवणं हे अंतर्भूत होतं. मला माहीत नव्हतं की सामान्य माणसांच्या सावधगिरीच्या सूचना एवढ्या भविष्यसूचक असतील. जोशीमठ, चमोली, देवप्रयाग, रुद्रप्रयाग अशा प्रत्येक शहरांना आम्ही भेटी दिल्या होत्या. ही सगळी शहरं पूर आलेल्या संतप्त नदीच्या कोपामुळे भुईसपाट झाली. उत्तराखंडची शोकान्तिका ही नियोजनशून्य विकासामुळे झाली. धरणं बांधण्यासाठी मोठ्या प्रमाणावर जंगलांचा गैरवापर करणं, पर्यावरणावर होणाऱ्या परिणामाचे सदोष अहवाल बनवणं आणि पर्यावरणासाठी आवश्यक असणाऱ्या उपायांची

पूर्तता न करणं ही या शोकान्तिकेची कारणं आहेत.

गंगोत्री हिमनदी, उत्तराखंड २००९

मी नेहमीच शहरापासून लांब कुठे तरी जंगल क्षेत्रात काम करण्याची संधी मिळावी म्हणून प्रयत्न करत असते; पण २००९च्या उन्हाळ्यात मात्र मला घरीच राहायचं होतं. माझा बारा वर्षांचा कुत्रा चॉम्पस्की खूपच आजारी होता आणि डॉक्टरांनी सांगितलं होतं, की तो जास्त दिवस काढणार नाही. त्याची काळजी घेण्यासाठी त्याला माझी गरज होती. ज्यांच्या घरी पाळीव प्राणी आहेत, त्यांना माझी परिस्थिती समजू शकेल; पण नवीन कामगिरी येऊन धडकली, जी कित्येक दिवसांसाठी मला घरापासून लांब ठेवणार होती. तीसुद्धा अशा भागात जिथे फोन्सही नव्हते. कार्यक्रम असा होता, की गंगेच्या उगमापासून एक खडतर भ्रमंती सुरू करायची. अगदी वरून, हिमालयातून गंगोत्री या हिमनदीपासूनच! पुढे ढकलणं तर शक्यच नव्हतं. उन्हाळ्यात जाणं हीच सगळ्यात योग्य वेळ होती; कारण या दिवसात बर्फ वितळलेला असतो आणि भटकण्यासाठी अरुंद रस्ते तयार झालेले असतात. जेव्हा गंगोत्रीच्या ट्रेकसाठी परवाने हातात आले, तेव्हा चोम्पस्की (माझ्या कुत्र्याचं नाव, माझा आवडता तत्त्वज्ञ नोअम चोम्पस्कीवरून ठेवलेलं) आठवडाभर सलाइनवर होता व ट्रेकला जाण्यासाठी कारमध्ये बसण्याआधी मी त्याला गुडबाय केलं तेव्हा त्याचं जर्जर, क्षीण शरीर बँडेजेसनी लपेटलेलं होतं. माझ्या मांडीवर आपली काळी केसाळ हनुवटी ठेवून तो मायेनं बसला होता.

'मी परत येईपर्यंत तू थांबणार आहेस चॉम्पस्की. हो ना?'' मी विचारलं. त्यानं फक्त सोशिकपणे माझ्याकडे पाहिलं आणि अशा स्थितीत मी उत्तर काशीला जाण्यासाठी दिल्ली सोडलं. हिमनद्यांचा अभ्यास करणाऱ्या डब्ल्यू.डब्ल्यू.एफ. (जागतिक वन्यजीवन संघ-World Wildlife Federation) शास्त्रज्ञांची एक टीम आमच्या बरोबर होती. हिमायलाच्या उपनद्यांचा अभ्यास करण्यासाठी ज्यांनी आपलं आयुष्य झोकून दिलं आहे, असे डॉ.राजेश कुमार, निर्माते त्रिदीप आणि कॅमेरामन फरूक असे आम्ही बरोबर होतो. शारीरिक आणि भावनिकदृष्ट्या एक खडतर कामगिरी मिळाली म्हणून मी स्वत:वरच जाम खूष होते. आम्ही मैदानी प्रदेश संपवून डोंगराळ भागातली चढण चढायला सुरुवात केली. दर दोन तासांनी घरी फोन करून मी विचारत होते की चॉम्पस्की कसा आहे? माझ्या वडिलांनी सांगितलं, की तो चांगला आहे आणि तू तुझ्या कामावर लक्ष दे.

कारमध्ये जवळजवळ दहा तास अवघडून बसलो तेव्हा रात्रीच्या सुमारास आम्ही उत्तर काशीला पोहोचलो. मला चॉम्पस्कीची आठवण येत होती आणि छातीत थोडं दुखत होतं. ती वेदना मी मनातून हद्दपार केली आणि मी माझ्या शूटवर

आणि 'स्टोरी' वर लक्ष केंद्रित केलं. उद्या आम्ही गंगोत्री या शहरात पोहोचणार होतो आणि मग त्यानंतर हिमनदीकडे आमची दुष्कर भटकंती सुरू होणार होती.

दुसऱ्या दिवसाची सकाळ लवकरच चांगलीच उजाडली. कर्कश भोंगे वाजवणाऱ्या उत्तर काशीला जाणाऱ्या बसेसमधून वाट काढत आम्ही निघालो. आम्ही मस्त मजा करत चाललो होतो. आमचं रेशन खरेदी करणं, ज्यूस, चीज, बिस्किटं, चहा, दुधाच्या पावडरी असं काही काही घेत होतो. त्रिदीपला इन्स्टन्ट नूडल्स हव्या होत्या. फरूकला चीज हवं होतं आणि मला चॉकलेट्स ! आमचा पुढचा स्टॉप म्हणजे उत्तराखंडातलं वनखात्याचं कार्यालय. तिथून आम्हाला आमचे परवाने मिळणार होते. रांगेत नारिंगी झगा घातलेला एक मनुष्य होता. तो जपानी होता. त्यानं इथे येऊन संन्यास घेतला होता. त्यानं आम्हाला काही फोटो दाखवले. जड वस्तू अधांतरी उचलण्याच्या दैवी शक्तीचं प्रात्यक्षिक दाखवणारे ते फोटो होते; पण आम्ही लवकरात लवकर आमच्या कागदपत्रांची पूर्तता करण्यात गुंतलो होतो. आम्ही सगळे म्हणजे निवडक माणसांचा एक ग्रुप होता. तो वन अधिकारी म्हणजे एक तरुण नोकरशहा होता. परमिट्स इश्यू करणं हे त्याचं काम होतं. तो फोनवर बिझी होता; कारण कोणीतरी राज्य सरकारमधली अतिमहत्त्वाची व्यक्ती आपल्या परिवारासह गंगोत्रीला भेट देणार होती. त्याच्याकडे पाहून मी सहानुभूतीपूर्वक स्मित केलं. बिच्चारा ! वेगवेगळ्या प्रकारच्या विनंत्यांनी सरकारी अधिकारी कसे हैराण होतात, याचं हा अधिकारी हे उत्तम उदाहरण होतं. गंगोत्रीचा तो संपूर्ण एरियाच एक राष्ट्रीय उद्यान होतं आणि त्या भागाला पर्यावरणाच्या दृष्टीनं जे महत्त्व होतं त्यामुळे येणाऱ्या पर्यटकांवर बारीक लक्ष ठेवणं, हे वनखात्याचं कामच होत. वारंवार आम्ही त्याला खात्री दिली, की आम्ही म्हणजे बॉलिवुडचा क्रू नाही. आम्ही कोणतंही संगीत मोठ्यानं लावणार नाही आणि मोठमोठे जनरेटर्स आणि रिफ्लेक्टर्स वापरणार नाही. आमच्या कागदपत्रांची व्यवस्थित छाननी झाली आणि आम्ही डोंगर चढण्यासाठी अधिकृतपणे सज्ज झालो.

दुसऱ्या दिवशी पहाटे आम्ही गंगोत्री शहरापासून चालायला सुरुवात केली. आमच्या खांद्यावरच्या झोळ्या कपड्यांनी आणि खाद्य पदार्थांनी भरल्या होत्या. आम्हाला सांगण्यात आलं होतं, की डोंगराच्या अरुंद घळींमधून आम्हाला जावं लागणार होतं. ११,००० फुटांच्यावर आमचा मार्ग आम्हालाच काढावा लागणार होता, तो अगदी १४,००० फुटापर्यंत! मला गर्व होता की डोंगरातली ही वणवण मी अगदी सहज करू शकत होते. मला शक्ती यायला सकाळची न्याहारी पुरेशी होती. दुपारी आम्ही एका छोट्याशा झऱ्याजवळ थांबलो आणि पाण्यात भिजलेली सँडविचेस खाल्ली. जीआयएस (Geographic Information System) च्या शास्त्रज्ञाला रक्तदाबाचा त्रास सुरू झाला आणि त्यानं ट्रेक मध्येच सोडण्याचा निर्णय

घेतला. त्याचा निर्णय योग्य होता; कारण तिथे कोणतीही वैद्यकीय मदत मिळाली नसती. खरं तर तिथे कोणतीही मानवी संस्कृतीच नव्हती. जसजसे आम्ही वर जात होतो, आकाश अधिकाधिक निळं होत होतं. हवा स्वच्छ होत होती आणि सगळं कसं शांत शांत वाटत होतं. भागीरथी नदी जी पुढे गंगा होते ती आमच्या रस्त्याच्या खालून वाहत होती. वारंवार जाणवणारं तिचं अस्तित्व आश्वासक वाटत होतं.

चिरबासाला आम्ही प्रसिद्ध भोजपत्राचं किंवा हिमालयीन झाडाचं चित्रीकरण केलं. हे झाड हिमालयात कधी तरी (प्राचीन काळी) मिळालं आणि प्राचीन भारतामध्ये त्याच झाडाची साल लिहिण्यासाठी वापरली जायची. खरंतर रामायणासारखी प्राचीन महाकाव्यं वगैरे भोजपत्रांवरच लिहिली गेली होती. भोजपत्र हे झाडाचं साल असायचं आणि त्याच्यावर पांढरा किंवा तपकिरी थर असायचा. हा थर कोरून लिहिलं जायचं.

चिरबासानंतर मात्र आमची टीम थकली. हवेतला प्राणवायूही कमी झाला. शास्त्रज्ञांच्या गटानं माहिती दिली. आता आपण झाडांची एक रांग पार करणार आहोत.

चिरबासानंतर प्रत्येक पाऊल मंदपणे टाकलं जात होतं. दुपारच्या उन्हामुळे आम्ही आणखी थकत होतो. प्रत्येक पावलाबरोबर माझ्या हृदयाची धडधड वाढून मी धापा टाकत होते. खांद्यावरच्या झोळीचं वजन न झेपल्यामुळे मी एका बाजूला झुकले होते आणि एखाद्या जिद्दी खेचराप्रमाणे मी प्रत्येक वळणावर थांबत होते. मग टीममधलं कोणीतरी मागे येऊन मला प्रोत्साहित करून कसंबसं पुढे नेत होतं. मी एक शहाणपणाचं धोरण माझ्यापुरतं ठरवलं होतं. फक्त आपल्या बुटांकडे बघत पुढे चालत राहायचं. मला माहीत होतं, की मी जर डोकं वर उचलून पुढची खतरनाक चढण आणि लांबलचक रस्ता पाहिला असता तर मी तिथेच कोसळले असते. राजेशनं आत्तापर्यंत वर्षातून कित्येकदा या हिमनदीवर भटकंती केली होती. त्याच्याकडे हवामान तपासण्याचं एक उपकरण होतं. तो एक सराईत प्रवासी होता. तो म्हणाला,

''बहार, या डोंगराभोवती कुठेतरी जवळच त्या हिमनदीचा उगम आहे. मी शपथपूर्वक सांगतो.''

आम्ही आतापर्यंत आठ वेळा अशी नाजूक वळणं पार केली होती आणि तरी आमचा पुढचा थांबा दृष्टिपथात येत नव्हता.

आमच्या ग्रुपचं नीतिधैर्य खचत चाललं होतं. फरूकला तर हे चालणं खूपच कठीण होतं. खांद्यावर वीस किलोचा व्हिडिओ कॅमेरा घट्ट बांधून घेऊन तो कसाबसा चढत होता. त्याच्या गुडघ्यांना कॅमेऱ्याचा स्टॅन्ड लागत होता. त्रिदीप वेड्यासारखा ओरडत होता, की त्याला मॅगी नूडल्स हवे आहेत. खड्या पहाडाच्या शुद्ध

अस्तित्वानं सगळ्यावर कुरघोडी केली होती; पण त्याही परिस्थितीत मला त्या ओबडधोबड, नितांतसुंदर निसर्गदृश्याचं कौतुक वाटत होतं. आमच्या भोवतालचं संपूर्ण जग जणू तपकिरी रंगात न्हाऊन निघालं होतं. खाली भागीरथी वाहत होती. पहाडांवरून ओघळणारा गाळ नदीत भावुकपणे मिसळत होता. नदी हा गाळ आपल्या पहाडातून सुरू होणारा प्रवास करून खालच्या उत्तर प्रदेश, बिहार, पश्चिम बंगालच्या मैदानी प्रदेशात नेत होती आणि शेवटी सागरात रिती होत होती. आम्ही नदीच्या या मोठ्या प्रवासाचा एक नगण्य भाग होतो.

संध्याकाळी साधारण ५ वाजता तिन्हीसांजा व्हायच्या काही तास आधी आम्ही भोजबास इथे तंबू ठोकण्यासाठी एक झोपडं पाहिलं. ते नुसतं पाहिलं आणि उत्साहानं मी पुढे झाले. सूर्यास्तापूर्वीच आमचं रात्रीच्या मुक्कामाचं ठिकाण ठरलं. तिथून थोड्याशाच अंतरावर आम्ही गोमुख पाहिलं. हे नदीच खरं उगमस्थान ! कॅम्पवर गेल्यावर आम्ही आनंदातिशयानं एकमेकांना मिठ्या मारल्या. आनंदाच्या आरोळ्या ठोकल्या. आम्ही एवढ्या लांब आलो म्हणून आम्ही खुश होतो. रात्री पांढरी हिमशिखरं चंद्रप्रकाशात चमकत होती. आणि चांदणं आपल्या घरून दिसतं त्यापेक्षा कितीतरी तेजस्वी दिसतं होतं. आम्ही एका मोठ्या खोलीत (डॉर्मिटरी) राहिलो. दहा पुरुषांमध्ये मी एकटीच बाई होते. कोणी मोठमोठ्यानं घोरत होतं .कोणी गुरगुरत होतं. फरूकच्या पॉकेट रेडिओमधून ऑल इंडिया रेडिओचा आवाज येत होता; पण अशा परिस्थितीतही मी झोपले... शांत झोपले.

दुसऱ्या दिवशी भल्या सकाळी राजेशच्या टीममधल्या शास्त्रज्ञांनी हवामान-बदल दाखवणाऱ्या उपकरणात डोकावलं. त्यांना हवामानातल्या बदलाची नोंद करायची होती. आमची वैज्ञानिकांची टीम एवढ्या लांब येण्याचं हे तर प्रमुख कारण होतं. त्यांनी त्या उपकरणातला डाटा डाउनलोड करून घेतला. त्याचं विश्लेषण ते दिल्लीमधल्या त्यांच्या प्रयोगशाळेत करणार होते. आम्ही त्या वैज्ञानिकांचंही शूटिंग केलं. ती उपकरणं कशी चालतात ते त्यांनी आम्हाला सांगितलं. डाटा कसा जमवला जातो आणि मग हवामानाचा अंदाज व्यक्त करण्यासाठी त्यावर कशी प्रक्रिया केली जाते ते त्यांनी सांगितलं. नदीची स्थिती कशी आहे याचं मूल्यमापन करायला अशा प्रक्रियेची मदत होत असते.

दुसऱ्या दिवशी सकाळी आम्ही आमच्या भटकंतीच्या शेवटच्या टप्प्यावर होतो. मंजिल जवळच होती. तरी हे फक्त चार किमीचं अंतर होतं. हे शेवटचं शेपूट सगळ्यात कठीण होतं. हे चालायचं प्रकरण नव्हतंच. मोठमोठे करड्या रंगाचे, काळाच्या ओघात गुळगुळीत झालेले खडक आणि आमच्या ट्रेकिंग बुटांनी तुटणारे टोकदार दगड यातून आम्हाला वाट काढत जायचं होतं. अखेरीस दोन दिवस त्या पहाडांवर चालल्यानंतर आम्ही गंगोत्री पाहिलं.

गंगोत्री... हिमनदीचा उगम

गोमुखासारखी दिसणारी असं म्हटलं जातं, ती बर्फाची एक प्रचंड भिंत आमच्या समोर होती.

शेवटी आम्ही त्या हिमनदीच्या जवळ पोहोचलो. मला स्वत:ला मी खूप खुजी आहे असं वाटलं, एवढा तो आकार प्रचंड होता. त्या भिंतीचा काही भाग तपकिरी होता आणि काही भागावर माती होती. त्यावर काही भेगा होत्या. काही ठिकाणी तडा गेला होता. काही ठिकाणी शांत निळा रंगही होता; पण बर्फाची ती भिंत रुबाबात उभी होती. आमच्याकडे खाली कुत्सितपणे पाहत. आमच्या आजूबाजूला काही तीर्थयात्री होते आणि तेसुद्धा भावुकपणे ते दृश्य पाहत होते. राजस्थानमधून आलेले दोन शेतकरीही होते. ते मात्र वेगळेपणाने सगळ्यांच्यात चुकून आलेले दिसत होते; कारण त्यांनी पातळसर लुंगी नेसली होती. पायात पारंपरिक राजस्थानी चपला आणि डोक्यावर गडद लाल पगड्या घातल्या होत्या. नदीच्या धारेखाली एक साधू शांतपणे ध्यानस्थ बसला होता (प्रायश्चित्त घ्यायला). त्याला आमच्या अस्तित्वाची दखलही नव्हती. मुंबईहून एक आई आपल्या पाच वर्षाच्या मुलीला घेऊन आली होती. असे आम्ही सगळे तिथे होतो. वेगवेगळ्या कारणांनी आलेलो; पण त्या पवित्र क्षणी आम्ही एकत्र आलो होतो आणि त्या मातीमय भिंतीकडे पाहत उभे होतो.

ज्यासाठी मी एवढी भटकंती करत आले होते, तो प्रश्न मात्र अजून अनुत्तरित होता. काय ही हिमालयीन हिमनदी पाय मागे घेण्याच्या स्थितीत होती? आणि काय हे हवामान बदलाचं एक कारण होतं? प्रश्नाप्रमाणेच उत्तरही गुंतागुंतीचं होतं. आम्ही एवढा वेळ चालत असताना राजेशनं आम्हाला हिमनदी मागे जात असल्याच्या काही दृश्य खुणा दाखवल्या. आम्ही हिमनदीबरोबर वाहून आलेले दगडधोंडे पाहिले. ते खरंतर गाळाचे बनलेले वाळूचे साठे होते. पूर्वी हिमनदी इथून वाहिल्याचे ते निदर्शक होते. राजेशनं आम्हाला करड्या रंगाच्या सपाट खडकाच्या पृष्ठभागावर असलेली छोटी खूण दाखवली. त्यावर १८९१ असं कोरलेलें होतं. म्हणजे त्यांनी शोधून काढलं होतं, की गंगोत्री या हिमनदीनं, गेल्या १८० वर्षांत २.२ किमी माघार घेतली होती. काही महिन्यांत ही हिमनदी या भागाच्या मध्यभागी येईल का, हा वैज्ञानिकांमध्ये एक वादग्रस्त मुद्दा होता. आम्हाला याविषयी खूप कमी ज्ञान होतं.

संयुक्त राष्ट्रांच्या पुढाकारानं एका आंतरसरकारी शिष्टमंडळानं (IPCC-Inter Govt. Panel on Climate) २००७ मध्ये हिमालयीन हिमदीच्या स्थितीच्या बाबतीत एक दावा ठामपणे केला होता.

'जगातल्या इतर कोणत्याही भागापेक्षा हिमालयीन हिमनदी वेगानं मागे जात आहे. सध्याच्या वेगानं जर ही नदी मागे जाणं चालू ठेवेल तर २०३५पर्यंत ती

अदृश्य होऊन जाईल. पृथ्वी जर सध्याच्या वेगानं गरम होत राहिली तर ती वेळ लवकरही येईल.'

आम्ही गंगोत्रीला जाऊन आल्यानंतर सहा महिन्यांनी, डिसेंबर २००९ला कोपनहेगनमध्ये जी शिखर परिषद झाली होती, त्या परिषदेत जागतिक वैज्ञानिक समुदायानं आयपीसीचा हा दावा धुडकावून लावला. जगातल्या हिमनद्या वितळत आहेत, हे नाकारणं हा मुद्दा नव्हता. वैज्ञानिक समुदायाला २०३५ हे वर्ष मान्य नव्हतं. जास्त चौकशी केल्यावर असं निष्पन्न झालं, की हे विधान लोकप्रिय लिखित साहित्यामधून काढण्यात आलं आणि या विधानाला कोणताही वैज्ञानिक आधार लाभला नाही. आयपीसीसीच्या इतर अहवालांना मात्र हा आधार लाभला. या वादामुळे संयुक्त राष्ट्रांनी निर्माण केलेल्या एका संस्थेच्या विश्वासार्हतेलाच तडा जात असल्यानं आयपीसीसीनं स्वत:च्याच अहवालातलं 'हिमनदी २०३५ पर्यंत वितळेल' हे विधान अधिकृतपणे मागे घेतलं आणि माफी मागितली.

'हल्लीच आमच्या एक गोष्ट लक्षात आली आहे, की अहवालातला एक परिच्छेद हिमनदी मागे जाण्याविषयीच्या आणि अदृश्य होण्याच्या अंदाजाला ठामपणे पुष्टी देत नाही. सदर परिच्छेदाचा मसुदा तयार करत असताना आयपीसीसीच्या प्रक्रियेसाठी आवश्यक असलेले सुस्पष्ट आणि सुस्थापित निकष लावले गेले नाहीत.'

नोबेल पुरस्कार मिळालेल्या या समितीला शेवटी दडपणामुळे हे कबूल करावं लागलं, की त्यांची चूक झाली होती. म्हणजे याचा अर्थ असा होता का की हिमनदीला धोका नव्हता? आयपीसीसी म्हणते,

'गेल्या दशकात वस्तुमानाचं होणारं नुकसान आणि बर्फाच्या आच्छादनाचं कमी होणं हे एकविसाव्या शतकात वाढणार आहे. त्यामुळे पाण्याची उपलब्धता, जलशक्तीमध्ये अंगभूत असणारी क्षमता कमी होईल. तसंच पर्वतरांगेमधून वितळलेल्या पाण्यामुळे नदीच्या प्रवाहाच्या नियमितपणातही बदल होईल.'

पण, हा प्रलय कधी होईल ती तारीख समितीनं ठरवली नाही. सपूर्ण वैज्ञानिक समुदायाला आणि पत्रकारांनाही शिकण्यासारखा हा एक महत्त्वाचा धडा होता, की हवामानाच्या बदलाचा दिवस ठरवणं हे न्यायदानाचा अंतिम दिवस ठरवण्यासारखं असतं. जेव्हा आम्ही त्या हिमनदीजवळ उभे होतो, तेव्हासुद्धा माझा विश्वास नव्हता की येत्या वीस वर्षांत हा हिमनद वितळेल. पर्यावरणविषयक प्रत्येक स्टोरी लिहिताना अशा प्रकारचा अंतिम दिवस ठरवण्याचा मोह हा होतोच.

या वादामुळे हवामान बदलाची आणि हिमनद वितळण्याची ही स्टोरी जरा जास्तच गाजली एवढं खरं. हवामानबदलाच्या बाबतीत शंका घेणाऱ्या लोकांना पर्यावरणवाद्यांच्या चुकांवर बोट ठेवायला आणि पर्यायानं हवामानबदलाचं अस्तित्व

हे थोतांड आहे, असं म्हणायला एक संधी मिळाली एवढं खरं. दुसऱ्या बाजूला हवामान तज्ज्ञांचं म्हणणं होतं, की तीन हजार पानांच्या दस्तावेजात केवळ एक चूक मिळाली तर त्यामुळे सबंध अहवालच अविश्वासार्ह कसा होऊ शकतो? आयपीसीसीचे अध्यक्ष राजेन्द्र पचौरी यांनी चूक कबूल केली; पण त्याच वेळी हेसुद्धा सांगितलं, की 'ग्लोबल वॉर्मिंगच्या' वैधपणाला यामुळे बाधा येत नाही. प्रसारमाध्यमांना दिलेल्या निवेदनात ते म्हणाले,

'तात्त्विकदृष्ट्या आपण असं म्हणू या की एका आकड्याच्या बाबतीत आम्ही चुकलो; पण त्यामुळे या पृथ्वीवर हवामानाच्या बाबतीत जो काही गोंधळ चालू आहे त्याविषयीचे वैज्ञानिक पुरावे काढून घेतले जातील असं मला वाटत नाही.'

आणखीही काही शास्त्रज्ञ होते, ज्यांनी याला पाठिंबा दिला. खरंतर या विवादानंतर बऱ्याच काळानेही जागतिक हिमनद निरीक्षण सेवा ही संस्था आपलं म्हणणं मांडतच राहिली. हिमनद जगभरात वितळत आहेतच आणि हवामान बदलाचा हा एकमेव मोठा पुरावा आहे.

पण, हिमनदीशी असलेली आमची अद्‌भुत भेट आता संपली. उगमाजवळचं चित्रीकरण आम्ही संपवलं आणि मागे उतरायला लागलो. चढायला आम्हाला एक पूर्ण दिवस लागला होता; पण उतरायला पाच तासांहूनही कमी वेळ लागला; फरूक आणि त्रिदीप माझ्या पुढे चालत होते. गंगोत्री शहरात उतरल्यावर काय खायचं यावर त्यांची मोठी चर्चा चालली होती.

माझ्यासाठी माझा स्वत:चा वेगळा कार्यक्रम होता. गंगोत्री शहरात पाऊल ठेवताच मी पहिली फोन करायला गेले. मी फोन बूथवर जाऊन पहिला फोन घरी केला. "चॉम्पस्की जिवंत आहे का? की माझी वाट बघून बिचारा हे जग सोडून गेला?" पशुवैद्यानं जेव्हा मला सांगितलं, की तो ठीक आहे. पहिल्यापेक्षा चांगला आहे, तेव्हा माझ्या डोळ्यांतून अश्रू ओघळले; पण ते दिलासा देणारे होते. तो रिप्लाय ऐकून मी एवढी खूष झाले, की फोन घट्ट धरून मी त्या बूथवाल्या दुकानदाराला जवळजवळ मिठीच मारली. माझ्या आकाशातला एक काळा ढग दूर निघून गेला होता. आम्ही हिमनदीची भेटही यशस्वी केली आणि चॉम्पस्कीसुद्धा जिवंत होता. माझी वाट पाहत होता. सांगायची गरजच नाही, की त्या चांगल्या बातमीनंतर तीन दिवसांनंतर लाभलेलं ते गरमागरम जेवण आम्हाला खूप रुचकर लागलं.

त्या फोनकॉलनंतर पुढच्या अठ्ठेचाळीस तासांच्या आत आम्ही शहराच्या दिशेनं चाललो होतो. गंगोत्री हिमनदीची चारुता लांब लांब राहत होती. मैदानी प्रदेशातील उष्णता आणि धूळ जाणवायला लागली. रात्री उशिरा मी घरी पोहोचले. कधी एकदा चॉम्पस्कीला भेटते असं झालं होतं. तो खोलीच्या एका कोपऱ्यात जमिनीवरच पण

माझ्या पलंगाजवळच झोपला होता. तो अजूनही खूप अशक्त दिसत होता; पण त्यानं कशीबशी आपली शेपटी हलवली आणि माझ्याकडे पाहिलं. त्याचे डोळे माझ्याशी बोलत होते, 'थँक गॉड, तू घरी आलीस.'

गंगोत्रीहून परत आल्यावर नवव्या दिवशी मी माझ्या बारा वर्षांच्या लाडक्या कुत्र्याच्या लांब, रेशमी, काळ्या कानांवर शेवटचं थोपटलं आणि त्याच्या निष्प्राण कलेवराला मूठमाती दिली.

त्यानं मला जे वचन दिलं होतं ते त्यानं पाळलं होतं. मी परत येईपर्यंत तो थांबला होता... मी परत येईपर्यंतच ...तेवढाच!

चामोली, उत्तराखंड २०१२

गंगोत्रीच्या त्या खडतर भ्रमंतीनंतर तीन वर्षांनी मी उत्तराखंडात परत गेले. हिमालयीन प्रदेशात एक नवीनच धोका निर्माण होत होता. प्रसारमाध्यमांच्या मुख्य प्रवाहाला अजून त्याची कल्पना नव्हती. गंगेवर, आणि तिच्या उपनद्यांवर ठिकठिकाणी एकामागून एक धरणांच्या योजना कृतीत उतरत होत्या.

सत्तरपेक्षा जास्त जल-प्रकल्प, हिमालयाच्या वरच्या भागात पूर्ततेच्या विविध टप्प्यांवर होते. काही अजून कागदावर, काहींचं बांधकाम चालू होतं तर काही पूर्ण व्हायच्या मार्गावर होते. काहीजण तर हा प्रस्तावित प्रकल्पांचा आकडा ३०० आहे असंही सांगत होते. श्री. हिमांशु ठक्कर यांच्या मते (संदर्भ : धरणं,नद्या आणि माणसं यांचं दक्षिण आशियातील महाजाल) जर हे २७१८९ मेगॅवॅट्सचे सगळेच्या सगळे प्रकल्प कार्यरत झाले, तर ९४९४.६८ हेक्टर्स जंगल क्षेत्रात निर्वनीकरण होईल आणि ६५५ किमी लांबीच्या नदीकिनाऱ्यावर दुष्परिणाम होईल. भारतीय वन्यजीवन विद्यापीठ (Wildlife Institute of India) च्या अहवालात असा अंदाज व्यक्त केला आहे, की यापैकी बऱ्याचशा प्रकल्पांचा दुष्परिणाम केदारनाथ वन्यजीवन अभयारण्य, नंदादेवी वन्यजीव अभयारण्य यांसारख्या अभयारण्यांवर आणि व्हॅली ऑफ फ्लॉवर्स या ठिकाणच्या जैवविविधतेवर होईल. अहवाल पुढे म्हणतो, ' या प्रकल्पामुळे १६ नामशेष होणाऱ्या (संपूर्ण जगातून) मत्स्य (Fish) प्रजातींना, पाच दुर्मिळ आणि नष्टप्राय होणाऱ्या सस्तन प्राण्यांना (ज्यामध्ये बर्फाळ भागातले चित्ते, तपकिरी अस्वलं, माऊस डीअर ही आहेत) आणि ५५ दुर्मिळ आणि नामशेष होऊ शकतील अशा वनस्पतींच्या प्रजातींना धोका आहे. हा धोका विशेषत: अलकनंदा आणि भागीरथीनं व्याप्त प्रदेशात संभवतो.

आम्ही संपूर्ण हिमालयामध्ये ठिकठिकाणी कारनं जात होतो. थांबत होतो आणि गावांमध्येही राहत होतो. सगळीकडे धरणांचा दुष्परिणाम दिसू शकत होता. पर्वताच्या आसपासचा कचरा आणि घाण सरळ नदीतच जात होती. वास्तविक, हे बेकायदेशीर

आहे हे आधीच इथल्या प्रशासनानं जाहीर केल होतं. नदीकिनाऱ्यावरच मजुरांचे कॅम्प्स होते. चामोलीला मी भारताच्या पहिल्या हरित चळवळीचे, चिपको चळवळीचे संस्थापक श्री.चांदीप्रसाद भट (वय वर्ष ऐंशी) यांना भेटले. त्यांना श्वासोच्छ्वासाचा त्रास होतो; पण या पहाडी प्रदेशात कार्य करण्याची त्यांची आस्था सदैव सचेतन असते. त्यांना वाटत होतं की चिपको चळवळीची हाक पुन्हा देण्याची वेळ आली आहे; कारण धरणांच्या या महाप्रकल्पांपासून हिमालय वाचवायला हवाय. १९७०मध्ये जेव्हा गंगेला पूर आला होता, तेव्हा चिपको चळवळीचा कॉल देणारा पहिला माणूस म्हणून श्री.चांदीप्रसाद होते. चिपको म्हणजे झाडांना मिठ्या मारणं. पुराचं नातं निर्वनीकरणाशी आहे, हे प्रतिपादन करणं. झाडं नाहीशी झाली. सुपीक जमीन पाण्याबरोबर नदीत वाहून गेली. आणि नदीला महापूर आला. जंगलं वाचली तरच गंगा वाचेल. जर धरणांच्या या दुष्परिणामांचा अभ्यास केला नाही तर तीस वर्षांनी उत्तराखंडात मोठ्या प्रमाणात नासधूस होईल, असा अंदाज त्यांनी व्यक्त केला आहे.

अलकनंदा नदीच्या उगमापाशी जोशीमठ या डोंगराळ भागातल्या शहराजवळ कित्येक तास पायी भटकल्यानंतर मी चायगाव या गावाला आले. ते गाव नदीच्या टोकाशी होतं. जे काही थोडे रहिवासी तिथे उरले होते, त्यांपैकी चांदनी देवी या गुरं हाकणाऱ्या स्त्रीला मी भेटले. सततच्या सुरुंगांच्या स्फोटामुळे कंटाळून कितीतरी कुटुंबं गाव सोडून निघून गेली होती; पण चांदनी मात्र राहिली. ती म्हणत होती, तिला जायला ठिकाणच नव्हतं. या ठिकाणी तीन धरणं बांधली जाणार होती. ४०० मे.वॉ.चा विष्णुप्रयाग प्रकल्प हा आधीच सुरू झाला होता. तिनं मला घरांना पडलेल्या भेगा दाखवल्या. पहाड फोडून त्यातून कालवे काढण्यासाठी सुरुंगाचे स्फोट घडवून आणले जात होते, त्यामुळे घरांना या भेगा पडत होत्या. त्यांना अलकनंदाचं पाणी कालव्यात वळवायचं होतं. तिची तक्रार होती, ज्यांची घरं धरणाच्या पाण्याखाली गेली त्यांनाच फक्त नुकसान भरपाई मिळणार होती. चायगावसारख्या गावांना नाही. जेव्हा चांदनीचा काका वारला तेव्हा तिला धरण-प्रशासनापुढे हात पसरावे लागले, की निदान त्याची रक्षा विसर्जित करता येईल एवढं तरी पाणी सोडा. धरणं या ऊर्जेच्या भुकेल्या देशासाठी वीजनिर्मिती करत होती; पण धरणांचा दुष्परिणाम स्थानिक लोकांच्या जीवनावर होत होता आणि त्याची कोणीही दखल घेत नव्हतं.

रुद्रप्रयागच्या जवळ, जिथे ९९ मे.वॅ. क्षमतेचा सिंगोली-बटवारी जलप्रकल्प होत होता, तिथे मी आणखी एका चिडक्या स्त्रीला भेटले. हिचं नाव होतं सुशीला भंडारी. ती सध्याच्या चिपको चळवळीचं नेतृत्व करत होती. तिनं मला झाडांचे बुंधे दाखवले. तिच्या जमातीच्या असलेल्या जंगलात फक्त तेवढेच राहिले होते. ४०० पेक्षा जास्त झाडं तोडली गेली तीसुद्धा वनपंचायतीची कोणतीही परवानगी न घेता.

अलकनंदाच्या मंदाकिनी नावाच्या आणखी एका उपनदीवर धरण बांधण्यासाठी ही जंगलतोड झाली. तिच्या गावातले लोक मात्र सरपण, लाकूड आणि चारा या तिन्ही गोष्टींना वंचित झाले. नैसर्गिक झरे सुकून गेले. तेही तिनं दाखवले. हे झरे धरणाच्या बांधकामामुळे होणारी घाण, जमिनीची घसरण आणि कालव्याच्या कामासाठी सततच्या सुरुंगस्फोटामुळे उठणारे धुळीचे लोट यामुळे हे झरे सुकले.

जिथे जिथे आम्ही गेलो, सगळीकडे धरणाचे जनजीवनावर वेगवेगळे दुष्परिणाम होत होते. पौरी गढवालमध्ये श्रीनगरजवळ (हे जम्मू-काश्मीरची राजधानी असलेले श्रीनगर नव्हे) ३३० मेगावॅट क्षमतेचा अलकनंदा जलविद्युत प्रकल्प आहे. या धरणाच्या कामात सतराव्या शतकातलं 'धारी देवी'ला समर्पित मंदिर पाण्याखाली गेलं आहे. मी काही स्त्रियांचा एक गट पाहिला. या स्त्रिया श्रीनगर शहरातल्या एका बसस्टॉपवर रोज सकाळी प्रकल्पाला विरोध करण्यासाठी भजनं गात बसतात. त्यांना आशा वाटते की सरकार त्यांचं ऐकेल.. त्या बायकांना त्यांचं लाडकं धारी देवीचं मंदिर वाचायला हवंय. ज्या प्रायव्हेट कंपनीनं हे धरण बांधायचं काम घेतलं आहे, त्या कंपनीनं खडकावर कोरलेली धारी देवीची मूर्ती काढून ती अशा उंचीवर प्रतिष्ठापित करायची तयारी दाखवली आहे, की ती धरणाच्या पाण्याखाली जाणार नाही; पण त्या स्त्रियांचं म्हणणं आहे, की मूर्ती ज्या ठिकाणी शतकानुशतकं आहे, त्या पवित्र ठिकाणाहून ती काढून दुसरीकडे ठेवणं म्हणजे प्रचंड नासधुसीला आमंत्रण देण्यासारखं आहे. एमओइएफनं तर कमिटी नेमली आहे.या कमिटीनं सुचवावं, की मूर्ती कशी वाचवता येईल. पर्यावरण मंत्रालयानं आणखी एका समितीची नेमणूक २०११मध्ये केली. या समितीनं एकदा तपासणीसाठी भेट दिली असताना समिती सदस्यांच्या लक्षात आलं की बांधकामामुळे होणाऱ्या घाणीची आणि कचऱ्याची विल्हेवाट लावणं आणि हरित पट्ट्याचा विकास करणं यामध्ये मोठ्या प्रमाणावर कायद्याचं उल्लंघन झालं आहे. गंमत म्हणजे धरणासाठी जी झाडं तोडली त्याची नुकसान भरपाई म्हणून वनीकरण करणं हे उत्तर प्रदेशात ललितपूरला झालं. उत्तराखंडात नाही.

या सगळ्या कायद्याच्या उल्लंघनाचे विस्तृत रिपोर्ट्स सादर केल्यानंतर एक वर्षानं तो विध्वंस धडकला. प्रसारमाध्यमांच्या अहवालाप्रमाणे उत्तराखंडात अभूतपूर्व पर्जन्यवृष्टी १६ आणि १७ जून, २०१३ला झाली. त्यामुळे महापूर आणि जमीन सरकणं, यामुळे या भागात विशेषत: डोंगराळ भागात प्रचंड विनाश झाला. ही गेल्या २०० वर्षांत या राज्यानं तोंड दिलेली मोठ्यात मोठी दुर्घटना होती. यावेळी पाच हजार माणसं मृत झाली. (यामध्ये नेपाळमधून आलेले हजारो मजूर, जे केवळ धरणं बांधण्यासाठी आले होते आणि मृत झाले), एक लाखाहून जास्त लोक देशोधडीला लागले, ७०,००० पेक्षा जास्त पर्यटक कित्येक दिवसांसाठी डोंगरांवर अडकले.

१५० पूल वाहून गेले. ८०० रस्त्यांची नासधूस झाली आणि नदीजवळ असलेल्या शेकडो इमारती भुईसपाट झाल्या. उत्तराखंडातल्या विध्वंसाची चित्रं न्यूजरूममध्ये दिसत होती. भीतीनं माझा थरकाप होत होता. जोशीमठपासून चामोली असो की श्रीनगर, या सगळ्या शहरांना आम्ही वर्षापूर्वीच भेटी दिल्या होत्या आणि त्यांच्या भोवतालच्या सगळ्या गावांचा विध्वंस झाला होता.

तेव्हा वाढत्या दुर्घटनांमध्ये धरणं आपली भूमिका अशा पद्धतीनं बजावत असतात, हवामानखातं सगळा दोष अतिरिक्त पर्जन्यवृष्टीवर फक्त टाकत होतं. शास्त्रज्ञांच्या एका गटानं सांगितलं, की केदारनाथच्या वर ढगफुटी झाली, ज्यामुळे तिथली जमीन घसरली. प्रत्येकाला ही गोष्ट पटेल की जी मनुष्यहानी आणि वित्तहानी या हिमालयीन सुनामीमुळे झाली ती जर आपण आपला विकास साधताना डोंगराळ भागातल्या नाजूक पर्यावरणाचा विचार करून व्यवस्थित आखणी केली असती तर कमी झाली असती. नॅशनल रिमोट सेसिंग सेंटरनं दिलेल्या रिपोर्टप्रमाणे 'मंदाकिनी, मंडानी, काळी, मध्यमहेश्वर आणि श्रीनगर ते चामोली यामधल्या अलकनंदाच्या काही भागात मिळून १३५६ ठिकाणी भूखंड सरकण्याच्या (Landslide) घटना घडल्या.' ही अशी नेमकी ठिकाणं होती जिथे धरणं बांधण्यासाठी मोठ्या प्रमाणावर निर्वनीकरण आणि सुरुगांचे स्फोट करण्याचे प्रकार झाले. डॉ. भरत झुनझुनवाला हे भागीरथी आणि अलकनंदा यांच्या संगमावर राहणारे एक निवृत्त प्राध्यापक आहेत. त्यांच्या मते अलकनंदा नदीच्या तीरावर मोठ्या प्रमाणावर ३३० मेवॅ क्षमतेच्या श्रीनगर अलकनंदा जलविद्युत प्रकल्पाकडून घाण आणि गाळ टाकण्यात येतो. आणि हेच प्रवाहाच्या दिशेनं नदीला महापूर येऊन त्या महापुरानं जे थैमान घातलं होतं त्याचं कारण आहे. १७ जूनला धरण-प्रशासनानं सावधगिरीच्या सूचना न देता धरणाच्या झडपा उघडल्या, त्यामुळे प्रवाहाच्या बाजूने धाव घेणाऱ्या पाणलोटामुळे कित्येक घरांचं नुकसान झालं. हिमांशु ठक्कर हे गेले दशकभर हिमालयातल्या धरणांच्या समाजावर आणि पर्यावरणावर होणाऱ्या परिणामावर माहिती संकलित करत असतात. त्यांनी हे कबूल केलं आहे, की नुकत्याच झालेल्या उत्तराखंडातल्या प्रलयंकारी महापुराचं गांभीर्य वाढवण्यामध्ये जलविद्युत प्रकल्प बऱ्याच अंशी कारणीभूत आहेत. त्यांचं म्हणणं आहे, की ४००मेवॅ विष्णुप्रयाग जलविद्युत प्रकल्पाच्या अलकनंदा नदीवरच्या धरणाच्या चालकांनी नदीला जेव्हा पूर आला, तेव्हा म्हणजे १६-१७ जूनला झडपा उघडल्या नाहीत. कदाचित हे जास्तीत जास्त ऊर्जा निर्माण करण्यासाठी त्यांनी केलं असावं; पण त्यामुळे धरणाच्या मागच्या भागात प्रचंड प्रमाणावर मोठमोठ्या दगडांचा साठा तयार झाला. एवढा की नदीला वाहायला जागाच राहिली नाही. मग नदी धरणाच्या बाजूच्या मार्गानं निघाली. नदीचं पाणी बाजूच्या राष्ट्रीय महामार्गावर आलं. पाण्यानं स्वत:चा वेगळा रस्ता

तयार केला. त्यामुळेच अचानक नदीच्या प्रवाहाच्या दिशेनं पण खालच्या भागात महापूर येऊन निदान दहा किलोमीटरच्या परिसरात जलप्रलय झाला. राष्ट्रीय संकट व्यवस्थापन प्राधिकरणानं (The National Disaster Management Authority) या विध्वंसाचा अभ्यास करताना असं नमूद केलं आहे, की या नुकत्याच झालेल्या शोकान्तिकेला कारण हे निर्वनीकरण आणि अतिरिक्त विकास ही आहेत.

आता मात्र या वस्तुस्थितीला सर्वात्रिक मान्यता मिळत आहे, की उत्तराखंडातला विध्वंस हा निसर्गाचा कोप असेल; पण तो कोप माणसाच्या मूर्खपणामुळेच वाढला होता. ऑगस्ट २०१३मध्ये उत्तराखंडातल्या मोठ्या प्रमाणावर असलेल्या या जलविद्युत् प्रकल्पांच्या बाबतीत सुप्रीम कोर्टाचं निरीक्षण आहे की,

‘ धरणं, कालवे, सुरुंग, ऊर्जाघरं, गाळाची /घाणीची विल्हेवाट, उत्खनन, निर्वनीकरण या सगळ्याचा एकत्रितपणे पर्यावरणावर काय दुष्परिणाम होत आहे याची वैज्ञानिकदृष्ट्या तपासणी अजून व्हायची आहे आणि म्हणूनच उत्तराखंडात यापुढे कोणत्याही जलप्रकल्पाला पर्यावरण आणि वन खात्याकडून पुढील आदेश मिळेपर्यंत परवानगी दिली जाणार नाही.’

कोर्टानं पर्यावरण आणि वन मंत्रालयाला एका समितीची नेमणूक करायचा आदेश दिला आहे. ही समिती नुकत्याच झालेल्या नैसर्गिक उत्पातामध्ये, कार्यरत असलेले किंवा अजून ज्यांचं काम चालू आहे असे जलविद्युत प्रकल्प किती प्रमाणात कारण होते त्याची तपासणी करेल.

ही समिती लोकविज्ञान विद्यालय (People's Science Institute) च्या डॉ. रवि चोप्रा यांच्या अध्यक्षतेखाली ऑक्टोबर २०१३मध्ये स्थापन झाली आहे.

❐

सफर... जगाच्या छपरावरची

न्यू आलेसंड , नॉर्वे २०११

'ज्याच्याकडे सर्व काही व्यवस्थित आहे, त्याची विजय वाट पाहत असतो. लोक त्या गोष्टीला दैव म्हणतात. ज्यानं वेळेवर सावधगिरी पाळण्याकडे दुर्लक्ष केलं त्याच्यासाठी पराभव ठरलेलाच असतो. याला म्हणतात कमनशीब!'

-रोल्ड अमुंडसेन (ज्यानं उत्तर आणि दक्षिण ध्रुवाचा शोध लावला). 'द साउथ पोल' मध्ये मी झोपून उठले आणि उठून बसण्याचा प्रयत्न केला तेव्हा गुलाबी कपड्यातल्या एका स्त्रीनं मला दटावलं,

"मॅडम , तुम्हाला उठायचं नाही." तिनं मला जवळजवळ उशीवर ढकललंच.

मी कुठे होते ? मी डोळे फाडफाडून तिच्याकडे पाहिलं. ॲनेस्थेशियानं माझी स्मरणशक्ती अंधुक केली होती. मी आजूबाजूच्या भिंतींकडे पाहिलं. मला आठवलं. मला एका प्रसूतीगृहात ॲडमिट केलं होतं; पण मला समजत नव्हतं की का केलंय् मला ॲडमिट ? मी तेहतीस वर्षांची होते. मी एका बाळाला जन्म देणार होते का?

नाही. माझ्या शरीरामधून एक परजीवी (ज्याला दुसऱ्याच्या शरीरातून अन्नपाणी मिळतं असा) किडा खेचून काढण्यात आला होता.

सहा आठवडे मी या शस्त्रक्रियेची वाट पाहत होते. माझं कुतूहल शिगेला पोहोंचलं होतं. काय झालं होतं मला? माझ्या उजव्या खांद्यावर गाठ आली होती आणि ती कसली गाठ आहे याचं निदान करणं एकाही डॉक्टरला जमत नव्हतं. जेव्हा मी माझ्या नुकत्याच संपलेल्या शूटसाठी भ्रमंती करायला गेले होते तेव्हा ही गाठ आली होती. मला वाटलं कॅमेऱ्याचं ट्रायपॉड उचलल्यामुळे माझ्या मानेला लचक भरली असेल म्हणून दुखत असावं. म्हणून मी एका अस्थिशल्य-विशारदाला (ऑर्थोपेडिक सर्जन) भेटले. तो माझ्याशी असहमत होता. शेवटी एम. आर. आय. स्कॅनमध्ये जे कळलं ते भयंकर होतं.

माझ्या खाद्यांवर जे गळू झालं होतं ते गळू नव्हतं तर परजीवी किडा खांद्याच्या आत गेला होता. तो शस्त्रक्रिया करूनच काढावा लागणार होता. मोठी साडेसातीच आली होती.

वडील गुरगुरले — 'नो सर्जरी!' त्यांनी पक्क ठरवलं होतं. ऑपरेशन होऊ द्यायचं नाही.

"नाही" माझी बहीण बरखा उसळून म्हणाली, "तिचं ऑपरेशन एक आठवड्यापूर्वीच व्हायला हवं होतं." डॉक्टर्स म्हणत होते की, मला प्राण्यांपासून होणारा एक रोग झाला आहे. परजीवी किडा हा प्राण्यांकडून माणसाकडे येतो . तो जो, एक खरोखर चांगला डॉक्टर होता ज्यानं बरोबर निदान केलं होतं. त्या डॉक्टरनं मला विचारलं की, मी गेल्या काही महिन्यांत कोणकोणत्या ठिकाणी गेले होते? मी आठवून सांगितलं, 'सुंदरबन, ईशान्येकडची समशीतोष्ण जंगलं, राजस्थानमधलं एक गाव.' डॉक्टरनं डोळे विस्फारले आणि माझ्या खांद्याच्या आत गेलेल्या त्या किड्याचं मूळ शोधायचा प्रयत्न त्यानं सोडून दिला.

"वेल!" सुस्कारा सोडून तो म्हणाला , "तू सांगितलेल्या कोणत्याही ठिकाणाहून तो किडा तुझ्याकडे आला असेल किंवा दिल्लीतलं एखादं सलाड खाताना!"

शस्त्रक्रियेच्या दिवशी मी निमूटपणे हॉस्पिटलमध्ये प्रवेश केला. दुसऱ्या दिवशी त्यांनी माझ्यावर शस्त्रक्रिया केली. नंतर जेव्हा मी ॲनेस्थेशियामधून बाहेर आले तेव्हा माझी बहीण म्हणाली,

"त्यांनी अक्षरशः तुझ्या पाठीला एक भोक पाडलं. तिथले स्नायू कापले आणि तो किडा बाहेर काढला." आणि मग अगदी नाटकी आविर्भावात म्हणाली, "गोल्फच्या चेंडूएवढा मोठा होता तो."

शस्त्रक्रियेनंतरचं जीवन पहिल्यासारखं नव्हतं. पुढचे काही दिवस मला बरं व्हायला लागले. मी काय काय आयुष्यात झालं, त्याचा विचार करण्यात वेळ घालवत होते. शस्त्रक्रियेत माझ्या आत्मविश्वासालाच तडा गेला होता... आणि बेदरकार जीवनपद्धतीलासुद्धा ! माझ्या मनात निराशेचे विचार यायला लागले. काय काय विचार आले त्या वेळी माझ्या मनात! मला वाटलं मी काही तरी पाप केलं असेल आणि आयुष्याचे कायदे पाळले नसतील म्हणून मला ही शिक्षा होते आहे. मी तिशीत होते आणि तरीही मी आयुष्यात स्थिरावले की नाही याचा मी विचार करायला हवा होता, आणि मी कशी जगतेय? पावलांना पंख फुटल्यासारखी. दररोज माझा उजवा खांदा थरथरत होता. दुखत होता. वेदना तीव्र होती. मुरडा यायचा आणि मला रडू यायचं. असं वाटायचं एखादं भूत माझ्या खांद्यावर बसलंय आणि टाके घातलेल्या माझ्या त्वचेवर ते तलवारीनं जखम करत आहे.

या शस्त्रक्रियेनंतर मी जेव्हा न्यूज रूममध्ये पहिल्यांदा मायक्रोफोन हातात धरला तेव्हा माझे हात कापत होते आणि गुडघे लटपटत होते. राष्ट्रीय उद्यानातल्या शिकारीविषयीची बातमी येऊन धडकली होती. कार्यक्रमाच्या अँकरनं (निवेदकानं) मला विचारलं,

"बहार, तुझ्याकडे या विषयीची सगळ्यात ताजी माहिती काय आहे?"

मी बोलायला सुरुवात केली आणि मी घाम येऊन गार पडले. माझ्या उजव्या हातात माइक धरण्याएवढीसुद्धा शक्ती नव्हती. मी कशीबशी काहीतरी बोलले. त्या दोन मिनिटांमधला प्रत्येक सेकंद माझ्या हातातला मायक्रोफोन धरण्यासाठी धडपडत होता. मी माझ्या डेस्ककडे परत आले ... ओशाळवाणी होऊन.

आमच्या एका वृत्तसंपादिकेनं मला कॉरीडॉरमध्येच थांबवलं. मला वाटलं, आता मला अकार्यक्षम ठरवून माझ्याकडून बातम्या देण्याचं काम काढून घेणार. त्याऐवजी तिनं सुचवलं, की मला कॉर्डलेस मायक्रोफोन देण्यात यावा आणि तो माझ्या शर्टाला टाचलेला असावा. तिच्या सूचनेमुळे मी हेलावून गेले. ब्रेकिंग न्यूजच्या धांदलीमध्ये माणसं बऱ्याचदा चिडचिडलेली असतात; पण त्यातही प्रेमळ आणि संवेदनाक्षम माणसंही असतात. डॉक्टरांनी सुचवलं होतं, की मी फिजिओथेरपिस्टची ट्रीटमेंट घ्यावी. मी ती घेतली आणि मग हळूहळू माझ्या स्नायूंची शक्ती परत आली. शस्त्रक्रियेनंतर सहा महिन्यांनी मी तीस किलोची प्राणवायूची टाकी खांद्यावर घेतली आणि लक्षद्वीपच्या पाण्यात सूर मारायचे धडे घेतले. मी फ्रान्सची सुप्रसिद्ध सायकल शर्यत जिंकणारा लान्स आर्मस्ट्रॉंग नसेन, पण माझं स्वतःचं छोटं युद्ध मी नक्कीच जिंकलं होतं.

हो ! मोठा प्रवास करून आम्ही लक्षद्वीपला पोहोचलो होतो. हवामान बदलामुळं समुद्राचं आतलं तापमान वाढल्यामुळे तिथले प्रवाळ खडक मृत होते. सागरी वैज्ञानिकांच्या मते प्रवाळाची ही बिछायत तपकिरी झाली होती आणि त्यामुळे असे निर्देश मिळत होते, की समुद्र उष्ण होत आहे. शंकेखोर लोकांना विज्ञानाधिष्ठित पक्के पुरावे मिळवून विरोध करता यावा, यासाठी इथे येणं हाच एक मार्ग होता. EET (Sea Surface Temperature) मध्ये होणारी वाढ, प्रवाळावरचा ताण आणि त्यांच्या मृत्यूचं प्रमाण वाढण्याचं कारण आहे. या प्रक्रियेला 'ब्लिचिंग' असं म्हणतात. ब्लिचिंग या प्रक्रियेत प्रवाळ खडकांचा वर्ण फिकट होऊन संपूर्ण वसाहतच पांढुरकी होते. ही एक महत्त्वाची 'स्टोरी' होती. विशेषतः, भारताला सात हजार कि.मी. लांब किनारपट्टी असूनही आमच्या सागरी पर्यावरणाकडे प्रसारमाध्यमांचं पुरेसं लक्ष नाही. प्रवाळ हे मत्स्य प्रजातींची प्रजनन स्थळं असतात आणि ते जर मृत झाले तर त्याचा अर्थकारणावर गंभीर परिणाम होतो; कारण मासेमारी हा असंख्य माणसांचा उपजीविकेचा व्यवसाय आहे.

गेल्या काही वर्षांत हवामानबदलाचं 'रिपोर्टिंग' चांगलंच वाढलं आहे; पण त्याबरोबरच या विषयावर संशय घेणंही वाढलं आहे आणि हा काही अंशी मीडियाचाच दोष आहे. 'आपण जर सावध राहिलो नाही तर जगाचा अंत जवळ आला आहे'अशी हाकाटी ते करतात. माझी प्रत्येक स्टोरी मी जास्तीत जास्त

नाट्यपूर्ण किंवा सनसनाटी करावी, अशी माझ्या निर्मात्यांची अपेक्षा असली तरी आपण या सनसनाटीपणाच्या सापळ्यात अडकणार नाही याविषयी मी नेहमीच जागरूक असते. हवेतल्या किंवा तापमानातल्या बदलाचं कारण शोधणं हे एक आव्हानच असतं. निसर्गाचं हे विश्व खूप गुंतागुंतीचं असतं. जेव्हा जेव्हा अतिवृष्टी होते किंवा थंडीची महालाट येते, तेव्हा मला माझ्या संपादकांना हे पटवणं कठीण जातं, की हवेतला एखादा बदल म्हणजे हवामानबदल नव्हे; पण मानवनिर्मित कारणांनी हवामानात बदल होतो याला वैज्ञानिक पुष्टी मिळते ती उत्तर आणि दक्षिण ध्रुवावरच्या अतिरिक्त बदलांमुळे ! कितीही अस्पर्शित असली तरी आपल्या ग्रहाची ही दोन टोकं, वातावरणात जे वायू सोडले जात असतात त्यात होणारी वाढ आणि त्याचा परिणाम मोजायला आपल्याला मदत करतात. लक्षद्वीपमध्ये मी यासाठीच आले होते.

मला नॉर्वे सरकारकडून उत्तर ध्रुवाच्या १२०० किमी अलीकडच्या एका ठिकाणी जायचं आमंत्रण आलं होतं. हवामान बदलाचे अंदाज कसे व्यक्त होतात; त्यांच्या प्रथमदर्शी परिणामांचं भविष्य कसं वर्तवलं जातं, याची मी साक्षीदार होणार होते; कारण तिथे डाटा गोळा करण्यासाठी शास्त्रज्ञ येणार होते. माझी पहिली प्रतिक्रिया भीतीची होती. मी शारीरिकदृष्ट्या सक्षम आहे का? पण मला ती काळजी करायचं कारण नव्हतं. मी काही जगातले निरनिराळे भाग शोधायला बाहेर पडणारी साहसी वीर नव्हते. त्यांना भयंकर भूक, प्रचंड थंडी आणि जीवघेण्या संकटांचा सामना करावा लागला तेव्हा कुठे ते ध्रुवांवर पोहोचले. सध्याच्या, आधुनिक प्रवासाच्या साधनांनी जगाच्या टोकाशी जाणंसुद्धा कितीतरी सोपं केलं आहे आणि हा प्रवास स्वीकारण्यामुळे मी काही 'हिरो' बनणार नव्हते. मी स्वत:लाच हसत सांगितलं.

शिवाय, असं ध्रुवांवर जायला तुम्हाला रोज काही कोणी बोलवत नाही. मी अतिशय उत्साहाने तयारीला सुरुवात केली. आम्हाला नॉर्वेची राजधानी असलेल्या ओस्लो या शहरात पहिल्यांदा जायचं होतं आणि मग तिथून पुढची फ्लाइट ट्रामझोला आणि मग त्याही पुढची फ्लाइट स्वालबार्ड बेटावरच्या लाँगइयरबायनला. तो पर्यटकांचा शेवटचा थांबा होता. त्याच्यापुढे जायला फक्त शास्त्रज्ञांनाच परवानगी होती. न्यू अलेसंद हे आमचं शेवटचं ठिकाण होतं आणि तिथे आम्हाला एक विशेष चार्टर्ड विमान नेणार होतं.

उत्तर ध्रुवावर जाणं एवढं सोपं होतं? अर्थातच नाही. आम्हाला सांगण्यात आलं होतं की त्या चार्टर्ड विमानात माणशी २० किलोपेक्षा जास्त सामान आम्ही नेऊ शकत नव्हतो आणि आमच्याबरोबर असेही शास्त्रज्ञ होते, ज्यांच्याकडे खूप अवजड साधनं होती. तेव्हा मोठा कॅमेरा आणि जास्त क्षमतेच्या लेन्सेस नेणं बाद झालं.

आमचा छोटा कॅमेरा, लाइट्स, वायर्स, बॅटरीज् आणि ट्रायपॉड यांचं वजनच कमीत कमी ३० किलो होतं . त्यामुळे मी आणि माझा कॅमेरामन असे आम्ही दोघं मिळून फक्त दहाच किलो नेऊ शकत होतो. या दहा किलोत आमचे कपडे आणि इतर वैयक्तिक सामान न्यायचं होतं. मी तापमानाचे तक्ते बघायला सुरुवात केली. मी स्वत:चंच सांत्वन केलं. न्यू अलेसंद इथे मायनस दहा डिग्री तपमान होतं. एकवेळ माझ्यासाठी हे ठीक होतं; पण दिल्लीमध्ये ४५°C मध्ये राहणाऱ्याला हे किती थंडगार वाटलं असेल?

आम्ही ओस्लोला पोहोचलो तेव्हाच मला समजून चुकलं, की ही यात्रा सामान्य असणार नाही. सलग दुसऱ्या वर्षी आइसलँडच्या पर्वतरांगेमध्ये एक ज्वालामुखी फुटला होता आणि त्यामुळे युरोप आणि पाश्चात्य जगातली हवाई वाहतूक कठीण झाली होती. या आधी २०१०मध्ये असं झालं होतं, त्यावेळी एप्रिल आणि मेमध्ये एइजाफजल्लाजोकुळ हा ज्वालामुखी फुटला होता आणि त्यामुळे हवाई वाहतुकीला प्रचंड अडथळा आला होता. ओस्लो विमानतळावर मी 'फ्लाइट उशिरा /रद्द' हे बोर्ड्स स्क्रीनवर निराश होऊन पाहत होते. आताची फ्लाइट तीन दिवसांनी होती. आणि चार्टर्ड फ्लाइट, जी आम्हाला शेवटच्या ठिकाणी नेणार होती, ती तर आठवड्यातून एकदाच होती. माझी ध्रुवावरची सफर, अचानक ज्वालामुखीच्या धुरळ्यामध्ये उडून जाणार होती.

ज्या परिषदेसाठी जगभरातून आलेले शास्त्रज्ञ ध्रुवावर जाणार होते ती परिषदही रद्द करण्यात आली. आता तर मी बिचारी एक वार्ताहर; पण एवढ्या लांबवर येऊन मी लढणं सोडून देणार नव्हते. ज्वालामुखीतली राख घेऊन ध्रुवांवर जायचंच, असं मी ठरवलंच होतं. मी दुसऱ्या शक्यतांचा विचर करू लागले. उदाहरणार्थ, स्वालबर्ड बेटावर बोटीनं जाणं; पण त्याला खूप दिवस लागले असते. व्यवस्थापन समितीतली माणसं दयाळू होती. त्यांनी मला 'ट्रॉमझोपर्यंत मी फ्लाइटनं जाऊ शकते आणि तिथे ज्वालामुखी शांत होईपर्यंत शूटिंग करू शकते' असं सांगितलं. आता हा काहीतरी व्यवस्थित कार्यक्रम नक्की होता.

चोवीस तासांत आम्ही ट्रॉम्झो या असामान्य शहरात उतरलो. हो. आमचा निर्णय योग्य होता. ओस्लोमध्ये वेळ घालवण्यापेक्षा हे चांगलं होतं. मी माझा कॅमेरामन राजेश भारद्वाजला हे सांगितलं, की तुझ्या खिडकीजवळच्या सीटवरून जेवढं करता येईल, तेवढं चित्रीकरण कर. दिल्ली सोडल्यापासून पहिल्यांदाच माझ्या चेहऱ्यावर स्मित उमलत होतं.

ट्रॉमझो हे शहर बर्फाच्छादित हिमशिखरांनी वेढलेलं आहे. 'उत्तर ध्रुवाचं प्रवेशद्वार' असं या शहराला म्हटलं जातं. ते बरोबरच आहे. हे उत्तर ध्रुवापासून दोन हजार किमीवर आणि सैबेरिया किंवा अलास्काच्या रेखांशावरचं शहर आहे. 'उत्तर

ध्रुवाचं प्रवेशद्वार' असं याचं नामकरण सन १८५०मध्ये झालं, जेव्हा हे शहर ध्रुवीय समुद्राच्या मध्यभागी होतं आणि नंतर इ.स. १९००मध्ये उत्तर ध्रुवाच्या मोहिमेची सुरुवात याच शहरापासून व्हायची. मार्गदर्शक पुस्तिका हे स्पष्ट करत होती, की शहराचं हवामान सौम्य आहे; कारण हे शहर गल्फ नदी जवळच आहे. पर्यटक इथे उषःकालचं अद्‌भुत दृश्य पाहायला येतात. रात्रीच्या आकाशात रंगीत प्रकाशाचे किरण इथे कधी कधी दिसतात. एखादा निसर्गानं आयोजित केलेला दृक्‌श्राव्य (साउंड अँड लाइट) खेळ बघितल्यासारखाच हा प्रकार असतो. मला सांगितलं, की तो फक्त हिवाळ्यातच दिसतो.

राजेश बर्फाचं चित्रीकरण सुरू करायला उत्सुक होता. म्हणून आम्ही आमची बस, केबलकारकडे नेली. या केबलकारनं आम्ही माउंट स्टोरस्टेनन या पर्वत शिखरावर पोहोचणार होतो आणि तिथून आम्हाला शहराचं विहंगम दृश्य पाहता येणार होतं. केबलकारमध्ये माझं मनोबल वाढलं होतं. सूर्यप्रकाश करड्या रंगाच्या ढगांमधून झरत होता. डोंगरामधले समुद्रानं व्यापलेले भाग चांदीसारखे चमकत होते. लाल आणि हिरव्या रंगानं रंगवलेली टुमदार नॉर्वेजिअन घरं उठून दिसत होती. काही मिनिटांनंतर मी कॅमेरा बाजूला ठेवला आणि ते दृश्य मनसोक्त पाहून घेतलं. संध्याकाळची उशिराची वेळ होती; पण अजून सूर्यप्रकाश भरपूर होता. मला लहानपणी एकदा इथे कौटुंबिक सफरीवर आलो होतो ते आठवलं. वडलांनी तेव्हा शांतपणे आम्हाला समजावलं होतं, की या भागाला 'मध्यरात्रीच्या सूर्याचा देश' का म्हणतात ते ! आमच्या या विमान सफरी म्हणजे वडलांची व्याख्यानं असायची. मग वडील प्रश्न विचारायचे आणि आम्ही उत्तरं द्यायचो. एक प्रकारचा क्रॅश कोर्सच असायचा तो. बरखा मग रुसायची आणि आमच्यापेक्षा लांबची कुठली तरी खिडकीजवळची सीट पकडायची . तिला कोणी दुसऱ्यानं माहिती देणं नको असायचं.

माझे वडील प्रवास ही गोष्ट खूप गंभीरपणे घ्यायचे. ते नेहमी आम्हाला सांगत 'प्रवास' हे शिक्षणाचं उत्तम साधन आहे आणि मग ते आम्हाला शिक्षण देत. आम्हाला रात्री झोपण्यापूर्वी ते ज्या गोष्टी सांगत त्यासुद्धा परीकथा आणि भुतांच्या कथा नसत. आम्ही लहानपणी केलेल्या प्रवासाविषयी ते सांगत असत आणि आम्हाला एवढा काळ गेला तरी सगळं आठवतंय की नाही, आमचा मेंदू गंजला तर नाही याची खात्री करून घेत. आम्ही ग्रँड कॅननला गेलो होतो. डायनोसर पार्कला कारनं गेलो होतो. ॲरीझोनाला केलेलं ४ जुलैचं सेलिब्रेशन,हवाईचं पक्षी उद्यान, या सगळ्या सफरींविषयी ते सांगत. स्मरणरंजनाची एक लाटच माझ्या मनावर पसरली आणि मी सुस्कारा सोडला. त्या प्रवासात सगळं आखलेलं असायचं. किती लाडावलेलो होतो आम्ही! आता नकाशे वाचण्यात गुंतलेली मी खूप प्रौढ झालेय असं वाटतं. वजनदार सामान ओढत रस्त्यावरून मी चालत असते. मी अंतिम

ठिकाणी पोहोचणार आहे की नाही हेसुद्धा मला माहीत नाही.

आम्ही केबलकारमधून बाहेर पडलो आणि लाकडी लॉजमध्ये शिरलो. मंद संगीत चालू होतं. कोणीतरी शेकोटी लावली होती. मी त्या शेकोटीच्या एवढी मोहात पडले होते की माझा पाय तिथून बाहेर पडला नव्हता; पण विश्रांतीला वेळ नव्हता. थंड बोचरा वारा असह्य होईपर्यंत राजेश जमेल तेवढं चित्रीकरण करत होता. मग तर बर्फ पडायला लागला. राखाडी रंगाच्या आकाशाकडे मी पहिल्यांदाच वर पाहिलं. मी माझे बाहू पसरले आणि वरून होणारा हिमवर्षाव डोक्यावर झेलला. प्रवासाचा सगळा शीण क्षणार्धात गायब झाला.

दुसऱ्या दिवशी सकाळी, मी बिछान्यातून उठण्याआधीच वकिलातीमधून फोन आला, की लाँगइयरबायनसाठी फ्लाइट निघणार आहे. मी आनंदानं ओरडलेच आणि बिछान्यातून ताबडतोब उठून तयारीला लागले. विमानतळावर गेल्यावर घाबरलोच .वैमानिकानं जाहीर केलं, की हवामान खराब आहे असं दिसतंय; पण तरीही तो लांबचा मार्ग पत्करून, ढगांना वळसा घालून विमान नेण्याचा प्रयत्न करेल. पंजाबी पद्धतीनं त्याला एक घट्ट मिठी मारावी असं मला वाटलं. मी इतर प्रवाशांकडे पाहिलं आणि मला जाणवलं, की माझे कपडे योग्य नव्हते. प्रत्येकानं माउंटनगिअर (बर्फाळ पहाडांवर घालण्यासाठी असलेला विशिष्ट पोशाख), मोठे बूट, वॉटरप्रुफ पॅन्ट्स, जाड लोकरी हातमोजे असं काही काही घातलं होत. मी विचार केला -

'असू दे... आम्ही बर्फात गोठून जाऊ; पण तिथपर्यंत पोहोचू तर खरे! आता फक्त एकच मंजिल होती न्यू -अलेसंद.' (Ny-Alesund)

दोन तासांनी आमचं विमान पश्चिम किनाऱ्यावरच्या स्पीट्झबर्जन बेटावरच्या लाँगइयरबायन या ठिकाणी उतरलं. इथली लोकसंख्या होती फक्त एक हजार. लाँगइयरबायनच्या हवामानाचं वैशिष्ट्य म्हणजे इथे वर्षातून जवळजवळ चार महिने सूर्यप्रकाश नसतो. इथल्याच स्वालबार्ड या द्वीपसमूहात २८ऑक्टोबर ते १४ फेब्रुवारी पर्यंत सूर्यप्रकाश नसतो आणि त्यानंतर १९ एप्रिल ते २३ ऑगस्ट चोवीस तास सूर्यप्रकाश असतो. जेव्हा आम्ही तिथे प्रवेश केला तेव्हा थंडगार वाऱ्याचे फटकारे आमच्या तोंडावर बसले.

मी किम हॉलमन या ध्रुवीय विद्यापीठाच्या रिसर्च डायरेक्टरला भेटले. ध्रुवीय विद्यापीठ ही संस्था दोन्ही ध्रुवांवर पर्यावरणाच्या दृष्टिकोनातून संशोधन करते. किम हा उंच, विशालकाय मनुष्य होता. आमच्यापेक्षा आकारानं खूप मोठा. खरंतर आमच्या त्या संपूर्ण सफरीमध्ये सर्वसाधारण स्कँडिनेव्हिअन माणसांपुढे आम्ही खूपच बुटके वाटत होतो. लांबलचक शुभ्र दाढी, गोल चष्मा आणि डोळ्यांत खट्याळ छटा असलेला किम, ड्रइड गेटाफिक्ससारखा दिसत होता किंवा हॅरी पॉटर

मालिकेमधल्या डंबलडोअरची बारीक आवृत्ती म्हणता येईल. तो एक वरिष्ठ शस्त्रज्ञ होता. आणि हवामानाबदल या विषयावर त्यानं एवढ्या फिल्म्स केल्या होत्या, की तो खरोखर ध्रुवावरचा 'अल गोर' (अमेरिकेचा उपाध्यक्ष) होता. त्यानं अत्यंत सहजपणे सांगितलं, की पुढच्याच आठवड्यात कोफी अन्नान (संयुक्त राष्ट्रांचे सरकार्यवाह) आणि टेड टर्नर (अमेरिकन मीडिया सम्राट) येणार आहेत आणि त्यांच्याबरोबर फिरून त्यांना सगळं दाखवायचंय. किमनं कित्येक फिल्मी ताऱ्यांना आणि सरकारी अधिकाऱ्यांना 'चला ग्लोबल वॉर्मिंगचा परिचय करून घेऊया' या उत्तर ध्रुवाच्या क्रॅश कोर्स (कार्यशाळा)चा अनुभव दिला. मला वाटलं होतं की प्रत्येकाला हीच ग्लोबल वॉर्मिंगची (जागतिक तापमानवाढ) कहाणी सांगूनसांगून ते कंटाळले असतील; पण येणाऱ्या दिवसांत किम हेच आमच्या 'स्टोरी' चा महत्त्वाचा भाग होते. गुंतागुंतीची शास्त्रीय परिभाषा ते सोपी करून सांगत. त्यामुळे वाढत्या तापमानाचा उत्तर ध्रुवावर होणारा परिणाम लवकर समजत असे आणि त्यांच्याकडे कित्येक वर्षांचा वैज्ञानिक डाटा उपलब्ध होता.

किमनी आम्हाला लाँगइयरबायनची एक छोटीशी चक्कर मारून आणलं. आम्ही स्वालबार्ड रेनडिअर पाहिलं! पांढराशुभ्र सुंदर नर होता तो. आम्हाला कळलं की वन्यप्राण्यांचा महानायक असलेला ध्रुवीय अस्वल इथे स्वालबार्डमध्ये सहजासहजी दिसतो; कारण या बेटावर या प्रजातीच्या वाढीला प्रोत्साहन मिळतं. आमच्या दुर्दैवानं आम्ही तिथून गेल्यावर दुसऱ्याच दिवशी आम्हाला कळलं की आमच्या हॉटेलच्या जवळ एक ध्रुवप्रदेशीय अस्वल दिसला होता. आम्ही स्थलांतर करणारे पक्षी उदा. ध्रुवीय समुद्रपक्षी, समुद्रातील खडकांना किंवा जहाजाच्या तळांना न सोडणारे हंस (थंडगार निळ्या पाण्यावर फटकारे मारून हे हंस आपली पिसं मऊशार करत असतात.) पाहिले. जेव्हा मी तिथून फिरत होते, माझ्या डोळ्यांतून पाणी येत होतं. निसर्गसौंदर्यामुळे नव्हे तर अतिथंडीमुळे मला नाक आहे हेच मुळी जाणवत नव्हतं. या बेटाच्या जैवविविधतेशी माझा परिचय झाला होता आणि मी त्याची मजाही घेतली; पण आजच्या दिवसापुरतं एवढं बास होतं आणि मी हॉटेलच्या उबदार खोलीत परतायचा निर्णय घेतला. दुसऱ्या दिवशी चार्टर्ड विमान आम्हाला तिसऱ्या ठिकाणावर घेऊन गेलं.

हे ठिकाण म्हणजे शास्त्रीय संशोधनाचं पायाभूत केंद्र असलेलं न्यू अलेसंद! शेवटी आम्ही पर्यटनाचे नकाशे नसलेल्या एका ठिकाणावर होतो.

आमचं विमान उतरत असताना मी हिमनदीचं शिखर पाहिलं. आकाशी रंगाच्या समुद्रात रिती होणारी ती एक धार होती. ते एक बर्फाळलेलं चंदेरी आणि निळं जग होतं. अर्ध्या तासानं आम्ही न्यू अलेसन्दच्या हॅमराब्बेन विमानतळावर उतरलो. १९६२पर्यंत इथे उत्खनन चाललं होतं. त्यानंतर मात्र न्यू अलसन्द हे उत्तर

ध्रुवावरचं मुख्य संशोधन केंद्र झालं. आम्ही किंग्ज सामद्रधुनीमधल्या एका कंपनीच्या अधिकाऱ्याला भेटलो, जी कंपनी पूर्वी उत्खननाचं काम करायची; पण आता मात्र ती उत्तर ध्रुवावरच्या पर्यावरणावर संशोधन करणाऱ्या दहा आंतरराष्ट्रीय संशोधन केंद्रांचं व्यवस्थापन करते.

या सगळ्या संशोधन केंद्रांच्या मध्यभागी रोल्ड अमुंडसेनचा अर्धपुतळा आहे. अमुंडसेन हा नॉर्वेचा होता आणि १९२६मध्ये उत्तर ध्रुवावर पाऊल ठेवणारा तो पहिला मनुष्य होता. अनेक धाडसी मोहिमा काढण्यासाठी त्यानं आपलं आयुष्य वेचलं होतं. अमुंडसेननं १९११मध्ये दक्षिण ध्रुवावर जाणाऱ्या मोहिमेचं नेतृत्वं केल होतं. मी त्याच्या अर्धपुतळ्याच्या समोर उभी राहून विचार करत होते, की ज्यावेळी आताच्या सारखी आधुनिक साधनं उपलब्ध नव्हती तेव्हा इथे येणं किती कठीण झालं असेल? मला कळलं की इथून जवळच असलेल्या एका छोट्याशा तंबूत तो राहत असे. त्याच्या चरित्राची माहिती देणारं एक संग्रहालयसुद्धा तिथे होतं.

जेवायच्या वेळेस आम्ही तिथे संशोधनासाठी आलेल्या भारतीय शास्त्रज्ञांना भेटलो. ते आपलं काम 'हिमाद्री' या भारतीय संशोधन केंद्रात करत होते. ते केंद्र २००८मध्ये स्थापन झालं. घरापासून एवढ्या लांब आल्यावर सागरविज्ञान विद्यापीठाच्या (National Institute of Oceanography) त्या २० शास्त्रज्ञांनी आपलं जेवण संपवलं मात्र, मी त्यांच्यावर प्रश्नांचा भडिमार केला. माझी शूटिंगची तयारी पूर्ण झाली आहे, याची मला खात्री करून घ्यायची होती. ते उद्याच्या सकाळी बोटीतून समुद्राच्या आरोग्याचा अभ्यास करायला जाणार होते. त्यासाठी पाण्याचे नमुने गोळा करणं आणि पाण्यात तरंगणाऱ्या सूक्ष्म जीवाणूंमध्ये (Phytoplankton- फक्त सूक्ष्मदर्शक यंत्राखाली दिसतात असे जीवाणू. हे पाण्याच्या सूर्यप्रकाशातल्या पृष्ठभागावर असतात) होणारे बदल यांचा अभ्यास करणं हे या टीमचं काम होतं. पहाडांच्या आणि खडकांच्या शिरोभागी असणारा बर्फ वितळतो आणि ध्रुवीय अस्वलं बेघर होतात. हे इतरांना स्पष्टीकरण देणं सोपं होतं; पण सूर्यप्रकाशात पाण्यावर तरंगणारे अतिसूक्ष्म जीवाणू नष्ट होणं हेसुद्धा तापमानाच्या अचानक वर जाण्याशी निगडित आहे, याचं स्पष्टीकरण देणं खूप कठीण असतं. फायटोप्लँक्टन तर साध्या डोळ्यांना दिसतही नाहीत. दृक्श्राव्य माध्यमांना असलेली आव्हानं ही अशी असतात; पण भारतीय शास्त्रज्ञांचा हा अभ्यास खूप महत्त्वाचा होता. त्यामुळे त्यांचे प्रमुख डॉ. एस. राजन यांना मी भेटले. त्यांनी विशद केलं, की संपूर्ण जागतिक वातावरण हे एखाद्या प्रचंड वाहकपट्ट्यसारखं आहे. ध्रुवावर काही घडलं तर त्याचा परिणाम आपल्या देशातल्या मान्सूनवरसुद्धा होतो.

दुसऱ्या दिवशी आम्ही डॉ. राजन आणि आणखी एक शास्त्रज्ञ डॉ. प्रसन्नकुमार यांच्याबरोबर समुद्रयात्रेला निघालो. डॉ. कुमार हे पाण्याचे नमुने जमवणाऱ्या संशोधक

विद्यार्थ्यांच्या टीमचे प्रमुख होते. आम्ही बोटीवर चढलो. आमच्याकडे एक छोटंसं संशोधनासाठी असलेलं भांडं होतं ज्यात जीपीएस (Global Provisioning Service- रस्ता दाखवणारी प्रणाली) युनिट होतं. जीपीएसमुळे जिथून नमुना मिळवला ते ठिकाण नक्की कुठे होतं ते समजतं. पाऊस आणि वाऱ्याचे फटकारे तोंडावर बसत होते; पण समोरचं दृश्य एवढं थक्क करणारं होतं की मी बोटीच्या मागच्या भागी उभी राहून माझ्या नजरेत ते सामावून घेत होते. भोवतालचे रुपेरी पहाड हातात हात घालून समुद्राला मिठी मारत होते. पाण्यावर निळा बर्फ तरंगत होता. आम्ही तो ओलांडून खोल समुद्रात शिरलो. आता डॉ. प्रसन्न यांनी विद्यार्थ्यांना मार्गदर्शन करण्यास सुरुवात केली आणि ते सगळे विचित्र किंवा वेगळ्या आकाराचं काही समुद्रात दिसलं तर ते वेचून घेण्यात मग्न झाले. पाण्याचा नमुना घेताना त्या ठिकाणी काय तापमान होतं याचीसुद्धा ते नोंद घेत होते. हे सगळं गुंतागुंतीचं होतं; पण मी शांतपणे त्यांना त्यांचं काम करू देत होते. समुद्र आता खूप अस्थिर झाला होता. आमची बोट वर-खाली हिंदकळत होती. लाटेवर आरूढ होऊन तेव्हा ती खाली फेकली जात होती. मी एखाद्या उंटावर बसलेय असं मला वाटत होतं. मी बोटीच्या एका बाजूला घट्ट धरून ठेवत होते तेव्हा मला वाटत होतं, की हा फायटोप्लँक्टनचा अभ्यास खरोखर एवढा महत्त्वाचा आहे का?

वेगवेगळे अहवाल पाहिले तर समुद्रखाद्यामध्ये घसरण होत आहे याचं अंशत: हे कारण आहे की समुद्राचं तापमान वाढत आहे. नेचर या वैज्ञानिक पत्रिकेत प्रसिद्ध झालेल्या संशोधनानुसार १८९९ ते २००८ या काळात फायटोप्लँक्टन एकूण संख्येपेक्षा साधारण एक टक्का कमी झाले आहेत. हा एक टक्का म्हणजे १९५० ते २००८ या काळातल्या फायटोप्लँक्टन संख्येच्या ४० टक्के भाग आहे. फायटोप्लँक्टन हे कार्बन-डाय-ऑक्साइडचं रूपांतर सूर्यप्रकाशाच्या माध्यमातून प्राणवायूमध्ये करतात. आणि साखरेमुळे हे प्लँक्टन जास्त काळ जिवंत राहतात आणि इतर जीवांचं खाद्य बनतात. काही अंदाजांप्रमाणे हे फायटोप्लँक्टन अर्थात सामुद्रिक जीवाणू हेच आपल्या ग्रहावरच्या या फोटोसिंथेटिक क्रियेला (प्रकाशसंश्लेषण) जबाबदार असतात आणि जर या जीवाणूंवर परिणाम झाला तर पर्यायानं समुद्राच्या कर्ब-साठा बाळगायच्या क्षमतेवरसुद्धा परिणाम होतो. डॉ. प्रसन्न यांनी याचं स्पष्टीकरण केलं. ध्रुवांकडे आणि समशीतोष्ण भागांकडे ही प्रवृत्ती आपल्याला जास्त दिसते.

जर या जीवाणूंवर परिणाम झाला तर पाण्यात उठणाऱ्या तरंगांच्या परिणामांमुळे (Ripple Effect) माशांना मिळणाऱ्या अन्नावर परिणाम होतो. समुद्रातून मासे कमी झाल्यामुळे समुद्राच्या आरोग्यावर त्याचा परिणाम होतो. भारतीय वैज्ञानिकांनी हवामानबदलाच्या संशोधन कार्यात जे काम केलं आहे ते किती महत्त्वाचं आहे ते मला जाणवलं. मला खरंच या टीमचं खूप कौतुक वाटलं. खरं तर या सगळ्यांना

समशीतोष्ण हवामानाची सवय असताना ते सगळे या पृथ्वीच्या एवढ्या सगळ्यात जास्त कठीण हवामानात शांतपणे आणि न दमता काम करत होते. ते कामात एवढे गुंग झाले होते की कॅमेऱ्यापुढे यायलासुद्धा आढेवेढे घेत होते.

आमचा उत्तर ध्रुवावरचा पहिला दिवस संपला. सूर्य अजूनही प्रकाशत होताच आणि मला रात्रीची झोपही येत नव्हती; कारण बाहेरचा प्रकाश आत येतच होता. अचानक रात्री १० वाजता माझ्या दरवाज्यावर थाप पडली.

बाहेर राजेश होता आणि खूप उत्साहात होता; कारण त्याच्या खिडकीबाहेर चपळ स्वालबार्ड रेनडिअर चरत होता. मी बाहेरच्या प्रकाशाचे आभार मानले. राजेश त्याचं चित्रीकरण करू शकला होता. मी मग आनंदात झोपले. दिवस संपावा तर असा.

पुढच्या दिवशी सकाळीही भरपूर प्रकाश होता; कारण सूर्य मावळलाच नव्हता. त्यामुळे उगवायचा प्रश्नच नव्हता. किम यांनी आम्हाला बरोबर घेतलं आणि आम्ही केबलकार स्टेशनला आलो. तिथून आम्ही एका पर्वत शिखरावरच्या झेपलीन या स्टेशनला गेलो. किम यांनी गडद लाल रंगाचा कोट घातला होता. त्यांच्या शुभ्र भरदार दाढीमुळे आम्हाला वाटलं, की सांताक्लॉजच त्याच्या घरी घेऊन जात आहे. तिथे आम्हाला त्याच्या खेळण्यांच्या कारखान्यात छान छान छोट्या छोट्या पऱ्या भेटतील. काही झालं तरी आम्ही उत्तर ध्रुवापासून फक्त १२०० किमी वर होतो आणि तेसुद्धा शुद्ध शुभ्र रंगाचं सम्राज्य असलेल्या सुंदर जगात. सगळं कसं स्वप्नमय होतं.

पण, आमचं कार्य मात्र गंभीर स्वरूपाचं होतं..आम्ही कसल्या अपेक्षा ठेवायला हव्यात, याविषयी किमनी आमची मानसिकता तयार केली.

"आता तुम्ही अतिशय अद्ययावत अशी यंत्रं पाहणार आहात जी जगाच्या कानाकोपऱ्यात वायु- उत्सर्जनाची माहिती पोहोचवतात. न्यू अलेसंद हा किरणोत्सर्ग नसलेला प्रदेश आहे. इथे एकही सेलफोन टॉवर (मोबाइल फोनसाठी असलेला मनोरा) नाही; कारण ही यंत्रं डाटा गोळा करण्याच्या बाबतीत अतिशय संवेदनाक्षम आहेत. एवढी, की आता आपण सगळे इथे या स्टेशनमध्ये हजर आहोत याचाही संशोधनावर परिणाम होऊ शकतो. म्हणूनच हे जगातलं एकमेव मनुष्यविरहित स्टेशन आहे. आपण इथे जेवढा वेळ आहोत तेवढ्या वेळातला डाटा विश्लेषणातून काढून टाकला जाईल. '' किमनी सांगितलं.

केबलकारनं त्या पर्वत रांगेत उड्डाण केलं आणि आम्ही उंचावरून पाहिलं. धरतीनं सर्वदूर पसरलेलं शुभ्र पांघरूण अंगावर घेतलं होतं. खालची संशोधन केंद्रं लेगोलँड (कॅलिफोर्नियामधला आनंदबाग) मधल्या छोट्या छोट्या खेळणी घरांसारखी दिसत होती. आम्ही खाली उतरलो. आमचे शूज काढून आम्ही आत गेलो. यंत्रांचे

आवाज येत होते. निरनिराळ्या प्रकारचे आवाज. जे विचित्रच वाटत होते. मोठमोठ्यानं हंकार यावेत, गजर वाजावेत तसे ते आवाज. मशीन्सचे आकारही विभिन्न, पिंपासारखे आकार, भोवताली अनेक नळ्या आणि वायर्स आणि त्यांच्या भेंडोळ्यातून एखाद्या भुलभुलैयातून मार्ग काढून शेवटी प्रत्येक उपकरण लॅपटॉपला जोडलेलं होतं आणि त्यावर डाटा रेकॉर्ड केला जात होता. हवामान-विज्ञान हे अत्यंत अचूक कधीच नसतं. तरी या यंत्रांमुळे काही ठोस सत्यं समजू शकतात. किम म्हणाले, "आपण वातावरणाच्या रचनेतले बदल पाहू शकतो. ग्रीन हाउस गॅसेस (उत्सर्जित प्रदूषित वायू) वर जात असतात. आणि गेल्या दशकात ध्रुवीय प्रदेशातले वेगाने होणारे बदल हे आमच्या अंदाजांशी मिळतेजुळते आहेत, हे लक्षात आलं आहे. हे नेहमीच वाढत्या वायुप्रदूषणांचे अंदाज बांधताना आणि ध्रुवीय प्रदेशातल्या पर्यावरणावरच्या परिणामाचा अंदाज बांधताना पूरक ठरलं आहे. उदाहरणार्थ, इथलं पर्यावरण हे तापमान बदलाशी खूप संबंधित आहे. हवामानबदलांचा परिणाम ध्रुवीय अस्वल किंवा पाण्यावरच्या जीवाणूंवर होतो. ज्यांचा अभ्यास भारतीय वैज्ञानिक करत आहेत." किम यांनी मला हे दाखवून दिलं, की त्यांच्या संगणकानं वाढणाऱ्या तापमानावर केलेला प्रत्येक अंदाज आता खरा ठरत आहे. ध्रुवीय प्रदेशातल्या पर्यावरणात प्रत्येक ठिकाणी हे बदल दिसताहेत. या यंत्रांमध्ये संवेदक (सेन्सर्स) एवढे शक्तिमान आहेत, की या ध्रुवीय हवेत कधी रशियाच्या करखान्यातून उत्सर्जित रसायनं, इझरेलची कीटकनाशकं किंवा चीनमधल्या कोळशावर जळलेल्या ऊर्जाधारक वनस्पती अशा गोष्टींचं अस्तित्व सापडतं. उत्तर ध्रुवावरच्या आजपर्यंतच्या विशुद्ध हवेत हे प्रदूषक वायू आता जाऊ लागले आहेत.

काही अंदाज असं वर्तवतात, की येत्या तीस वर्षांनी या ध्रुवीय प्रदेशात बर्फ राहणार नाही. मी त्यांना या बाबतीत आणखी काही प्रश्न विचारले; कारण गंगोत्री या हिमनदाच्या बाबतीत आणखी अशा प्रकारचे अंदाज व्यक्त केले गेले आहेत, की २०३५पर्यंत हा बर्फ साफ वितळणार आहे. आणि हा दावा नंतर अतिशयोक्तीपूर्ण म्हणून काढून टाकला. या संशयी मंडळींना उत्तर देण्यासाठी मी स्वत: तयारी करत होते; कारण हिमालयाच्या उपनद्यांचा अभ्यास तसा नवीन होता; पण उत्तर आणि दक्षिण ध्रुवांवरचं संशोधन गेल्या दशकाभरातलं होतं. किम पुढे म्हणाले, "अर्थात हवामान-विज्ञान हे १०० टक्के अचूक नसेल; पण आमच्या दहा वर्षांत केलेल्या अंदाजांच्या जवळपास तर आहे." आम्ही जिथे उभे होतो, तिथून त्यांनी आम्हाला हिमनदीतून डोकावणारे लांब खांब दाखवले. हिमनदीची घनता(दाटपणा)मोजता यावी म्हणून शास्त्रज्ञ हे खांब उभारतात. या खांबांवर गुंडाळलेल्या खुणा दाखवतात की ही घनता कशी कमी कमी होत आहे.

किम यांनी स्पष्ट केलं, 'जेव्हा या ध्रुवीय प्रदेशातला बर्फ संपेल, वातावरणातली

अभिसरणप्रक्रियाच बदलेल आणि त्याचा परिणाम मान्सूनवर होईल. मान्सूनच्या वेळा बदलतील. भारतीय शेतकऱ्यांसाठी हे खूप महत्त्वाचं आहे. वातावरणातले हे परस्परसंबंध म्हणूनच महत्त्वाचे असतात.' किम हे संदर्भ मला का सांगत होते ते मला समजत होतं; कारण भारतानं हे विचारात घेतलं नव्हतं. आमच्या दर्शकांना या गोष्टीचं आश्चर्य नक्कीच वाटेल. त्यांना वाटेल, की या सगळ्याचा आम्ही इथे भारतात बसलोय. आमच्यावर थोडाच परिणाम होणार आहे? झेपलीन स्टेशनमध्ये जो डाटा जमवला जातो त्यानं दाखवून दिलंय, की कर्बद्विप्राणिल वायूचं उत्सर्जन हे आधीच्यापेक्षा खूपच जास्त होत आहे. सगळे हिमनद आणि हिमशिखरं गेल्या शंभर वर्षांत आटली आहेत. मी तिथे एका पर्वत शिखरावर उभी राहून खालच्या बर्फमय थंड जगाकडे पाहिलं, दूरवर मशीन्सचा हम्म ऽऽऽ असा आवाज येत होता आणि जगाच्या त्या छतावरून डोकावल्यावर असं वाटत होतं, की ही माझी पृथ्वी अतिदक्षता विभागात (Intensive Care Unit) आहे.

झेपलीन केंद्रातून आम्ही केबलकार डॉर्मिटरीमध्ये आणली. संध्याकाळ पॅकिंगमध्ये आणि लांबच्या परतीच्या प्रवासाच्या तयारीत गेली. त्या छोट्या विमानानं पांढऱ्या-शुभ्र धावपट्टीवरून झेप घेतली तेव्हा आम्ही या हिममय दुनियेचा निरोप घेतला. विमान उंचीवर गेलं आणि वैमानिकानं उदारपणानं विमान एका बाजूला झुकवून पतंगासारखा गोता खाल्ला. त्यानं आम्हाला ही संधी दिली होती; कारण खाली बर्फाच्छादित दृश्यांची रेलचेल होती. मी त्वेषानं फोटो काढत होते. हिमशय्येवरून उठून उभा राहणारा तो शुभ्र पर्वत तपकिरी रंगाच्या रेषांनी एखादं डेझर्ट (भोजना-नंतरचा गोड पदार्थ) सजवावं तसा दिसत होता. मी जेवढे घेता येतील तेवढे फोटो घेत होते. ध्रुवप्रदेशातल्या त्या समस्यांचा विचार मात्र नाउमेद करणारा होता. तीस ते चाळीस वर्षांत खरोखरच हा प्रदेश हिमविरहित होईल? ...खात्रीपूर्वक कोणीच काही सांगू शकत नाही.

मी शांतपणे माझ्या सीटवर स्थिरावले. मला एवढं माहीत होतं की खरोखरच मानवी हस्तक्षेपामुळे हवामानात बदल होत असतात आणि याच बाबतीत मला माझी भूमिका वठवायला हवी.

संशयखोर लोकांचा आवाज बंद होऊन ते घरात बसेपर्यंत...मला मात्र हा संदेश प्रसृत करायलाच हवा.

❒